D1680509

எனது பர்மா குறிப்புகள்

எனது பர்மா குறிப்புகள்

செ. முஹம்மது யூனூஸ் (1924)

முஹம்மது யூனூஸ் பர்மாவில் பிறந்தார். இரண்டாம் உலகப் போரின் போது இவரது பள்ளிக்கல்வி தடைப்பட்டது. தமிழ், ஆங்கிலம், பர்மீயம் ஆகிய மொழிகளைச் சொந்த முயற்சியில் கற்றார். நேத்தாஜியின் இந்திய சுதந்திர லீக்-இல் கிளைச் செயலாளராகப் பணியாற்றினார். அகில பர்மா தமிழர் சங்கம் முதலான அமைப்புகளில் முன்கை எடுத்துச் செயல்பட்டவர். பர்மாவிலிருந்து வெளியான *தொண்டன்* பத்திரிகை யில் பத்திகள் எழுதியிருக்கிறார். ரங்கூனில் பயண முகவாண்மையகம் நடத்தி வந்தார். பர்மாவில் இந்தியர்களின் வாழ்வுரிமைச் சிக்கல்கள் மிகுந்தபோது, 1966இல் பர்மாவிலிருந்து ஹாங்காங்கிற்குப் புலம் பெயர்ந்தார். அது முதல் ஹாங்காங்கில் வசித்து வருகிறார். தமிழ்ப் பண்பாட்டுக் கழகம், இந்திய முஸ்லிம் சங்கம் முதலான அமைப்புகளை நிறுவியவர்களுள் ஒருவர். ஹாங்காங் இந்திய சமூகத்தின் மூத்த பிரமுகர். பெற்றோர்: ச.நெ. செல்வக்கனி ராவுத்தர் -முஹம்மது பாத்திமா; மனைவி: பாத்திமுத்து ஜொஹரா; மகன்: நாஸீர். மகள்கள்: ஸபியா, கரிமா.

மு. இராமனாதன் (1959)

உலக அரசியல், சமூகம், பண்பாடு, மதம், கலை - இலக்கியம், பொறியியல் முதலான பொருள்களில் எழுதிவருகிறார்.

இராமனாதன் ஹாங்காங்கின் பதிவுபெற்ற பொறியாளராகவும் பிரிட்டனின் சார்டர்ட் பொறியாளராகவும் பட்டம் பெற்றவர். இந்தியா, ஹாங்காங், சவுதி அரேபியா முதலான நாடுகளில் பல்வேறு உள்கட்டமைப்புத் திட்டங்களில் பணியாற்றியிருக்கிறார். இவரது பொறியியல் கட்டுரைகள் பன்னாட்டு ஆய்விதழ்களில் வெளியாகி யுள்ளன.

சொந்த ஊர்: சிவகங்கை மாவட்டம், அரியக்குடி.

பெற்றோர்: முத்துக்கருப்பன் - அழகம்மை.

மனைவி: அலமேலு.

மகள்: கவிதா, வழக்குரைஞர்.

மகன்: குமார், அரசியல் விஞ்ஞானி.

மின்னஞ்சல்: mu.ramanathan@gmail.com

செ. முஹம்மது யூனூஸ்

எனது பர்மா குறிப்புகள்

தொகுப்பு:

மு. இராமனாதன்

காலச்சுவடு பதிப்பகம்

● அன்பார்ந்த வாசகருக்கு,

வணக்கம்.

காலச்சுவடு நூலை வாங்கியமைக்கு நன்றி.

நூலின் உள்ளடக்கம், உருவாக்கம், அட்டைப்படம் இன்ன பிற அம்சங்கள் பற்றிய உங்கள் கருத்துகளையும் ஆலோசனைகளையும் காலச்சுவடு வரவேற்கிறது. தகவல், எழுத்து, வாக்கியப் பிழைகள் தென்பட்டால் கட்டாயம் தெரிவித்து உதவுங்கள். நூல் தயாரிப்பில் கடும் குறைபாடு இருப்பின் மாற்றுப் பிரதி உங்களுக்குக் கிடைக்கக் காலச்சுவடு ஏற்பாடு செய்யும்.

மின்னஞ்சல்: *publisher@kalachuvadu.com*

காலச்சுவடு நாகர்கோவில் தலைமையகத்துக்கும் கடிதம் அனுப்பலாம்.

தங்கள்
எஸ்.ஆர். சுந்தரம் (கண்ணன்)
பதிப்பாளர் — நிர்வாக இயக்குநர்

எனது பர்மா குறிப்புகள் ✧ நினைவுக்குறிப்புகள் ✧ ஆசிரியர்: செ. முஹம்மது யூனூஸ் ✧ தொகுப்பு: மு. இராமனாதன் ✧ © செ. முஹம்மது யூனூஸ், மு. இராமனாதன் ✧ முதல் பதிப்பு: டிசம்பர் 2009 ✧ திருத்திய இரண்டாம் பதிப்பு: டிசம்பர் 2010, ஐந்தாம் பதிப்பு: டிசம்பர் 2023 ✧ வெளியீடு: காலச்சுவடு பப்ளிகேஷன்ஸ் (பி) லிட்., 669 கே. பி. சாலை, நாகர்கோவில் 629001

enatu parmaa kuRippukal ✧ Reminiscences ✧ Author: S. Mohamed Yoonus ✧ Compiled by: Mu. Ramanathan ✧ © S. Mohamed Yoonus, M. Ramanathan ✧ Language: Tamil ✧ First Edition: December 2009 ✧ Revised Second Edition: December 2010, Fifth Edition: December 2023 ✧ Size: Demy 1×8 ✧ Paper: 18.6 kg maplitho ✧ Pages: 204+16

Published by Kalachuvadu Publications Pvt.Ltd., 669, K.P. Road, Nagercoil 629001, India • Phone: 91-4652-278525 • e-mail: publications@kalachuvadu.com • Printed at Clicto Print, Jaleel Towers,42 KB Dasan Road, Teynampet Chennai 600018

ISBN 978-81-89359-86-7

12/2023/S.No. 331, kcp 4970, 18.6 (5) 1k

உள்ளடக்கம்

பதிவுகளின் கதை

மு. இராமனாதன்

ஹாங்காங் இந்தியர்களால் 'யூனூஸ் பாய்' என்று அழைக்கப்படும் முஹம்மது யூனூஸ் அவர்களை நான் முதன்முதலாக சந்தித்தது 13 ஆண்டுகளுக்கு முன்னால், ஒரு பொது நிகழ்ச்சியில். நான் ஹாங்காங் போய் சில மாதங்களே ஆகியிருந்தன. யூனூஸ் பாயின் நண்பர் ஒருவர் எனக்குப் பழக்கமாகியிருந்தார். நிகழ்ச்சியின் போது நண்பர் சொன்னார்: "அறிஞர் அண்ணா ஹாங்காங் வந்திருந்தபோது, யூனூஸ் பாயைப் பற்றி என்ன சொன்னார் தெரியுமா? 'விடுதலைப் போரில் தான் பெற்ற தியாக வடுக்களை, அரசியல் சந்தையில் விலை கூறாதவர் முஹம்மது யூனூஸ்' என்றார்." பார்த்தவுடனே மதிப்பு ஏற்படுத்தும் தோற்றம் யூனூஸ் பாயுடையது. வாய்ப்புக் கிடைக்கும்போது, அவரிடம் இதைப் பற்றிக் கேட்க வேண்டும் என்று நினைத்துக் கொண்டேன். பிறகு மறந்து போனேன்.

ஹாங்காங் தமிழ் பண்பாட்டுக் கழக நிகழ்ச்சிகளில் யூனூஸ் பாய் கலந்துகொள்வார். சில நிகழ்ச்சிகளில் பேசவும் செய்வார். எனில் அவரை எமக்கு நெருக்கமாக்கியது இலக்கிய வட்டக் கூட்டங்களே. டிசம்பர் 2001இல் இலக்கிய வட்டத்தை (www. ilakkyavattam.com) ஆரம்பித்தோம். எல்லாக் கூட்டங்களிலும் பாய் கலந்துகொள்வார்; நிறைவுரை ஆற்றுவார்; பேச்சாளர்களை உற்சாகப் படுத்துவார். அந்த உரைகள் அவருள் தளும்பி

நிற்கும் சமூக அக்கறையையும் இலக்கிய ஈடுபாட்டையும் எமக்குப் புலப்படுத்தின. ஜனவரி 2003இல் 'புலம் பெயர் வாழ்க்கை' எனும் பொருளில் நடந்த கூட்டத்தில் சுமார் ஒரு மணிநேரம் பர்மீயத் தமிழர்களின் கலை, கலாச்சாரம், சமயம் முதலியவை குறித்துப் பேசினார். அவர் பேசியவை எதுவும் நாங்கள் முன்னெப்போதும் கேட்டிராதவை. அப்போதுதான் இதை எழுத்தில் பதிவு செய்து வைக்க வேண்டும் என்று முதன்முதலாகத் தோன்றியது. அதற்குப் பிறகு நான் அவரை இரண்டு முறை சந்திக்கவும் செய்தேன். புதுவெள்ளம் போல் சுழித்துக் கொண்டு ஓடியது அவரது பேச்சு. எட்டாம் எட்வர்ட் முடி துறந்தபோது பள்ளிக்கூடத்தில் உலவிய இட்டுக்கட்டப்பட்ட கதைகளைச் சொன்னார். பர்மாவை பீதியும் அச்சமும் கவ்வியிருந்த ஒரு போர்க்கால இரவில், கருதறுக்கப்பட்ட நெல் வயலில் வைக்கோலைப் போர்த்திப் படுத்திருந்த அனுபவத்தை விவரித்தார். நேத்தாஜியின் பேச்சுகளில் மிகுந்திருக்கும் எழுச்சியை விளக்கினார். பிறகு கோவலன், கட்டபொம்மன் நாடகங்களை எப்படி மக்கள் ஒன்றிப் போய்ப் பார்த்தார்கள் என்று சொன்னார். 'சகுந்தலை' படத்தில் கண்வ ரிஷி மகளுக்கு விடை கொடுத்து அனுப்பும் பாடலை உருக்கமாகப் பாடினார். தியாகராஜ பாகவதருக்கும் செருகளத்தூர் சாமாவுக்கும் ஒரு படத்தில் பாடல் மூலம் நடைபெறும் உரையாடலை விவரித்தார். கால வரிசையோ பொருள் தொடர்ச்சியோ இல்லாத அந்தப் பேச்சை நான் மெய்மறந்து கேட்டுக் கொண்டிருந்தேன். எனில் இதை எப்படித் தொகுப்பது? தன் வரலாறாகவா, வாழ்க்கை வரலாறாகவா, தேசத்தின் கதையாகவா, சமூகத்தின் கதையாகவா?. குழப்பமாகவும் மலைப்பாகவும் இருந்தது. சோம்பலும் வந்து மூடிக்கொண்டது. என்றாலும் இதை ஆவணப்படுத்த வெண்டும் என்கிற எண்ணம் மட்டும் கனன்று கொண்டே இருந்தது.

நவம்பர் 2007இல் நடந்த இலக்கிய வட்டக் கூட்டத்தில் 'எழுதப்படாத பர்மா குறிப்புகள்' என்ற பொருளில் பேசினார் யூனூஸ் பாய். பேச்சாளரைப் பற்றியும் உரையைப் பற்றியுமான அறிவிப்பு திண்ணை. காமில் வெளியானது. அதை வாசித்த 'காலச்சுவடு' கண்ணன் உரையின் ஒலிப்பதிவை அனுப்பி வைக்க முடியுமா என்று கேட்டிருந்தார். இந்த உரையை மட்டுமல்ல, அவரது அனுபவங்கள் அனைத்தையும் தொகுத்து நூலாக்கவிருக்கிறோம் என்று பதில் எழுதினேன். ஏதோ தைரியத்தில்தான் அப்படிச் சொன்னேன்.

யூனூஸ் பாயின் அந்தப் பேச்சும் மறக்க முடியாதது. இந்தியர்கள் பர்மாவிற்குப் போனதில் தொடங்கி அவர்கள்

வெளியேற்றம் வரையிலான அந்த உரைக்குள் உலகப்போர், ஜப்பானிய ஆக்கிரமிப்பு, விடுதலை இயக்கம், ராணுவ ஆட்சி என்று எல்லாவற்றையும் தொட்டுச் சென்றார். இனிப் பொறுப்பதில்லை என்று முடிவு செய்தேன். அப்போதும் இதை எப்படித் தொகுப்பது என்பதில் எனக்குத் தெளிவில்லாமல் இருந்தது.

அவ்வமயம் நண்பர் எம்.ஸ்ரீதரன் ('பயணி') பெய்ஜிங் இந்தியத் தூதரகத்தில் பணியாற்றிக் கொண்டிருந்தார். அவரைக் கேட்டேன். அவரது ஆலோசனை எனக்கு வாராது போல் வந்த மாமணியாய் அமைந்தது. அவர் சுந்தர ராமசாமியின் நினைவோடை நூல் வரிசையை வகைமாதிரியாய் வைத்துக் கொள்ளலாம் என்றார். ஜீவா, கிருஷ்ணன் நம்பி, தி. ஜானகிராமன், க.நா.சு போன்ற இலக்கிய ஆளுமைகளுடனான தனது அனுபவங்களை இந்த நூல்களில் சுந்தர ராமசாமி நினைவு கூர்கிறார். அரவிந்தன் அவற்றைத் தொகுத்திருந்தார். சு.ரா. வின் நினைவிலிருந்து பெருகும் அனுபவங்கள் ஒலிப்பதிவு செய்யப்பட்டு, எழுதப்பட்டு, பின் தொகுக்கப்பட்டு நூலாகியிருந்தன. இந்த நூல்களை வாசித்ததும் எனக்கு உற்சாகமேற்பட்டது. இதைப் போலவே யூனூஸ் பாயின் நினைவுகளினூடே விரியும் பர்மீய அனுபவங்களை ஒலிப்பதிவு செய்யலாம், நண்பர்களின் உதவியுடன் தட்டச்சு செய்யலாம், பிறகு எடிட் பண்ண வேண்டியதுதான், நினைவோடை என்பதால் அவை எந்த வரிசைக் கிரமத்திலும் இருக்க வேண்டுமென்பதில்லை. அப்படி நினைத்தேன்.

நவம்பர் 2007இல் ஒரு ஞாயிற்றுக்கிழமை முற்பகலில் நண்பர்கள் திரு. ராஜேஷ் ஜெயராமன், திருமதி.ஜெய்னப் கதீஜா, திருமதி. கவிதா குமார், திரு. காழி அலாவுதீன், திரு.எஸ். பிரசாத், திரு.அ. சுவாமிநாதன், திருமதி.கீதா பாரதி, திரு.அ. செந்தில்குமார், திரு.கே.ஜி. ஸ்ரீனிவாசன் மற்றும் திரு.கே.எஸ். வெங்கட்ராமன் ஆகியோர் கூடி ஆலோசித்தோம். அனைவரும் உற்சாகப்படுத்தினர். ஒலிப்பதிவைக் கேட்டு தட்டச்சு செய்துதர முன்வந்தனர். குழுவாக உரையாட ஒரு கூகிள் மின்னஞ்சல் குழுமம் அமைத்தோம். வெளியூர்களிலிருந்த திரு.எம். ஸ்ரீதரன், திருமதி.எஸ். வைதேஹி மற்றும் திரு.எஸ். நரசிம்மன் ஆகியோரும் குழுமத்தில் இணைந்தனர். நேர்காணல்களைத் தட்டச்சு செய்தபின் உறுப்பினர்கள் அனைவரும் வாசிக்கத்தக்க விதத்தில் கூகிள் ஆவணங்களில் அவற்றைப் பகிர்ந்து கொள்வது என்றும் முடிவானது.

உடனடியாக நேர்காணல்களைத் துவங்கினேன். அவற்றை இலக்கக் கோப்புகளாகப் பதிவு செய்து, கணினியில் பதிவிறக்கிக்

கொண்டேன். அவற்றை மீண்டும் ஒருமுறை கேட்டு, ஒலிப் பதிவுக் கோப்புகளை எடிட் செய்து, நண்பர்களுக்குப் பகிர்ந் தளித்தேன். ஒற்றை விரலில் தட்டச்சு செய்யும் என் கணினித் திறனை நண்பர்கள் அறிவர். ஆதலால் மேற்படி எடிட்டிங்கிற் காக, பச்சைப்பிள்ளை போலும் கையாளத்தக்கதான ஒரு மென்பொருளை எனக்கு அனுப்பி வைத்தனர். பாகங்களாகப் பிரித்த பின்னரும் கோப்புகள் அளவில் பெரியதாக இருந்தன. இணையதளங்கள் மூலமாக இவற்றை அனுப்பி வைத்தேன். நண்பர்கள் அவற்றைப் பதிவிறக்கிக் கொண்டு, கூகிள் ஆவணங் களில் தட்டச்சு செய்து குழுமத்தில் பகிர்ந்து கொண்டனர். இவை குறித்த உரையாடலும் குழுமத்தில் நடைபெறலாயிற்று. வார இறுதிகளில் நானும் நேர்காணல்களைத் தொடர்ந்தேன். எல்லாம் நன்றாகவே நடந்தது.

சரி, தொகுப்பு வேலையையும் தொடங்கலாம் என்று நண்பர்கள் எழுதியவைகளை வாசிக்கலானேன். சிலர் அவர் சொன்னபடிக்கே எழுதியிருந்தனர். சிலர் வாக்கிய அமைப்பை மாற்றியிருந்தனர். ஒருவர் ஜாதியைப் பற்றி யூனூஸ் பாய் சொல்லியிருந்த குறிப்புகளை நீக்கியிருந்தார். ஒருவர் அவரது கருத்து நீளமாக இருக்கிறது என்று கருதி வெட்டிக் குறைத் திருந்தார். உறுப்பினர்கள் அவரவர்க்குச் சரி என்று பட்டதையே செய்திருந்தனர். ஆனால் இது இவ்விதம் தொடரலாகாது என்று கருதி, உறுப்பினர்கள் அவரது நடையையோ உள்ளடக் கத்தையோ நீளத்தையோ மாற்றலாகாது என்று குழுமத்தில் தெரிவித்தேன். சில உறுப்பினர்களிடம் அவர்கள் எழுதிய பகுதிகளை மீண்டும் எழுத வேண்டும் என்றும் கோரினேன். இது சிலரை அயர்வடையச் செய்தது. ஹாங்காங்கின் பணி அழுத்தமும் சேர்ந்து கொண்டது. திட்டத்தின் முன்னேற்றத் தில் தொய்வு ஏற்பட்டது. இதற்கு என் ஒருங்கிணைப்பில் இருந்த குறைபாடுகளும் காரணம்.

இன்னொரு பிரச்சனையும் இருந்தது. யூனூஸ் பாய் இயன்றவரை ஒவ்வொரு அமர்விலும் ஒரே பொருளைக் குறித்துத்தான் பேசினார். எனில் வேறொரு அமர்வில் பிறிதொரு பொருளைக் குறித்துப் பேசும்போது, முந்தைய பொருளையோ காலத்தையோ சார்ந்த கருத்துக்களையும் சொன்னார். அவை முக்கியமானவையாகவும் இருந்தன. ஆகவே இவற்றை பொருள்வாரியாகத் தொகுப்பதுதான் வாசகனுக்குச் செய்யும் நீதியாக இருக்க முடியும் என்று தோன்றியது. நூலைப் பல இயல்களாகப் பிரித்துக் கொண்டு, அவர் பல்வேறு அமர்வுகளில் கூறியவற்றை குறிப்பிட்ட இயல்களில் பொருத்த வேண்டும் என்பது புலப்பட்டது.

இந்த இடத்தில் ஒன்று புரிந்தது. இந்தத் திட்டத்தில் பங்குபெறும் யாரும் அனுபவமிக்க எழுத்தாளர்கள் அல்லர். இத்திட்டத்தைக் குறித்தும், இதில் உள்ள பணியைக் குறித்து மான முழுமையான பார்வையின்றி நான் இதில் இறங்கி யிருப்பதும் புரிந்தது. இது காலதாமதத்தை ஏற்படுத்தியது. ஆனாலும் அதைரியப்படாமல் நேர்காணல்களைத் தொடர்ந் தேன். திட்டத்தில் நம்பிக்கை கொண்டிருந்த நண்பர்களும் தொடர்ந்து உதவினர்.

நவம்பர் 2007 முதல் ஜூலை 2009 வரையிலான கால அளவில் சுமார் 20 அமர்வுகளில் யூனூஸ் பாயை நேர்கண் டேன். ஒவ்வொரு அமர்வும் இரண்டு முதல் மூன்று மணி நேரம் வரை நீண்டது. அவரும் கால தாமதத்தைப் பொருட் படுத்தாது முதல்முறை காட்டிய அதே உற்சாகத்தோடு ஒவ்வொரு முறையும் பேசினார். தவிர, விளக்கங்கள் கேட்பதற் காக பல முறை தொலைபேசியிலும் தொடர்பு கொண்டேன். அப்போதும் பல முத்துகள் கிட்டின.

இந்தக் குறிப்புகளில் ஆண்டுகள், மாதங்கள், பெயர்கள், இடங்கள் எல்லாம் இடம் பெறுகின்றன. அவை இயல்பாக அவரது பேச்சில் வெளியாயின. நேர்காணல்களின் போது ஒரு துண்டுக் காகிதம் போலும் அவர் கையில் வைத்துக் கொண்டதில்லை.

இந்த நூலில் வாசிப்பு வசதி கருதி பலவற்றை நான் முன்பின்னாக மாற்றியமைத்திருக்கிறேன். ஒரே பத்தியில் இடம்பெறும் சில கருத்துகள், அவர் தனித்தனி அமர்வுகளில் சொன்னவையாக இருக்கக் கூடும். இதற்காக, பல பகுதிகளை மீள எடுத்து எழுதியிருக்கிறேன். எனில் இயன்றவரை இறுதி வடிவம் அவரது வாய்மொழிக்கு வெகு நெருக்கமாக இருக்கு மாறு அமைய முயற்சித்திருக்கிறேன். ஏனெனில், யூனூஸ் பாயின் தமிழ்நடை செழுமையானது. சாதாரண உரையாடல் களில்கூட இயன்றவரை தமிழ்ச் சொற்களையே அவர் பயன்படுத்துவார். அவரது தமிழில், நேர்ப் பேச்சிற்கும் மேடைப் பேச்சிற்குமான இடைவெளி குறைவு. தொகுக்கப் பட்டபின் கரட்டு வடிவங்களைப் படித்து யூனூஸ் பாயும் பல திருத்தங்களைச் செய்தார்.

பர்மீயத் தமிழ்ச்சமூகத்தைக் குறித்தும், வரலாற்றைக் குறித்தும் பேசுவதில் யூனூஸ் பாய்க்கு இருந்த ஆர்வம், தனது சொந்த வாழ்க்கையைக் குறித்துப் பேசுவதில் இருக்க வில்லை. நேத்தாஜியின் இந்திய சுதந்திர லீக்கில் அங்கம் வகித்ததைப் போன்ற பொதுவாழ்வு ஈடுபாட்டைப் போலும் அவர் குறைவாகவே சொன்னார்.

பர்மாவிலிருந்து வந்தபோது 40 ஆண்டு வாழ்வின் நினைவாக அவர் கொண்டு வந்தவை குறைவு. ஆகவே நூலில் வெகு சொற்பமான படங்களே இடம்பெறுகின்றன. அவற்றை தேடி எடுத்தபோது ஒரு படம் கிடைத்தது. பர்மாத் தேக்கினால் செய்யப்பட்ட ஒரு பெரிய வாயிற்கதவின் முன்னால் நன்றாக உடுத்திய பெரிய மனிதர்கள் இரண்டு வரிசைகளில் நிற்கிற ஒரு சம்பிரதாயமான படம் அது. பர்மீயர்கள் மத்தியில் இளைஞரான யூனூஸ் பாயும் நிற்கிறார். 'இது என்ன படம்?' என்று கேட்டேன். 'ரங்கூன் நகராட்சி உறுப்பினர்களின் படம். இதோ நடுநாயகமாக அமர்ந்திருப்பவர்தான் மேயர்' என்றார் யூனூஸ் பாய்.

'நீங்கள் எப்படி இதில் நிற்கிறீர்கள்?' என்று கேட்டேன்.

'நான் நகராட்சி உறுப்பினராக இருந்தேன்' என்றார்.

'தேர்தலில் போட்டியிட்டீர்களா?'

'இல்லை, ஒரு வெள்ள நிவாரணப் பணியில் எல்லோரையும் போல நானும் என்னாலானதைச் செய்து கொண்டிருந்தேன். பார்வையிட வந்த மேயருக்கு ஏனோ என்னைப் பிடித்துப் போய்விட்டது. ஓராண்டு காலம் நகராட்சியின் நியமன உறுப்பினராக்கி விட்டார்'.

'இதைப் பற்றி நீங்கள் ஒன்றும் சொல்லவில்லையே, ஐயா'.

'இதில் சொல்வதற்கு என்ன இருக்கிறது தம்பி, உறுப்பினராக நான் ஒன்றும் பெரிதாகச் செய்யவில்லை. மேலும், இதை வாசிக்கிறவர்களுக்கு இதனால் என்ன பலன் ஏற்படும்?' என்றார்.

இந்த இடத்தில் இன்னொரு உரையாடலையும் சுட்ட விரும்புகிறேன். அறிஞர் அண்ணாவின் மீது யூனூஸ் பாய்க்கு அபிமானம் அதிகம். பல நேர்காணல்களில் அவரைப் பற்றிச் சொன்னார். பர்மாவில் அண்ணாவுக்காகக் காத்திருந்ததையும், ஹாங்காங் தமிழ் பண்பாட்டுக் கழகம் அண்ணாவுக்கு அளித்த வரவேற்பைக் குறித்தும் விரிவாகப் பேசினார். அப்போதெல்லாம் யூனூஸ் பாயின் நண்பர் மூலம் 13 ஆண்டுகளுக்கு முன்னால் நான் கேள்விப்பட்ட அறிஞர் அண்ணாவின் புகழுரையைக் குறித்து ஏதேனும் சொல்வார் என்று காத்திருந்தேன். பலனில்லை. கடைசியில் ஒரு நாள், 'அண்ணா உங்களைப் பற்றி இன்ன விதமாகச் சொன்னாராமே' என்று கேட்டேன். சற்றே நாணத்துடன் தலையசைத்தார். 'ஏன் இதைப் பற்றி நீங்கள் ஒன்றும் சொல்லவில்லை?'

என்று கேட்டேன். ‘அண்ணா பெரிய மனிதர். மற்றவர்களை உயர்த்திச் சொல்வது அவரது பண்பு. அதனால் அந்தப் புகழ்ச்சிக்கு நாம் தகுதியானவர்கள் என்று எண்ணிக் கொள்ளக் கூடாது’ என்றார். பதினாயிரம் பாட்டெழுதிவிட்டு, ‘ஆசை பற்றி அறையலுற்றேன்’ என்று சொன்னவனின் மரபில் வந்தவர் யூனூஸ் பாய். எளிமையும், தன்னடக்கமும் அவரது பண்பு நலன்கள். அவரை அறிந்தவர்களுக்கு மட்டுமல்ல, இந்த நூலை வாசிக்கிறவர்களுக்கும் அது புலப்படும்.

அவர் சொன்னவை குறைவு. அதிலும் குறைவு நூலில் இடம் பெறுபவை. அதீதக் காலதாமதமின்றி நூலைக் கொணர வேண்டும் என்பதால் ஒரு கட்டத்தில் இதை முடிக்க வேண்டிய தாயிற்று. இதற்கு நானே பொறுப்பு.

ஒலிப்பதிவுகளையும், அவற்றிலிருந்து பெயர்த்து எழுதிய குறிப்புகளையும் தொடர்ந்து எழுதித் தந்தவர்கள் திரு. ராஜேஷ் ஜெயராமன், திருமதி. ஜெய்னப் கதீஜா மற்றும் திருமதி. கவிதா குமார். இவர்களின் உதவியின்றி இந்நூல் உருவாகியிருக்க முடியாது. தொடர்ந்து இத்திட்டத்திற்கு உதவி புரிந்தவர் திரு. காழி அலாவுதீன். பதிவுகளை எழுதிய மற்றவர்கள்: திருமதி. கீதா பாரதி, திரு.அ. செந்தில்குமார், திரு.எஸ். பிரசாத், திரு.கே.ஜி. ஸ்ரீனிவாசன், திருமதி.எஸ். வைதேஹி மற்றும் திரு.எஸ். நரசிம்மன். முன்–பின் அட்டைகளில் இடம்பெறும் யூனூஸ் பாயின் சமீபத்திய படங்களை எடுத்தவர் திரு.அ. சுவாமி நாதன். தொகுக்கப்பட்ட பகுதிகள் அனைத்தையும் படித்துக் கருத்துக்களும், திருத்தங்களும் சொன்னவர் திரு.எம். ஸ்ரீதரன்.

யூனூஸ் பாயின் துணைவியாரை நான் அறிவேன். எனில் இந்நூலுக்காக நேர்காணல்கள் நிகழ்த்தியபோது அவரது விருந்தோம்பலில் திளைக்கிற பேறு எனக்குக் கிட்டவில்லை. எனில் எல்லாச் சந்திப்புகளின்போதும் அக்குறையை நான் உணராதவாறு என்னை உபசரித்தவர்கள் யூனூஸ் பாயின் மகன் நாஸீர் மற்றும் அவரது உதவியாளர் நூஹு ஆகியோர். என்னைச் சந்திக்கிற போதெல்லாம் இந்த நூலைக் குறித்து விசாரித்து உற்சாகப்படுத்தியவர்கள் திரு.ஜே.வி. ரமணி மற்றும் திரு.எஸ்.எம். உஸைர்.

நூலின் பணி தொடங்கியதிலிருந்து ஊக்கமூட்டி வருபவர் ‘காலச்சுவடு’ கண்ணன். பிரதி நிறைவுற்றதும் காலச்சுவடிற்காக அதைப் படித்துப் பார்த்தவர் கவிஞர். சுகுமாரன். அவரது மனம் திறந்த பாராட்டைக் கேட்டபோது நிறைவாக இருந்தது. நூல் உருவாக்கத்தில் உதவியவர் காலச்சுவடு அலுவலக மேலாளர் எஸ். நாகம். நூலைச் சிறப்பாக வடிவமைத்தவர்

கீழ்வேளூர் பா.ராமநாதன். நூலுக்கு ஏற்றமாதிரி பொருத்தமாக அட்டைப்படம் அமைத்தவர் சந்தோஷ்.

இவர்கள் அனைவரையும் இப்போது நன்றியோடு நினைத்துக் கொள்கிறேன்.

இந்நூலின் நிமித்தம் யூனூஸ் பாயோடு பலமுறை உரையாடச் சந்தர்ப்பம் வாய்த்ததிலும், அவரது குறிப்புகளை இப்போது நூலாகக் கொண்டுவருவதிலும் நான் மகிழ்ச்சி அடைகிறேன். இந்தக் குறிப்புகளுக்கு நல்லுலகில் வரவேற்பிருக்கும் என்று நம்புகிறேன். இனியும் பேசுவதற்கு யூனூஸ் பாய் தயாராயிருக்கிறார். எழுதித்தர நண்பர்களும். இந்நூலின் இரண்டாம் பகுதியைக் கொண்டு வரும் விருப்பமும் இருக்கிறது.

ஹாங்காங்
டிசம்பர் 2009

1

பர்மீயத் திருநாடு

பர்மா என்று சொல்லும்போது எனக்கு அது ஓர் அந்நிய நாடாகத் தோன்றவில்லை. காரணம் நான் அந்த நாட்டில் பிறந்தேன், வளர்ந்தேன், படித்தேன், பழகினேன். நான் அங்கே உருவாக்கப் பட்டேன். நாங்களெல்லாம் இந்திய வம்சாவழி யினர். அந்த நாட்டில் இந்தியர்கள் ஏராளமா னோர் இருந்தார்கள். எங்கு திரும்பினாலும் இந்தியர்களைப் பார்க்கலாம். இப்போதுகூட பர்மாவின் தலைநகர் ரங்கூனுக்குப் போனீர்களே யானால், இந்திய வம்சாவழியினரைப் பார்க் கலாம்; இந்தியப் பண்பாட்டைப் பார்க்கலாம்.

ஒரு நாடு என்றால் அது எப்படி இருக்க வேண்டும் என்பதற்குத் திருவள்ளுவர், ஓர் அதிகாரமே – பத்துக் குறள்கள் – சொல்லுகிறார். அதில் ஒரு முக்கியமான குறள் இது:

> தள்ளா விளையுளும் தக்காரும் தாழ்விலாச்
> செல்வரும் சேர்வது நாடு.

அதாவது, குறையாத விளைபொருளும் தகுதி யுள்ள பெரியோரும் கேடில்லாத செல்வமுடை யோரும் ஒருங்கே அமையப்பெற்றதே நல்ல நாடு என்கிறார் வள்ளுவர். அப்படிக் குறைவில் லாத பொருள்கள் விளையக்கூடிய ஒரு நாடு என்றால் – அது பர்மா. அங்கே ஒரு தாழ்வில்லாத நிலை இருந்தது. அது நீர்வளம், நிலவளம் மிக்க நாடு, இயற்கைச் செல்வங்கள் மிகுந்த நாடு.

ஆங்கிலேயர்களின் சக்தி

ஆங்கிலேயர்கள்தாம் இந்தியர்களை, நிர்வாகத்திற்காகவும் ராணுவத்திற்காகவும் உடல் உழைப்புத் தேவைப்படுகிற வேலைகளுக்காகவும் பர்மாவுக்கு அழைத்துச் சென்றார்கள். ஆங்கிலேயர்கள் இந்தியாவுக்கு ஆட்டுத்தோலுக்கு இடம் கேட்டு வர்த்தகர்களாக வந்தனர். இந்தியாவின் இயற்கை வளமும் மனிதவளமும் அவர்களைக் கவர்ந்தன. உலகத்தின் பல்வேறு செல்வங்களைத் தங்களால் அடைய முடியும் – அதற்குத் தேவை இந்தியா என்று முடிவு கட்டினார்கள். அப்போது இந்தியாவில் ஆட்சி செய்துவந்த மன்னர்களும் குறுநிலமன்னர்களும் ஒற்றுமையின்றிப் பலம் குன்றியிருந்தனர்.

காதம் இருபத்தி நாலன்றிக் காசினியை
ஓதக் கடல் கொண்டழித்ததோ, நீ இன்றேல்
வேறு இடம் இல்லையோ
மன்னவனும் நீயோ வள நாடும் உன்னதோ?
உன்னையறிந்தோ தமிழை ஓதினேன்
என்னை விரைந்தேற்காத வேந்துண்டோ
உண்டோ குரங்கேற்காத கொம்பு

என்று குலோத்துங்கனைக் கடிந்து கூறிப்போந்தான் கம்பன். இருபத்து நாலு காதம் என்பது சுமார் இருபது அல்லது முப்பது சதுரமைல் பரப்பளவு இருக்கலாம். சின்னச்சின்ன குறுநிலங்களை வீழ்த்த ஆங்கிலேயர்களுக்கு வீரம் வேண்டியிருக்கவில்லை, சூழ்ச்சியே போதுமானதாயிருந்தது. டெல்லியில் முகலாய சாம்ராஜ்யம் குறுகி ஆட்டங் கண்டிருந்தது. 1857இல் ஆட்சி பீடத்திலிருந்த மன்னர் பகதூர்ஷா ஆங்கிலேயர்களை எதிர்த்துப் புரட்சி செய்தார். அந்தப் புரட்சி எல்லாம் வரலாறு ஆனதே தவிர வெற்றியைத் தரவில்லை.

1857இல் ஆங்கிலேய அரசு இந்தியாவை முழுமையாக கைப்பற்றிக் கொண்டது. இந்தியா ஆங்கிலேயர்களுக்குக் கிடைத்ததும் அவர்களுக்கு சர்வ சக்தியும் கிடைத்ததுபோல். ஏனெனில், இந்தியாவின் அளப்பரிய மனிதவளம் அவர்களுக்குக் கிடைத்துவிட்டது. 1899இல் விக்டோரியா மகாராணி தமது தளபதிகளுக்குச் சொன்னார். அவருடைய மொழியிலேயே சொல்கிறேன்: *"If we are to maintain our position as a first-rate power we must, with our Indian Empire and large colonies be prepared for attacks and wars..."*. அதாவது, "இந்த இந்திய சாம்ராஜ்ஜியம் நம்முடைய கைக்குள்ளேயே இருக்கவேண்டுமானால் நாம் போருக்கும் தாக்குதலுக்கும் எப்போதும் தயாராக இருக்க வேண்டும்" என்றார்.

1899ஆம் ஆண்டில் விக்டோரியா மகாராணி பொன் விழா கொண்டாடினார். அவர் பட்டத்திற்கு வந்து ஐம்பது ஆண்டு காலம் ஆட்சி செய்ததற்காக. அப்பொழுது அங்கே ராணுவ அணிவகுப்பு நடந்தது. எங்கெல்லாம் இருந்து ராணுவங்கள் சென்றன தெரியுமா? நம்முடைய இந்தியா, பர்மா, இலங்கை, மலேசியா, ஆஸ்திரேலியா, நியூசிலாந்து, அமெரிக்கா, கனடா, கென்யா, உகாண்டா, தென் ஆப்பிரிக்கா–இப்படிப் பல நாடுகளிலிருந்து. ஆனால் எங்கே திரும்பிப் பார்த்தாலும் அந்த ராணுவங்களில் பாதியாவது இந்தியர்களாக இருந்தார்கள். காரணம் இந்தியா கிடைத்ததாலேதான் ஆங்கிலேயர்களால் உலகத்தின் பல நாடுகளைத் தங்கள் காலனிகளாக அமைத்துக்கொள்ள முடிந்தது. இந்தியாவின் மனிதவளம் கிடைத்தவுடன் ஆங்கிலேயர்கள் அருகாமையில் இருந்த பர்மாவைக் கைப்பற்றினார்கள். இலங்கை, மலேசியா என்று அவர்கள் எங்கெங்கு சென்றார்களோ அங்கெல்லாம் நம்முடைய இந்தியர்களையே ராணுவமாகப் பயன்படுத்தி அழைத்துச் சென்றார்கள்.

பஞ்சாபில் படுகொலை நடந்தால் அங்கு போய் சுட்டது யார், ஆங்கிலேய ராணுவ வீரர்களா? இல்லை இந்திய வீரர்கள்தான், அதற்கு உத்தரவிட்டது ஆங்கிலேய ராணுவ அதிகாரிகள். இந்தியாவைக் கைப்பற்றியதும் ஆங்கிலேயர்களுக்கு–அறிவாளிகளுக்கு அறிவாளிகள், உழைப்பாளிகளுக்கு உழைப்பாளிகள், உயிரை கொடுக்கும் தியாகிகள் என எல்லோரும் கிடைத்தார்கள். ஆங்கிலேயர்கள் யுத்ததில் உயிர் நீத்தவர்களுக்காக எல்லா இடங்களிலும் *Unknown Soldiers* என்று நினைவுச் சின்னம் எழுப்பியிருக்கிறார்கள். பர்மாவிலும் ஒரு பெரிய நினைவுச் சின்னம் இருக்கிறது. இன்றளவிலும் ஆங்கிலேயர்கள் இதன் பராமரிப்பிற்காகப் பணம் அனுப்பி வருகிறார்கள். இந்த நினைவுச் சின்னத்திலுள்ள பெயர்களைப் பார்த்தால் முக்கால்வாசிக்கும் மேல் இந்தியப் பெயர்களாய்த்தான் இருக்கும். பல்தேவ் சிங், முஜிபுர் ரஹ்மான், இக்னேஷியஸ், ராமையா–இப்படி. பலபேருடைய வயது பதினெட்டிலிருந்து இருபத்து நான்கிற்குள் தான் இருக்கும். இவர்கள் எல்லாம் ஏன் ராணுவத்தில் சேர்ந்தார்கள்? வறுமையும் பற்றாக்குறையும்தான்.

நாட்டு நிர்மாணம்

பர்மாவில் ஆரம்ப காலத்தில் ரங்கூன் என்று ஒரு நகரம் இருந்தது கிடையாது. ரங்கூனை பர்மீய மொழியிலே 'யாங்கொவ்ன்' (*Yangon*) என்று சொல்லுவார்கள். அதற்குப் 'போர் முடிந்தது' என்று பொருள். பர்மாவிலே முக்கியமாக

மூன்று அரசர்களோடு போர் நடந்தது. மாந்தலே என்ற நகரத்தைப் பற்றிக் கேள்விப்பட்டிருப்பீர்கள், கடைசியாக அந்த அரசரோடு போர். இதில் போரிட்டவர்களில் பெரும் பகுதியினர் இந்திய ராணுவ வீரர்கள்தான். பர்மீய அரசர்களுடனான போர், நாலா பக்கங்களிலிருந்தும் முன்னேறி, தென்கோடியில், இப்போது ரங்கூன் இருக்கும் இடத்தில் முடிவுக்கு வந்தது. ஆங்கிலேயர்கள் ரங்கூனை பர்மாவின் புதிய தலைநகராக உருவாக்கினார்கள். ரங்கூனை 'கிழக்கு லண்டன்' என்று சொல்வார்கள். நன்றாகத் திட்டமிடப்பட்ட நகரம், அழகாக, நேர்த்தியாக இருக்கும். ஒரு காலத்தில் வீதிகளை எல்லாம் தினமும் கழுவி விடுவார்கள்.

ஆங்கிலேயர்கள் நாடுகளைக் கைப்பற்றிய காலம், 150–200 வருடங்களுக்கு முந்தைய காலம். அப்போதெல்லாம் எந்த நகரமும் இன்றைக்கு இருப்பதுபோல கார் ஊருகிற பேரூராக இருந்ததில்லை. நல்ல சாலைகள் இராது. பெரிய கட்டிடங்கள் கிடையாது. போக்குவரத்து வசதி குறைவாக இருந்தது. ஆங்கிலேயர்கள் எந்த நாட்டைக் கைப்பற்றினாலும், அந்த நாட்டை நிர்வகிப்பதற்கும் அதன் நகரங்களை நிர்மாணிப்பதற்கும் அவர்களுக்கு இந்தியாவிலிருந்து மனிதசக்தி கிடைத்தது. அந்த நாட்டில் அடிப்படை வசதிகளை ஏற்படுத்துவதற்கு – சாலைகள் அமைப்பதற்கு, புதிய ரயில் தடங்கள் போடுவதற்கு, கட்டிடங்கள் கட்டுவதற்கு – பீகார், ஒரிசா, ஆந்திரா ஆகிய மாநிலங்களில் இருந்து கொண்டு போனவர்களின் உடல் உழைப்பைப் பயன்படுத்தினார்கள். தமிழர்களையும் கொண்டு போனார்கள், அவர்களை ரப்பர் தோட்டங்களில், தேயிலைத் தோட்டங்களில், கரும்பு–நெல் வயல்களில் விவசாய வேலைகளில் ஈடுபடுத்தினார்கள். போலிசிற்கு பஞ்சாபியர்கள் மற்றும் பட்டான்களைப் பயன்படுத்தினார்கள். சட்டம் மற்றும் ஆட்சி நிர்வாகத்திற்குத் தமிழர்களையும் மேற்கு வங்காளிகளையும் வைத்துக் கொண்டார்கள். கப்பல்களையும் படகுகளையும் செலுத்துவதற்கு அதில் வல்லவர்களான கிழக்கு வங்காளிகளைப் பயன்படுத்தினார்கள்.

ஐராவதி வற்றாத ஜீவ நதி. வடக்கே திபெத்தின் பனிச் சிகரங்களில் உற்பத்தியாகி பர்மாவின் நடுவே 1300 மைல்கள் ஓடித் தென்கோடியில் மார்டபன் குடாக் கடலில் கலக்கிறது. பல கிளை நதிகளும் உண்டு. நதியில் கப்பல் போக்குவரத்து இருக்கும். நதிக்கரையில் நகரங்களும் கிராமங்களும் இருக்கும். அதில் 100 கப்பல்கள் *Irrawaddy Flotilla Shipping Company*க்குச் சொந்தமானதாக இருந்தது. கப்பலைச் செலுத்துபவர்கள் கிழக்கு வங்காளிகள்; சிட்டகாங், நவகாளி பகுதிகளைச்

சேர்ந்தவர்கள். கப்பல்களில் நமது உணவு சாப்பிடலாம், ஐந்து நேரம் தொழலாம், நோன்பு வைக்கலாம்.

பர்மாவில் இன்ன தொழில்தான் என்றில்லை, எல்லா வற்றிலும் இந்தியர்கள் ஈடுபட்டார்கள். இப்போது சொன்னால் நம்புவார்களா என்று தெரியவில்லை. மாடுகளுக்கும் குதிரைகளுக்கும் லாடம் அடிப்பது ஒரு முக்கியத் தொழிலாக இருந்தது. அப்படி லாடம் அடிப்பவர்கள் இந்தியாவில் இருந்து வந்தார்கள், அவர்கள் இன்ஜினியர்கள்போல் மதிக்கப்பட்டார்கள். லாடம் அடிப்பது ஒரு காலத்தில், இந்தக் கிழக்கு நாடுகளிலே இன்ஜினியரிங் மாதிரி. அந்த நுட்பம்கூடத் தெரியாமல், குதிரைகளை வளர்க்கத் தெரியாமல், அவை செத்துப் போனதெல்லாம் உண்டு. அரேபியர்கள்தான் குதிரை வளர்ப்பதிலேயும் குதிரைக்கு லாடம் அடிப்பதிலேயும் முன்னணியில் இருந்தார்கள். இந்தியாவில் முதலில் பாண்டிய ராஜனுக்கோ, அல்லது வேறு யாரோ ஒரு மன்னனுக்கோ தான் அரேபியர்கள் குதிரைகளைக் கொண்டு வந்தார்கள். முதலில் அவன் வாங்கின குதிரைகள் நூறோ, இருநூறோ செத்துப் போயிற்று. பின்னர்தான் குதிரைகளுக்கு லாடம் அடிக்க வேண்டும் என்று தெரிந்துகொண்டு, லாடம் அடிப்பதைக் கற்றுக் கொண்டார்கள். இப்படி வழி வழியாக லாடம் அடிக்கக் கற்ற நம்மவர்கள், மலேசியா, பர்மா போன்ற இடங்களுக்குச் சென்று உழவு மாடுகளுக்கும் ராணுவத்திற்கு வேண்டிய குதிரைகளுக்கும் லாடம் அடிப்பார்கள்.

ஆக, எந்தத் துறையை எடுத்துக் கொண்டாலும் அவை எல்லாவற்றிற்குமே இந்தியாவிலிருந்து ஆங்கிலேயர்களுக்கு மனிதசக்தி கிடைத்தது. அதாவது, இந்தியாவில் அபரிமிதமான மனிதசக்தி இருந்தது.

விவசாயம்

தமிழ்நாட்டிலே இருந்து வந்த விவசாயிகள், விவசாயத்தைப் பெருக்கினார்கள். கார்த்திகை, மார்கழி மாதங்களில் பர்மாவின் சில பகுதிகளில் நடந்து போனால், போகிற ஆளே தெரியாதபடி நெற்பயிர் மறைத்துவிடும். அவ்வளவு உயரமாக வளரும். அந்த நாடு ஒரு திருநாடு என்று சொல்வதற்குக் காரணம் – அங்கே மேட்டூரில் அணையைத் திறப்பானா, காவேரியிலே தண்ணீரை விடுவானா என்று வருந்திக் கொண்டிருந்த காலம் எப்போதுமே கிடையாது. குறிப்பிட்ட நாளில் மழை பெய்யும். குறிப்பிட்ட நாளில் மழை நிற்கும். எப்பொழுது பயிர்த் தொழிலைத் தொடங்கலாம், எப்பொழுது முடிக்கலாம் என்பது விவசாயிகளுக்கு நன்றாகத் தெரிந்திருந்தது.

பர்மா செழிப்பான பூமி. சரியாக ஆறு மாதங்கள் மழை பொழியும். முதல் மூன்று மாதங்கள் தினந்தோறும் மழை பொழியும், அடுத்த மூன்று மாதங்கள் விட்டு விட்டுப் பொழியும். வெள்ளாமை செய்பவர்களுக்கெல்லாம் தெரியும், 'இன்ன தேதியில் மழை வந்துவிடும், அதற்கு முன்னால் எரு அடிக்கணும், விதை நெல் சேகரிக்கணும்' என்று சொல் வார்கள். ஆவணி கடைசியில் நாற்று நட்டு விட வேண்டும் என்பார்கள். 'ஆனை வால் ஒத்த கரும்பும், ஆவணி முப்பதில் நட்ட நடவும், அறுநான்கில் பெற்ற புதல்வனும்' சிறப் பானவை என்று அதற்கு ஒரு பாட்டும் வைத்திருப்பார்கள். அதாவது, ஆனை வாலின் பருமன் உள்ள கரும்புதான் சுவையாக இருக்குமாம். அறுநான்கில்–24 வயதில்–புதல்வன் பிறந்தால்தான், அப்போதிருந்த ஆயுள் கணக்குப்படி, அவனை வளர்த்து ஆளாக்கி நல்ல நிலையிலாக்க முடியும். அதைப் போல ஆவணி முப்பதில் நடவு நட்டுவிடவேண்டும் என்பார் கள். விவசாயத்திலேயே அவர்கள் கவனம் எல்லாம் இருக்கும்.

பர்மாவின் நில உடமையாளர்களில் தமிழர்கள் கணிச மான பேர் இருந்தார்கள். முத்தையாத் தேவர், வேலு உடையார், பிச்சை ராவுத்தர், செல்வக்கனி ராவுத்தர் என்று பண்ணை வைத்திருப்பவர்களின் பெயர்கள் இருக்கும். நாட்டுக்கோட்டைச் செட்டியார்கள் நிறைய நிலங்கள் வைத்திருந்தார்கள். பர்மாவின் எந்தப் பகுதிக்குச் சென்றாலும் மெய்யப்பச் செட்டியார், காசிச் செட்டியார், அழகப்பச் செட்டியார் போன்ற பெயர்களைக் கேட்கலாம்.

விவசாயிகள் பர்மாவிற்கு வரும்போது நிலத்தைக் கொண்டு வரவில்லை. பயிரிடுவதற்கான சாதனங்களோ, விதை நெல்லோ கொண்டு வரவில்லை. நிலச்சுவான்தாரிடம் சென்று விளைவதில் பாதி உங்களுக்கு, பாதி எனக்கு என்று பேசிக் கொள்வார்கள். பிறகு, ஒன்று இரண்டு மாடுகள், அப்புறம் ஏர், கலப்பை என்று ஒவ்வொன்றாக வாங்குவார்கள்.

இந்தியாவிருந்து பர்மாவிற்கு வருவதும் போவதும் அந்தக் காலத்தில் இலகுவாகவே இருந்தது. அப்பொழுது பாஸ்போர்ட், விசா, அடையாள அட்டை எதுவும் கிடை யாது. இந்தியாவும் பர்மாவும் ஆங்கிலேயர்கள் ஆட்சியில் இருந்தன. கப்பல் ஏறுவதற்கு பயணச்சீட்டு இருந்தால் போதும். பத்து ரூபாய் கட்டணம் – மூன்று நாள் பயணம். *British India Steam Navigation Company*இன் கப்பல்கள் கல்கத்தாவிலிருந் தும் சென்னையிலிருந்தும் ரங்கூன் வந்தன. கல்கத்தாவிலிருந்து வரும் கப்பல்கள் ரங்கூன் வந்து, அங்கிருந்து சிங்கப்பூர் போய், திரும்ப ரங்கூன் வந்து கல்கத்தா போகும். சென்னையிலிருந்து

ரங்கூன் வரும் கப்பல்கள், திரும்பச் சென்னைக்குப் போய் விடும். பிற்பாடு *Scindia Steam Navigation Company*இன் கப்பல்கள் வந்தன. இது இந்தியாவின் முதல் சுதேசிக் கப்பல் நிறுவனம். கப்பலின் பெயர்கள் ஜலதுர்கா, ஜலகங்கா, ஜலமுத்ரா என்றிருக்கும்.

வர்த்தகம்

தமிழ்நாட்டின் எல்லாப் பகுதிகளைச் சேர்ந்தவர்களும் பல்வேறு வர்த்தகங்களில் இருந்தார்கள். தஞ்சை, இராமனாதபுரம் பகுதிகளைச் சேர்ந்தவர்கள் சிறிய–பெரிய வியாபாரம் செய்து வந்தார்கள். கிழக்கு ரங்கூனில் முதுகுளத்தூரைச் சேர்ந்த முஸ்லிம்கள் இரும்பு வியாபாரம் செய்தார்கள். மேற்கு ரங்கூனில் திருநெல்வேலி, புதுக்கோட்டையைச் சேர்ந்த முஸ்லிம்கள் மர வியாபாரம் செய்தார்கள். நாடார்கள் மரம், சாக்கு வியாபாரம் செய்தார்கள். மத்திய ரங்கூன் முழுதும் இராமனாதபுரத்தைச் சேர்ந்தவர்கள் பெரிய கடைகள் வைத்து இருந்தார்கள். நாட்டுக்கோட்டைச் செட்டியார்கள் வட்டித் தொழில் செய்தார்கள், பர்மா நெடுகிலும் இருந்தார்கள்.

நான் படிக்கும்போது எந்தப் புத்தகத்தை எடுத்தாலும் *K.O.M.Z.* காதர் சுல்தான் என்று அவர்கள் கடை விளம்பரம் இருக்கும். ஜெர்மனி, ஜப்பானிலிருந்து வரும் பென்சிலில்கூட அவர்கள் கடையின் பெயர் இருக்கும். இதைப் போலவே *K.E.T.* அலியார் கம்பெனி, *V.S.*அலியார் கம்பெனி ஆகியனவும் பிரபலமானவை. பர்மீயர்களுக்கு வேண்டிய அரிச்சுவடி நூல்களைக்கூட இந்தியர்கள்தான் அச்சடித்துக் கொடுத்தார்கள்.

எண்ணை வளம்

இப்போது உலகத்திற்கு ஜீவனாக எண்ணெய் அமைந்து விட்டது. ஆனால் இந்த எண்ணெய் எல்லாம் தேவை இல்லாத காலத்தில் நாம் வாழ்ந்தோம். அந்தக் காலத்தில் ஆமணக்குச் செடியிலிருந்து பிழிந்து எடுப்பார்கள். அதற்கு விளக்கெண்ணை என்று பெயர். ஒரு சிப்பி விளக்கில் திரியைப் போட்டு இந்த எண்ணையை ஊற்றி எரிப்பார்கள். பின்னால் தான் பெட்ரோல் வந்தது. பர்மாவில்தான் முதலில் கண்டு பிடித்தார்கள். அரபு நாடுகளில் அல்ல. பர்மா ஆயில் கம்பெனி 150 வருடங்களுக்கு முந்தையது. ராஜா சர் அண்ணாமலைச் செட்டியாருக்கு பர்மாவில் எண்ணைக் கிணறு இருந்தது. ஏனாஜி என்று பர்மிய மொழியில் சொல்லுவார்கள், மண்ணெண்ணைக்குச் சொல்வது. 'ஏ' என்றால் 'நீர்' என்றும், 'னா' என்றால் 'வீசும்' என்றும் பொருள், அதாவது வீசும் நீர். அதை எடுத்து, பக்குவப்படுத்தி பெட்ரோலாக்கும்

முறையை ஆங்கிலேயர்கள் கண்டுபிடித்தார்கள், கப்பலுக்குப் பயன்படுத்தினார்கள், கார் கண்டுபிடித்த பின்னர் காருக்கும் பயன்படுத்த ஆரம்பித்தார்கள்.

எண்ணை கிடைக்கும் இடத்திற்குப் பெயர் ஏனாஞ்சியாங். அதற்கு 400 மைலுக்குத் தெற்கே சிரியம் என்கிற நகரத்தை உருவாக்கினார்கள். அங்கேதான் சுத்திகரிப்பு ஆலையை நிறுவினார்கள். கச்சா எண்ணெயைக் குழாய் மூலமாக சிரியத்திற்கு அனுப்புவார்கள். இந்த எண்ணைக் கிணறுகளிலும் சுத்திகரிப்பு ஆலைகளிலும் இந்தியத் தொழிலாளர்களே வேலை செய்தார்கள். பர்மாவிலிருந்து கணிசமாகப் பெட்ரோலை ஏற்றுமதி செய்தார்கள்.

பர்மீயர்கள்

பர்மீயர்கள் மிகுதியும் புத்த மதத்தினர். புத்தர் இந்தியாவிலிருந்து வந்தவர். அதனால் இந்தியாவின் மீதும், இந்தியர்கள் மீதும் அவர்களுக்கு ஆரம்பகாலத்தில் தனிப்பெரும் அன்பு இருந்தது. இந்தியர்களைச் சகோதரர்கள் மாதிரி ஏற்றுக் கொண்டார்கள். இந்தோனேசியா, தாய்லாந்து, கம்போடியா, வியட்னாம் போன்ற கிழக்காசிய நாடுகளில் புத்தமதத்தின் தாக்கம் இருக்கிறது. பர்மீயர்கள் புத்தர் பிரானைத் தெய்வமென வணங்குவார்கள். புத்தர் பிறந்த நாள், புத்தர் நிர்வாணம் அடைந்த நாள், புத்தர் மறைந்த நாள் – மூன்றுமே பௌர்ணமி தினங்கள். இந்த மூன்று நாட்களையும் பெருநாட்களாகச் சிறப்பாகக் கொண்டாடுவார்கள்.

மேலும் பர்மீயர்களில் பலர் எதையுமே சூதுவாதாக எடுத்துக் கொள்ளாதவர்களாக இருந்தார்கள். மற்றவர்கள் சொல்வதை அப்படியே நம்பிவிடுவார்கள். நமது பிள்ளைகளுக்குக் கண்வலிக்கிறது, முலைப்பால் வேண்டுமென்றால், பர்மீயத் தாய்மார்கள் பிள்ளைகளை மடியில் படுக்கப் போட்டுக் கொண்டு கண்ணிலே நேரடியாகப் பாலைப் பீய்ச்சுவார்கள் – அதாவது அவர்களிடமிருந்த சூதுவாதற்ற பழக்க வழக்கங்களுக்காக இதைச் சொல்கிறேன். பர்மீயர்கள் ஆரம்ப காலத்தில் சுயநலம் இல்லாமல்தான் வாழ்ந்து வந்தார்கள். யார் வந்தாலும் உணவு வழங்குவார்கள். யார் வந்தாலும் தங்க இடம் கொடுப்பார்கள். நாற்பது வயதுள்ள மகனைத் தாயார் தெருவில் வைத்து அடிப்பார். அவன் ‘பயந்துவிட்டேன் அம்மா’ (‘சௌ ஆபீ அம்மா’) என்பான். ‘உங்கள் அம்மா இப்படி அடிக்கிறார்களே?’ என்று கேட்டால், ‘எங்கள் பண்பாடு அப்படி; அம்மா அடித்தால் நியாயம் இல்லாமல் இருக்காது’ என்று சொல்வார்கள்.

பர்மீயர்கள் தெய்வபக்தி மிகுந்தவர்கள். கோயில்களுக்குச் செல்லும்பொழுது செருப்பை வெகுதூரத்தில் கழட்டி வைத்து விடுவார்கள். கோவில் தோட்டத்தில்கூட செருப்பு அணிந்து நடக்க மாட்டார்கள். சின்னஞ்சிறு கிராமத்தில் கூட புத்தக் கோயில்கள் இருக்கும். அங்கு இருக்கும் புத்த பிக்குகள் அங்குள்ள மக்களுக்கு ஓரளவிற்கு எழுதப் படிக்கக் கற்றுக் கொடுத்து விடுவார்கள். அதனால் பர்மீயர்களில் படிக்காத வர்கள் குறைவு. அவர்கள் வாழ்க்கை முறையில் நம்மைப் போல் திருமணக் கட்டுப்பாடுகள் கிடையாது. யாரும் யாரை வேண்டுமானாலும் காதலிக்கலாம். ஒரு பெண்ணைப் பார்த்து 'விரும்பினால் எனக்குப் பதில் போடு, இல்லை என்றால் மன்னித்து விடு' என்று கடிதம் எழுதலாம்,

பர்மீயர்களுக்கு ஒரு நோன்பு முறை உண்டு. அதற்குள் போவதற்கு முன்னால் அவர்கள் நாட்களையும் மாதங்களை யும் எப்படிக் கணக்கிட்டார்கள் என்று பார்க்கலாம். பர்மீயர் களின் வருடக் கணிப்பு சந்திரனை அடிப்படையாகக் கொண்டது *(Lunar Calendar)*. புத்த மதத்தினர், இஸ்லாமியர் கள், யூதர்கள், சீனர்கள் ஆகியோரின் கணிப்பும் சந்திரனையே அடிப்படையாகக் கொண்டது. இந்தியாவிலும் ஆங்கிலேயர் கள் வருவதற்கு முன்னர் இந்த முறைதான் இருந்தது.

ஓர் அமாவாசையிலிருந்து அடுத்த அமாவாசை வரை உள்ள கால அளவு ஒரு சந்திர மாதம் *(Lunar Month)*. அமாவாசை யிலிருந்து பௌர்ணமி வரை (வளர்பிறை) 15 நாட்கள், பௌர்ணமியிலிருந்து அடுத்த அமாவாசை வரை (தேய்பிறை) 14.5 நாட்கள். இந்த அரை நாளைச் சரி செய்வதற்காக சில மாதங்களில் 30 நாட்களும், சில மாதங்களில் 29 நாட் களும் வரும். வருடத்திற்கு 354 நாட்கள். சூரியக் காலண்டரில் *(Solar Calendar)* ஒரு வருடம் என்பது சூரியனை ஒருமுறை சுற்றிவர பூமி எடுத்துக் கொள்ளும் காலம்– 365 நாட்கள். இதனால் சந்திரக் காலண்டரில் மூன்று ஆண்டுகளுக்கு ஒரு முறை 30 நாட்கள் வித்தியாசம் வரும். இதை நேர் செய்வதற் காக சந்திரக் காலண்டரில் மூன்று வருடங்களுக்கு ஒரு முறை கூடுதலாக ஒரு மாதத்தைச் சேர்த்துக் கொள்வார்கள்.

அவர்கள் எழுதும்போது புத்தர் வருடம், இன்ன மாதம், வளர்பிறை அல்லது தேய்பிறை, இத்தனாம் நாள் என்று எழுதுவார்கள். அவர்களது மாதங்களாவன: டக்கு, கஸொவ்ன், நயோன், வாஸோ, வாகவுங், டோதலின், கட்டிஞ்ஜோ, டஸௌமோ, நட்டோ, பியாதோ, டபோடுவே, டபவுங் ஆகியன. இதில் நான்காவது மாதமாகிய வாஸோவில் நோன்பு தொடங்கும். ஏழாவது மாதமான கட்டிஞ்ஜோவில்

முடியும். இந்த நான்கு மாதங்களிலும் பௌர்ணமி கழிந்த ஏழாம் நாளும், பதினான்காம் நாளும், அது போலவே அமாவாசை கழிந்த ஏழாம் நாளும், பதினான்காம் நாளும், ஆக மாதத்திற்கு நான்கு நாட்கள் நோன்பு இருப்பார்கள். நான்கு மாத நோன்பு காலத்தில் நல்ல காரியங்கள் எதுவும் செய்ய மாட்டார்கள். கட்டிஞ்ஜோ மாதத்தில் வரும் கடைசி நோன்பு நாள் கார்த்திகையில் வரும். கடைசி நோன்பு தினத்தையொட்டி மூன்று நாட்கள் பெரிய கொண்டாட்டமாக இருக்கும். இந்தக் கொண்டாட்டத்தின்போது வயது வந்த ஆண்கள், பெண்கள் பலர் காணாமல் போய் விடுவார்கள். பத்து நாட்கள் கழித்து பலரும் கூடி இருக்கும் சமயம் திடீரென்று வந்து காலில் விழுந்து, 'எங்களை மன்னித்து விடுங்கள்' என்று சொல்வார்கள். உடனே மற்றவர்கள் 'உங்களை ஆசீர்வதிக்கிறோம், நல்லபடியாக வாழுங்கள்' என்று கூறுவார் கள், இன்றைக்கும் இப்படித்தான்.

பர்மீயர்களிடத்தில் ஜாதிகள் இல்லை. ஏற்றத் தாழ்வுகள் இல்லை. அவர்கள் தங்கள் பெயர்களுக்கு முன்னால் தகப்ப னார் பெயர், பாட்டனார் பெயர், ஊர் பெயர், குடும்பப் பெயர் போன்றவற்றைப் போட்டுக் கொள்வது இல்லை. இனிஷியல் கிடையாது. ஒருவருக்கு ஒரு பெயர்தான் இருக்கும். ஆங்கிலத்தில் எழுதும்போது, சில பெயர்களை இரண்டு வார்த்தை களாக எழுதுவார்கள். *Aung San, Ne Win* போன்ற பெயர்களை உதாரணத்திற்குச் சொல்லலாம். ஆனால் பர்மீய மொழியில் இவையெல்லாம் ஒரு வார்த்தைதான். ஒரு ஊரிலே போய் ஒரு பெயரைச் சொல்லி விசாரித்தால், அதே பேரில் நான்கைந்து பேர் இருப்பார்கள். தகப்பனார் பெயர், வசிக்கிற தெரு, செய்கிற தொழில் இந்த மாதிரி கூடுதல் அடையாளங்கள் தெரிந்திருந்தால்தான் ஒருவரைக் கண்டுபிடிக்க முடியும்.

பர்மீயப் பெயர்களுடன் ஊ என்று எழுதுவதைப் பார்த் திருப்பீர்கள். ஐக்கிய நாடுகள் சபையின் பொதுச் செயலாள ராக இருந்தவர் பெயர் ஊ தான் (*U Than*). பர்மாவின் முன்னாள் பிரதமர் பெயர் ஊ நு (*U Nu*). இதில் 'ஊ' என்பது அவர்கள் பெயரல்ல, பெரியவர்களைக் குறிக்கும் மரியாதை விளி. தாயோடு பிறந்த மாமன், தகப்பனோடு பிறந்த சிற்றப்பன் ஆகியோரை 'ஊ லே' என்று அழைப்பார்கள். இந்த 'ஊ லே'–யின் சுருங்கிய வடிவம்தான் 'ஊ'. சிலர் குழந்தைகளை நாய்க்குட்டி என்று செல்லமாக அழைப்பார்கள். 'குவே' என்றால் நாய்க் குட்டி. பிள்ளைகளை 'நெக் குவே' என்று கூப்பிடுவார்கள். அந்தப் பெயரே நிலைத்துவிடும். அவன் பெரியவனானதும் 'ஊ குவே' என்று அழைப்பார்கள்.

சீனர்கள்

பர்மாவில் அப்போது சீனர்களும் கணிசமாக வாழ்ந்தார்கள். இந்தியர்கள் பர்மாவிற்கு வந்ததற்கு ஆங்கிலேயர்கள் காரணம். ஆனால் சீனர்கள் அவர்களாகவே வந்தார்கள். ஜப்பானிய ஆக்கிரமிப்பின் காரணமாகவும் வறுமையின் காரணமாகவும் அவர்கள் நாட்டு எல்லையைத் தாண்டி, அண்டை நாடுகளுக்குப் போகத் தொடங்கினார்கள். சீனா ஒரு பெரிய நாடு. அதனுடைய எல்லைகள் ரஷ்யா, ஆப்கானிஸ்தான், பாகிஸ்தான், இந்தியா, பர்மா, தாய்லாந்து, வியட்னாம், கொரியா என்று பல நாடுகளையொட்டி அமைந்திருக்கிறது.

இப்போதும்கூட, தாய்லாந்து, மலேயா, இந்தோனேசியா, வியட்னாம், பிலிப்பைன்ஸ் போன்ற கிழக்காசிய நாடுகளில் பார்த்தீர்களானால், இந்த நாடுகளின் பொருளாதாரத்தில் சீனர்களின் பங்கு கணிசமானது. சீனர்கள் பர்மாவிற்கு வரும்போது, ஒரு காவடியைப் போட்டுக்கொண்டு வருவார்கள். காவடியின் இரண்டு பக்கமும் கூடைகள் இருக்கும். அந்தக் கூடைகளுக்குள் மூங்கில் சீப்பு இருக்கும். பெண்கள் தலையில் பேன், ஈறு எடுக்கும் ஈருளிச் சீப்பு இருக்கும். கோழி இறகிற்குச் சாயம் அடித்து கட்டப்பட்ட மூங்கில் கழிகள் இருக்கும், தூசி துடைப்பதற்கானது. இவற்றைத் தூக்கிக்கொண்டு பர்மாவிற்குள் நுழைவார்கள். கொஞ்ச நாட்களில், அவர்களுடைய உடைகளை மாற்றிவிட்டுப் பர்மீய உடைகளைப் போட்டுக் கொள்வார்கள். சில நாட்களிலேயே பர்மீய மொழி பேசக் கற்றுக் கொள்வார்கள், கொச்சையாகத்தான் பேச வரும் என்றாலும் பேசுவார்கள். பிறகு பர்மீயரோடு பர்மீயராகவே கலந்து விடுவார்கள்.

சீனர்கள் பர்மாவிற்கு வந்த கொஞ்ச நாட்களுக்குப் பிறகு பார்த்தால், எங்காவது காய்கறித் தோட்டம் போடுவார்கள், பணக்காரர்களாகி விடுவார்கள். வாத்துக்களை வளர்ப்பார்கள், பெரும் பணக்காரர்களாகி விடுவார்கள். பன்றிகளை வளர்ப்பார்கள், பின்பு அவர்கள் மேல் மட்டம் தான், கீழே கிடையாது. பர்மீயர்கள் அவர்களிடம் கைகட்டி வட்டிக்குப் பணம் வாங்குவார்கள். ஆனால் சீனர்களில் பலரும் அரசாங்க அலுவல்களுக்குப் போகவில்லை. அவர்களுக்குப் பர்மீய மொழியில் சரளமாகப் பேசுவது கடினமாக இருந்ததும் ஒரு காரணம்.

சமயம்

இந்தியர்கள் அவரவர்கள் சார்ந்த சமயத்தில் ஈடுபாட்டோடு இருந்தார்கள். "கோயில் இல்லா ஊரில் குடியிருக்க

வேண்டாம்” என்று சொல்லி வைத்திருக்கிறார்கள் அல்லவா? அதற்கேற்ப அங்கு ஒவ்வொரு கிராமத்திலும் சிறிய கோயில்கள் இருக்கும். நகரங்களில் பெரிய கோயில்கள் இருக்கும். கோயில் கட்டுவதற்கு வேண்டிய ஆசாரி, கொத்தனார் என்று சகலரும் இந்தியாவில் இருந்துதான் வந்தார்கள். மாரியம்மன் கோவில், வீரமாகாளி கோவில் போன்றவை மிகவும் பிரசித்தி பெற்றவை. ஒவ்வொரு வருடமும் திருவிழா நடக்கும். குழந்தை பிறக்க வேண்டும், பிள்ளைகளுக்கு மணமாக வேண்டும் என்று வேண்டிக் கொள்வார்கள். அவர்கள் கோரிக்கை நிறைவேறியதும் நேர்த்திக்கடன் செலுத்த பல கிராமங்களிலிருந்தும் மக்கள் கூட்டம் கூட்டமாக வருவார்கள். நாட்டுக்கோட்டைச் செட்டியார்கள் நடத்தி வந்த பசுமந்தான் (*Pazundaung*) என்கிற இடத்தில் உள்ள முருகன் கோயில் பிரபலமானது. நான் பிறந்து வளர்ந்த சவுட்டான் என்கிற ஊரிலும் நகரத்தார்களின் பிரபலமான முருகன் கோயில் உள்ளது. மத்திய ரங்கூனில் வட இந்தியர்கள் கட்டிய காளியம்மன் கோயிலும் பிரபலமானது.

அதேபோல் பள்ளிவாசல்கள், பத்திலிருந்து ஐம்பது இஸ்லாமியக் குடியிருப்புகள் கொண்ட ஊர்களில்கூட நிச்சயமாக ஒரு பள்ளிவாசல் இருக்கும். சில ஊர்களில் முஸ்லிம்களுக்கு வேண்டிய வணக்கஸ்தலங்கள் ஒவ்வொரு வீதியிலும்கூட இருந்தன. அங்கேயே நூற்றுக்கணக்கான பேர், சில பள்ளிவாசல்களில் ஆயிரம், இரண்டாயிரம் பேர் அமர்ந்து கேட்கக்கூடிய பெரிய ஹால் வசதிகள் இருக்கும். கிறிஸ்தவ தேவாலயங்களும் அப்படியே. பத்திலிருந்து ஐம்பது கிராமங்களுக்குப் பொதுவான ஒரு சிறிய நகரத்தில் ஒரு தேவாலயம் இருக்கும். மாதாகோவில் என்று சொல்லுவோம். இந்தத் தேவாலயங்களில் பாதிரியார்களும் கன்னியாஸ்திரிகளும் நிர்வகிக்கும் பாடசாலைகள் இருக்கும். இங்கிலாந்து மற்றும் பிரான்சிலிருந்து வந்த கன்னியாஸ்திரிகள் குறைவாகவும் இந்தியாவைச் சேர்ந்த கன்னியாஸ்திரிகள் அதிகமாகவும் இருந்தார்கள். இவர்களுடைய வாழ்க்கைமுறை மிகுந்த கட்டுப்பாடுடையது, பெரும் தவம் போன்றது. இந்தப் பாடசாலைகளின் கல்வித் தரத்தில் மக்களுக்கு மிகுந்த நம்பிக்கை இருந்தது.

தை மாதத்திற்குப் பிறகு, வைகாசி மாதம் மழை வரும் வரை எல்லா ஊர்களிலும் சிறிய, பெரிய கோவில்களில் தீமிதித் திருவிழா நடக்கும். அடுத்த இரண்டு மூன்று நாட்களுக்கு ‘வள்ளி திருமணம்’, ‘சத்தியவான் சாவித்திரி’ போன்ற தெருக்கூத்துகள் நடக்கும். கரகாட்டம் தவறாமல் இருக்கும். கரகம் ஆடுபவர்கள் பர்மாவிலேயே இருந்தார்கள். வசதி

உள்ள கோயில்களில் தமிழ்நாட்டிலிருந்தும் கரகம் ஆடுபவர்களை வரவழைப்பார்கள். திருவிழாக் காலங்களில் கரகம் ஆடுபவர்களுக்கும் நாடகக் கலைஞர்களுக்கும் நல்ல கிராக்கி இருக்கும். பர்மாவிலேயே நிறைய நாடகக் கம்பெனிகள் இருந்தன. நாடகக் கலைஞர்களும் கொஞ்சம் காசு பார்ப்பது, திருவிழாக் காலமாகத்தான் இருக்கும்.

இந்தத் திருவிழாவுக்கு எங்கள் குடும்பத்தினருக்கும் உறவினர்களுக்கும் விசேஷமாக அழைப்பு வைப்பார்கள். நாங்களும் தவறாமல் போவோம், மிகவும் மரியாதை கொடுப்பார்கள். அதேபோல் மஞ்சள் நீராட்டுக்கும் அழைப்பார்கள். எங்களில் ஒருவராலும் நனையாமல் இருக்கவே முடியாது. சிறு பெண்களை, 'அங்கே போ, உன் அத்தை மகன் இருக்கிறார், இங்கே போ, உன் மாமன் மகன் இருக்கிறார்' என்று ஏவி விடுவார்கள். அப்படி உறவு பாராட்டினார்கள்.

மாசி மாதம், மகரக் கொடி அதாவது காமன் பண்டிகை வரும். குக்கிராமங்களில் உள்ளச் சின்னச் சின்ன கோயில்களில்கூட காமன் பண்டிகை மட்டுமாவது சிறப்பாக நடத்தி விடுவார்கள். காமன் பண்டிகை ஆரம்பித்ததும், 15 நாட்களுக்கு ஒவ்வொரு நாள் இரவும் ஒருவர் வீட்டில் உபயம் வைப்பார்கள். யாராவது 'லாவணி' பாடுவார்கள். சிலர் 'எரிந்த கட்சி' என்றும் சிலர் 'எரியாத கட்சி' என்றும் பாடுவார்கள். இரவு அவர்கள் சக்திக்கு ஏற்றவாறு பழம், தேங்காய், சுண்டல் வினியோகம் செய்வார்கள். அதில், முதலில் அருகில் எந்த முஸ்லிம் பெரியவர் இருக்கிறாரோ அவருக்கு 'முஸ்லிம் காளாஞ்சி' என்று கொடுத்து விடுவார்கள். அது ஒருவரைக் கண்ணியப் படுத்துவது. அதேபோல் முஸ்லிம்கள், 'செட்டியார் காளாஞ்சி', 'தேவர் காளாஞ்சி' என்று கொடுத்து அனுப்புவார்கள். தீபாவளிக்கு இரவு முழுவதும் பலகாரம் சுடுவார்கள். முதலில் எங்கள் வீடுகளுக்குக் கொடுத்து அனுப்பி விடுவார்கள்.

இந்துக்களின் பண்டிகைகளில் முஸ்லிம்கள் கலந்து கொள்வார்கள், முஸ்லிம் பண்டிகைகளில் இந்துக்கள் கலந்து கொள்வார்கள். நம் நாட்டில் இப்போது சமத்துவபுரம் உருவாக்குகிறார்கள் அல்லவா, அன்று இந்தியர்கள் பர்மாவில் வாழ்ந்த முறை சமத்துவபுரமாகத்தான் இருந்தது. எல்லா இடங்களிலும் எங்கள் வீட்டுப் பெண்களுக்குத் திருமணம் நடக்கும்போது அங்கிருந்து நாராயணன் வருவார், 'நான்தான் என் அக்கா வீட்டுப் பெண்ணுக்கு நெற்றியில் பட்டம் கட்டுவேன்' என்பார். முனுசாமி, 'அது யாருடா அவன், என் அக்கா வீட்டுப் பெண்ணுக்குப் பட்டம் கட்டுவது நான்தான் கட்டுவேன்' என்பார்.

பெரியநாயகத் தேவர் என்பவர் பர்மாவில் இருந்தார். சமீபத்தில்தான் காலமானார். கோயில் திருவிழாக்களுக்கு முஸ்லிம்களை அழைத்து மிகவும் மரியாதை செய்வார். 100–150 வருடங்களுக்கு முன்னால் ஆதியாகுடி என்கிற ஊரிலிருந்து பர்மாவிற்கு வந்த குடும்பம் அவர்களுடையது. ஏ.ஏ. தேவர் பிரதர்ஸ் என்கிற நிறுவனத்தை நடத்தி வந்தார்கள். பெரியநாயகத் தேவரின் தகப்பனார் நாகலிங்கத் தேவர். ரங்கூனிலிருந்து 6 மைல் தொலைவில் உள்ள கம்பே என்கிற இடத்தில் பெரியநாயகி அம்மன் கோவிலையும் குருசிங்க மடாலயத்தையும் கட்டியவர். என் தகப்பனாரும் நாகலிங்கத் தேவரும் நல்ல சிநேகம். மடாலயத்தில் எந்த நேரம் போனா லும் சாப்பாடு கிடைக்கும். ரங்கூனில் நூறு பள்ளிவாசல்கள் இருக்கும். ரமலான் மாதத்தில் ஒருநாள் ரங்கூனில் உள்ள எல்லாப் பள்ளிவாசல்களிலும் நோன்புக் கஞ்சி ஊற்றுகிற செலவு நாகலிங்கத்தேவருடையது.

தொழிற் கல்வி

சட்டம், மருத்துவம் போன்ற துறைகளில் இலகுவாகப் பணியாற்ற, ஆங்கிலேயர்கள் டிப்ளமோ மாதிரி ஒரு முறையை ஏற்படுத்தினார்கள். பத்தாம் வகுப்பு முடித்தவுடன் படிக்கக் கூடியதாக *LMP(Licensed Medical Practitioner)* என்ற ஒரு படிப்பு இருந்தது. அதைப் படித்துத் தேர்ந்த இந்திய டாக்டர் கள் நிறையப் பேர் பர்மா மருத்துவமனைகளில் பணிபுரிந்தார் கள். FRCS, MRCP படித்த, திறமை வாய்ந்த டாக்டர்களும் இருந்தார்கள். எந்த மருத்துவமனையில் பார்த்தாலும் டாக்டர் கன்னையா, டாக்டர் சுப்பிரமணியம் போன்ற தமிழ்ப் பெயர்களே தென்படும்.

இதைப் போலவே வழக்கறிஞர்கள். ஏழாம் வகுப்புப் படித்துவிட்டால், ஓராண்டு ஆங்கிலம் மற்றும் சட்டம் படித்து *Lower Grade Pleader* ஆகலாம். சிறிய வழக்குகளில் வாதிடலாம். ஓர் ஆண்டுச் சிறைத் தண்டனை, ஆயிரம் ரூபாய் வரை அபராதம் விதிக்கக்கூடிய குற்றங்களை விசாரிக் கின்ற நீதிமன்றங்களுக்கு இவர்கள் செல்லலாம். ஐந்து வருடம் இவ்வாறு அனுபவம் பெற்றபின் *Higher Grade Pleader* ஆக வரலாம். அவர்கள் *Sessions Court* வரையில் செல்லலாம். இது கொலை வழக்குகளை எல்லாம் விசாரிக்கக் கூடியது. ஆனால் இவர்களால் உயர்நீதிமன்றத்திற்குச் செல்ல முடியாது. மேலும் ஐந்து வருடம் அனுபவம் பெற்றபின் இவர்களால் அட்வகேட் ஆகமுடியும். பிறகு, எல்லா நீதிமன்றங் களுக்கும் போகலாம். இதில் திறமையானவர்கள் இந்தியர் களாகத்தான் இருப்பார்கள். நூறு வக்கீல்களின் பெயர்ப்

பலகைகளைப் பார்த்தீர்களானால், அதில் எண்பது பேர் இந்தியர்களாக இருப்பார்கள். பாசு வெங்கட்ராம், சக்ரவர்த்தி, சூர்மா, ஆறுமுகம் பிள்ளை என்று பல பேர். பர்மீயர்கள் இவர்களிடம்தான் வழக்கைக் கொண்டு வந்து கொடுப்பார் கள். இவர்கள் வழக்கைத் திறமையாக நடத்துவார்கள் என்ற நம்பிக்கை அவர்களுக்கு இருந்தது. பர்மீயர்களில் பின்னாட் களில்தான் வழக்கறிஞர்கள் நிறையப் பேர் வந்தார்கள்.

இந்திய எதிர்ப்புணர்வு

இப்படி இந்தியர்கள் எந்தத் துறையில் பார்த்தாலும், மருத்துவத்துறை, சட்டத் துறை என்று மட்டுமில்லை, கப்ப லோட்டுவதிலிருந்து புகைவண்டி ஓட்டுவது வரை, இன்னும் விவசாயம், வியாபாரம் எல்லாவற்றிலுமே சிறந்து விளங்கி னார்கள். ஆக உள் நாட்டுக்காரன் ஒருவன் பார்த்தால் பொறாமைப்படக்கூடிய அளவுக்கு அங்கு இந்தியர்கள் கூட்டமும் அவர்கள் செல்வாக்கும் இருந்தது. பொறாமை வெறுப்பாக வளர்ந்தது. முதன் முதலில் பெரிய அளவில் கலகம் நடந்தது 1930இல். ரங்கூன் துறைமுகத்தில் பாரம் தூக்கிக் கூலி வேலை செய்தவர்கள் இந்தியர்கள், மிகுதியும் ஆந்திரர்கள். இன்றைக்கு இருப்பதுபோல நவீன பாரந்தூக்கி இயந்திரங்கள் அப்போது இல்லை. கடுமையான உடலுழைப்பு தேவைப்படும் வேலையாக அது இருந்தது. இந்த இந்தியக் கூலித் தொழிலாளிகளிடம் சென்று கலகத்தை ஆரம்பித்தார் கள். ‘எங்கள் நாட்டில் எல்லா வேலைகளிலும் அமர்ந்துள்ள வர்கள் இந்தியர்கள், எங்களைச் சுரண்ட வந்தவர்கள், எங்களைக் கூலி வேலை கூடப் பார்க்கவிடாமல் இதிலும் போட்டிக்கு வந்துவிட்டார்கள்’ என்று ஆர்ப்பாட்டம் செய் தார்கள். வெறுப்பும் துவேஷமும் வளர்ந்தது. அரசியல்வாதி களும் பத்திரிகைக்காரர்களும் சேர்ந்து, செய்திகளை மிகைப் படுத்தி எழுதி, இந்தியர்கள் மீது வெறுப்பை உண்டாக்கினார்கள்.

இந்தியர்களுக்கு எதிராக இரண்டாவது பெரிய கலகம் நடந்தது 1938இல். அப்போது எதிர்க் கட்சியில் இருந்த ஊ சோ என்பவனால் நடத்தப்பட்டது. அவன் கட்சியை கலூன் (கழுகு) கட்சி என்று கூறுவார்கள். 1928இல் பர்மாவில் உஷ்வேபீ என்ற பர்மீய முஸ்லிம் ஒரு வரலாற்று நூல் எழுதி இருந்தார். அதில் புத்தரைப் பற்றியும் குறிப்பிட்டு இருந்தார். அவர் தனது புத்தகத்தில் புத்தருக்குத் தவறான உணவு கொடுக்கப்பட்டு அதனால் அவர் இறந்திருக்கலாம் என்று எழுதி இருந்தாராம். புத்த மதத்தினர் கொல்லா மையைக் கடைப்பிடிப்பவர்கள். நூல் வெளிவந்து பத்து வருடங்களுக்குப் பிறகு, “ஒரு முஸ்லிம் புத்தபிரானைக்

குறித்துத் தவறாக எழுதியிருக்கிறான்" என்று சொல்லி, ஊ சோ ஒரு கலகத்தை உண்டு செய்தான். அப்போது அந்த நூலும் விற்பனையில் இல்லை, அதை எழுதியவரும் உயிரோடு இல்லை. ஊ சோ உண்டாக்கிய கலகத்தில் பல இந்திய முஸ்லிம்கள் கொல்லப்பட்டனர். கலவரத்தின் போது, ரங்கூனில் பல பர்மீயர்களும் இந்தியர்களும் கொல்லப் பட்டனர். ஊரடங்குச் சட்டம் கொண்டுவரப்பட்டது. அப்போதைய ஆட்சியின்மீது நம்பிக்கை இல்லாத் தீர்மானம் கொண்டு வரப்பட்டு ஆட்சி கவிழ்க்கப்பட்டது. ஊ சோ பிரதமராகி ஆட்சி புரிய ஆரம்பித்தான்.

அது 1939. இரண்டாம் உலக மகா யுத்தம் தொடங்கியதும் அப்போதுதான். எனக்கு அப்போது 15 வயது இருக்கும். பர்மவைப் பற்றியும் நான் பிறந்து வளர்ந்த ஊரைப் பற்றியு மான நினைவுகள் அதற்குச் சிலகாலம் முன்பே தொடங்கி விடுகின்றன. அந்த நினைவுகள் ரம்மியமானவை.

2

ஊரும் உறவும்

முன் ஏர்

ஆங்கிலேயருடைய குடியேற்ற நாடுகளுக்கு இந்தியர்கள் சென்றார்கள். அப்படித்தான் எங்களுடைய பெற்றோர்களின் பெற்றோர்கள் பர்மாவுக்குக் குடிவந்தார்கள். இப்போது என் தகப்பனார் இருந்திருப்பாரானால் அவருக்கு 120 வயது ஆகியிருக்கும். என் தகப்பனாரும் தாயாரும் பர்மாவில் பிறக்கவில்லை. ஆனால் அவர்களுக்கு விவரம் தெரிவதற்கு முன்னாலேயே அவர்களுடைய பெற்றோர்கள் குடும்பத்துடன் பர்மாவிற்கு வந்துவிட்டார்கள். இப்படி வந்தவர்கள், தங்களுக்குத் தெரிந்த தொழிலை, வர்த்தகத்தைத் தொடங்கினார்கள்.

எனது தந்தைவழிப் பாட்டனார் பெயர் நயினார் முஹம்மது. இராமனாதபுரம் மாவட்டம், இளையாங்குடி, புதூரில் பிறந்தவர். பிழைப்புக்காக பினாங்கு போய் வந்து கொண்டிருந்தார். பினாங்கில் வாழ்ந்த ஒரு பெண்ணை மணந்து கொண்டார். எனது தகப்பனாரும், அவருக்கு இரண்டு வயது மூத்த ஒருவர் என, இரண்டு ஆண் பிள்ளைகள் இவர்களுக்கு. என் தகப்பனார் பிறந்ததும் அவரது தாயார் இறந்து போனார். எனது பாட்டனார் குழந்தைகளோடு இளையாங்குடி வந்துவிட்டார். ஊரில் மறுமணம் செய்து கொண்டார். பிறகு எல்லோரையும் கூட்டிக் கொண்டு பர்மாவிற்கு வந்துவிட்டார். அதன்பிறகு

வாழ்ந்ததெல்லாம் பர்மாவில்தான். பர்மாவில் என் பாட்டனாருக்கு ஒரேயொரு பெண் குழந்தை பிறந்தது. இவருக்கு கமால் பாட்சா என்ற ஒரு ஆண் குழந்தை. கமால் பாட்சாவிற்கு ஏழு பிள்ளைகள். பாட்சாவிற்கு என் வயதுதான், சில வருடங்களுக்கு முன் காலமாகி விட்டார்.

எனது தாய் வழிப் பாட்டனார் பெயர் சுல்தான் ராவுத்தர். எனது தந்தை வழிப் பாட்டனார் பர்மாவிற்கு வந்த அதே சமயத்தில்தான் இவரும் வந்தார். இவருக்குச் சொந்த ஊர் இராமனாதபுரம் மாவட்டம், பரமக்குடி தாலுகா, காளையார் கோயிலுக்கு அருகேயுள்ள ராதாப்புலி என்ற கிராமம். இரண்டு பேரும் தூரத்து உறவுதான். பர்மாவிற்கு வருவதற்கு முன்பாகவே என் தாயார் பிறந்து விட்டார். என் தாயாருக்கு இரண்டு இளைய சகோதரிகள். அவர்கள் பர்மாவில் பிறந்தார்கள். தாய்வழிப் பாட்டனார், ரங்கூனிலிருந்து 20 மைல் தூரத்திலுள்ள சவுட்டான் என்ற சிறுநகரில் ஒரு பலசரக்குக் கடையை ஆரம்பித்தார். ரங்கூனிலிருந்து சவுட்டானுக்குச் செல்ல அரை மணி நேரம் கப்பலிலும் அரை மணி நேரம் பேருந்திலும் பயணம் செய்ய வேண்டும். என் பாட்டனாரின் நண்பர்கள் என்று பார்த்தால் வேலு உடையார், நடராஜத் தேவர், வெங்கடாஜலக் காளிங்கராயர், மெய்யப்பச் செட்டியார் – இப்படிப் பெயர்கள் இருக்கும். அவர் காலமாகி பல வருடங்களுக்குப் பிறகும்கூட என்னை சுல்தான் ராவுத்தரின் பேரன் என்றுதான் பெரியவர்கள் சொல்வார்கள்.

என் பெற்றோருக்கு ஏழு குழந்தைகள், இதில் நான் ஐந்தாவது பிள்ளை. 1924ஆம் வருடம் கிறிஸ்துமஸ் தினத்தன்று பிறந்தேன். என் சிறிய தாயாருக்குப் பிறந்தவர்கள் ஏழு பிள்ளைகள். இந்த 14 பேரில் இன்று இருப்பவர்கள், நானும் இப்போது இந்தியாவில் வசிக்கும் என்னுடைய இரண்டு தம்பிகளும் மற்றும் ரங்கூனில் வாழ்ந்து வரும் ஒரு தங்கையும் தான். நாங்கள் எல்லோரும் பர்மாவில்தான் பிறந்தோம், வளர்ந்தோம், படித்தோம், ஆளானோம்.

என் தகப்பனார் பெயர் செல்வக்கனி ராவுத்தர். அவர் ஆரம்பத்தில் அவரது மாமனாரோடு சேர்ந்து பலசரக்கு வியாபாரம் செய்து கொண்டிருந்தார். தனது மகளுக்கு மணமாகி பேரன் – பேத்திகள் எல்லாம் பிறந்த நிலையில் ஆண் வாரிசு வேண்டுமென்று எனது பாட்டனார் மறுமணம் செய்து கொண்டார். இதனால் மனஸ்தாபம் ஏற்பட்டு என் தகப்பனார் அவரிடமிருந்து பிரிந்து தனியாகப் பலசரக்குக் கடை ஆரம்பித்தார். பிற்பாடு அரசாங்க ஒப்பந்த வேலைகள் எடுத்து நடத்தி வந்தார்.

எனது தகப்பனார் நன்றாகப் பர்மீய மொழி பேசுவார். அவருக்கு சுமாராக ஆங்கிலமும் பேச வரும். எடுப்பான தோற்றம் அவருக்கு. உள்ளூரில் எல்லா அரசாங்க அலுவலர் களோடும் நட்பாக இருந்தார். அதிகாரிகள் சவுட்டான் வந்தால் எங்கள் வீட்டிற்குச் சாப்பிட வருவார்கள். அங்கே சுற்றுச் சார்பிலுள்ள இந்தியர்கள், அரசாங்க அதிகாரிகளிடம் ஏதாவது காரியம் நடக்க வேண்டியிருந்தால் என் தகப்பா னாரை அணுகுவார்கள். ஏனென்றால், அவர்கள் அதிகாரிகள் முன்னால் நிற்பதற்குப் பயப்படுவார்கள். அந்தக் காலத்தில் சாதாரண மக்கள் எதைப் பார்த்தாலும் அஞ்சுவார்கள். நூற்றுக்கு 90 பேர் படித்திருக்க மாட்டார்கள். பாரதியார் சொன்னது மாதிரி அவர்கள் அஞ்சாத பொருளில்லை அவனியிலே. போலிஸைப் பார்த்தால் அஞ்சுவார்கள், கிராம முன்சீபைப் பார்த்தால் அஞ்சுவார்கள். அதனால் நல்லதோ, கெட்டதோ, எந்தக் காரியத்திற்கும் என் தகப்பனாரை அணுகுவார்கள். மாலை நேரம் எங்கள் வீட்டிற்கு டாக்டரோ, கம்பவுண்டரோ, வக்கீலோ, அதிகாரிகளோ வருவார்கள்; என் தகப்பனாரிடம் பேசிக்கொண்டு இருப்பார்கள். மேலும், அவருக்கு நீதிமன்ற அனுபவம், வக்கீல் சிநேகிதம் நிறைய உண்டு. அதனால் நிறைய வழக்குகள் பஞ்சாயத்திற்கு வரும். எப்படிப்பட்ட தீர்க்க முடியாத வழக்காக இருந்தாலும் இருசாரரையும் சமாதானப்படுத்தி விடுவார்.

எனது தாயாரின் பெயர் முஹம்மது பாத்து. என்னுடைய தாயார்தான் குடும்பத்தை நிர்வகித்தார். ஊரிலே எல்லோரோ டும் நன்றாகப் பேசுவார், பழகுவார். யார் வீட்டிலே நல்ல காரியமாக இருந்தாலும் இவரைக் கூப்பிடுவார்கள். காது குத்துக்கு, மஞ்சள் நீராட்டுக்கு, வளைகாப்புக்கு என்று எல்லா வற்றுக்கும் போவார். பல திருமணங்களில் இவரைத் தாலியை எடுத்துக் கொடுக்கச் சொல்லி இருக்கிறார்கள். பிரசவத்துக்குக் கூப்பிடுவார்கள். இவரும் இரவு, பகல் என்று பார்க்காமல் போவார். நாலு நல்ல வார்த்தை சொல்வார், கூடவே இருப் பார். இது பெண்களுக்குப் பிடித்துப் போய்விட்டது.

விவசாயமும் வியாபாரமும்

என் பாட்டனாரும், பிற்பாடு என் தகப்பனாரும் நடத்திய பலசரக்குக் கடைகள் எப்படி நடந்தன? பர்மாவில் அப்போது நிலவிய அமைப்பைப் பார்க்கலாம். அங்கே ஒரு நகரம் இருக்கும், அதைச் சுற்றி 40–50 கிராமங்கள் இருக் கும். இந்த நகரங்களில் வியாபாரிகள் கடை வைத்திருப்பார் கள். இன்று பத்து லட்ச ரூபாய் முதலீட்டில் செய்யக்கூடிய தொழிலை அந்தக் காலத்தில் நூறு அல்லது இருநூறு ரூபாயில்

செய்யலாம். ஒரு ரூபாய்க்கு 320 சாமான்கள் வாங்கலாம். புதுக்கோட்டை சமஸ்தானத்தில் ஒரு ரூபாய்க்கு 320 சல்லி – அம்மன் சல்லி என்று சொல்லுவார்கள். ஆங்கிலேய ஆட்சியில் 64 காசு அல்லது 192 தம்படி. ஒரு காசிற்கு மூன்று தம்படி. ஒரு காசுக்கு மூன்று சாமான்கள் வாங்கலாம். ஒரு பெரிய வெங்காயம், ஒரு பூண்டு, கொஞ்சம் கடுகு வாங்கிக் கொண்டு ஒரு காசு தரலாம், 'மிச்சத்திற்கு கொஞ்சம் வெந்தயம் கொடுங்கள்' என்று கேட்டும் வாங்கலாம்.

பர்மாவின் ஒவ்வொரு நகரத்திலேயும் நம்மவர்கள் கடைகள் வைத்து இருப்பார்கள். நகரத்தைச் சுற்றியிருக்கும் கிராமங்களில் உள்ள விவசாயிகள் இந்தக் கடைக்கு வந்து 'நான் முத்தையாத் தேவர், நான் வேலு உடையார், நாங்கள் விவசாயம் செய்கிறோம், எங்களுக்கு சாமான் வேண்டும்' என்பார்கள். அவர்களுக்குத் தேவையான பலசரக்குச் சாமான்கள் – உப்பு, புளி, மிளகாய், அரிசி – வாங்கிச் செல்வார்கள். கடைக்காரர் உடனே கரும்பலகையில் அன்றையக் கணக்கு இன்னார் 2 ரூபாய், 3 ரூபாய் என்று எழுதிக் கொள்வார். இரவில் அதைப் பென்சிலால் கணக்குப் புத்தகத்தில் எழுதி வைப்பார். அதேபோல் ஜவுளிக் கடைகளில் துணிமணிகள் வாங்கிச் செல்வார்கள். தீபாவளி, பொங்கல் போன்ற திருநாள்களில் ஜவுளிக்கடை வியாபாரம் அமோகமாக இருக்கும். இவர்கள் வாங்குவதை எல்லாம் கடைக்காரர்கள் எழுதி வைத்திருப்பார்கள்.

சவுட்டானைச் சுற்றிலும் இருக்கிற கிராமங்களில் நெல் அமோகமாக விளையும். 'போசா' எனப்படும் தரகர்கள் அறுவடைக்கு முன்னாலேயே கிராமங்களுக்கு வந்து விவசாயிகளிடம் முன்பணம் கொடுத்துவிட்டுப் போய்விடுவார்கள். மார்கழி மாதத்திலேயே அறுவடை எல்லாம் முடிந்துவிடும். தரகர்கள் நெல்லை அளந்து பணத்தைக் கொடுத்துவிட்டு நெல்லை எடுத்துக்கொண்டு போவார்கள். ஒரு கூடை 80 ரூபாய்க்கு விவசாயிடம் வாங்கி, ஒரு கூடை 80 ரூபாய்க்கே விற்பார்கள். நெல்லை அளப்பதில்தான் தரகர்களின் லாபம் இருக்கிறது. அவர்கள் விவசாயிடம் வாங்கும்போது ஒரு கூடைக்கு 56 பவுண்ட் நெல் இருக்கும், விற்பது 48 பவுண்ட் தான். சில சமயங்களில் இவர்கள் முன் பணம் கொடுத்த போது இருந்த விலையைவிட, அறுவடைக் காலத்தில் விலை கூடிவிடும். கூடை 80 ரூபாய்க்கு வாங்கி 90 ரூபாய்க்கு, 100 ரூபாய்க்குக்கூட விற்பார்கள். 'லட்சுமி முகம் பார்த்து விட்டாள்' என்று சொல்வார்கள்.

தை மாதத்திற்கு முன்னாலேயே அதாவது பணம் கிடைத்தவுடனேயே விவசாயிகள், கடைகளுக்கு வந்து அந்த

வருடம் முழுவதும் வாங்கிய பொருட்களுக்கான பணத்தை 50 ரூபாய், 100 ரூபாய் என கொடுத்துவிட்டு, பொங்கலுக்குத் தேவையானவற்றைக் கடனுக்கு வாங்கிச் செல்வார்கள். அவர்களுக்கு ஏதும் இல்லை என்ற குறை இந்தக் கடைகள் உள்ள வரை தெரியாது. இந்தக் கடைக்காரரும் மொத்தமாக தான் வாங்கிய இடத்தில் பணத்தை அடைத்துவிட்டு ஒரு மாதம், இரண்டு மாதம் தன் குடும்பத்தைப் பார்க்க இந்தியா செல்வார்; ஏதாவது சொத்து சுகம் வாங்கி போட்டுவிட்டு வருவார். விவசாயிகளும் நெல் விற்ற பணத்தில் கடனை அடைப்பார்கள். அவர்களுக்கும் செலவு காத்துக்கொண்டு இருக்கும். கல்யாணத்திற்கு பெண் குதிர்ந்து இருப்பாள். நேர்த்திக் கடன் பாக்கி இருக்கும். கோயில் திருவிழா வரும். குறையில்லாமல் இருந்தார்கள். இப்படியாக விவசாயிகள் வாங்கிய கடனைத் திருப்பிக் கொடுப்பவர்களாகவும் வியாபாரிகள் கொடுத்த கடனுக்காக நெருக்காதவர்களாகவும் ஒரு பரஸ்பர நம்பிக்கை மிக்க சமுதாய அமைப்பாக வாழ்ந்தார்கள்.

ஊர்

நான் பிறந்து, வளர்ந்து, வாழ்ந்த ஊர் சவுட்டான். ஆங்கிலத்தில் *Kyauktan* என்று எழுதுவார்கள், சவுட்டான் என்றுதான் உச்சரிப்பார்கள். வளமான ஊர். கிழக்குப் பகுதியில் வயல்கள் நிறைந்திருக்கும். தெற்கே வற்றாத ஜீவநதி ஓடும். நதியில் கைகளால் துடுப்புப் போடக்கூடிய 'சம்பான்' என்கிற படகுகள் மிதந்துகொண்டே இருக்கும். ஒருவர் துடுப்புப் போடக்கூடிய சிறிய சம்பான், இருவர் துடுப்புப் போடக்கூடிய பெரிய சம்பான் எல்லாம் இருந்தன. ஒரு நாளில் இரண்டு முறை நதியில் வெள்ளம் பெருகும், இரண்டு முறை வடியும். வெள்ளம் பெருகும்போது, கிழக்குப் பக்கத்தில் உள்ள கிராமங்களைச் சேர்ந்தவர்கள் சவுட்டானை நோக்கி வருவார்கள். வெள்ளம் வடிகிறபோது தங்கள் ஊர்களுக்குத் திரும்புவார்கள். மேற்குப் பக்கத்திலிருப்பவர்கள் வெள்ளம் வடிகிறபோது சவுட்டானுக்கு வருவார்கள், பெருகும்போது திரும்புவார்கள். இந்தப் படகுகளை ஓட்டியவர்கள் அதிகமும் கிழக்கு வங்காளிகள். தூரத்திற்குத் தகுந்தபடி இரண்டணா, நாலணா என்று வாங்குவார்கள். அதிகபட்சம் அரை ரூபாய் வாங்குவார்கள். நதியிலேயே மீன் பிடித்துப் படகிலேயே சமைத்துச் சாப்பிட்டுக் கொள்வார்கள். நல்ல உழைப்பாளிகள். ரமலான் நோன்பில் இருக்கும்போது கூட எந்தச் சோர்வோ அயற்சியோ இல்லாமல் பத்துப்–பன்னிரெண்டு மைல் தூரத்திற்குத் துடுப்புப் போடுவார்கள்.

சவுட்டானில்தான் சந்தை இருந்தது. பஜார் என்று சொல்வார்கள். அங்கே நிறைய இந்தியர்கள் கடை வைத்திருந்தார்கள்.

இராமநாதபுரம் அருகே உள்ள சத்திரக்குடி ரயில் நிலையம் பலருக்குத் தெரிந்திருக்கும். இந்தச் சத்திரக்குடிக்கு அருகேயுள்ள அரியகுடி, போகலூர் போன்ற கிராமங்களிலிருந்து வந்தவர்கள் பலசரக்குக் கடைகள், துணிக்கடைகள் மற்றும் இரும்புச் சாமான் கடைகள் வைத்திருந்தார்கள். இவர்கள் பெரும்பாலும் உறவினர்களாக இருப்பார்கள், வசதியாக இருந்தார்கள்.

பஜாரில் உள்ள தையற் கடைகளையும் நம்மவர்கள்தான் வைத்திருந்தார்கள். கோதண்டபாணி, துரைச்சாமி, பழனிப் புலவர், ராமுலு போன்றவர்களின் கடைகளை எல்லோரும் தேடிப் போவார்கள். குதாபாக்ஸ், நூர் முஹம்மது ஆகியோரின் தையற்கடைகள் சிறியன. இவர்கள் ஹைதராபாத் பகுதிகளிலிருந்து வந்த முஸ்லிம்கள்.

பஜாரில் முடிதிருத்தும் சலூன்களும் இருந்தன. அந்தக் காலத்தில் பர்மீயர்கள் கிராப் வைத்துக் கொள்வதில்லை. பெண்களைப் போல தலைமுடியை நீளமாக வளர்ப்பார்கள். மேலும், அப்போது பர்மீயர்கள் தொடைவரை பச்சை குத்தியிருப்பார்கள். அதனால் அவர்கள் அரைகுறையாக ஆடை அணிந்திருந்தால்கூட வித்தியாசமாகத் தெரியாது. என்னோடு படித்த மாணவர்களில் சிலர் அப்போது முன்னால் மழித்துப் பின்னால் கிராப்பு வைத்திருந்தார்கள். பிற்பாடு ஆங்கிலேய நாகரீகம் பெருகப் பெருக எல்லோரும் கிராப் வைத்துக் கொண்டார்கள்.

சவுட்டானிலிருந்து இரண்டு மூன்று மைல் தூரத்தில் ஞுவ்வாய்ன், பாராஜி, சீப்பியா, ஒத்தக்கடை போன்ற கிராமங்கள் இருந்தன. அங்கிருந்து காலை ஏழு மணிக்கெல்லாம் முறுக்கு, வடை போன்ற பலகாரங்களைத் தலைச் சுமையாக எடுத்துக் கொண்டு பெண்கள் பஜாருக்கு வந்து விடுவார்கள். ஒரு வடை காலணா. இந்த வடையைச் சாப்பிட்டால் காலைப் பலகாரம் சாப்பிட வேண்டாம். பசி தீர்ந்து விடும். இவர்களெல்லாம் ராணுவ ஆட்சியின் போது விதிக்கப்பட்ட கட்டுப்பாடுகளைத் தாக்குப்பிடிக்க முடியாமல் இந்தியாவிற்குத் திரும்பி விட்டார்கள்.

பஜாரில் அண்ணன் முஹம்மது, அண்ணன் இப்ராஹிம், அண்ணன் மொய்தீன் போன்றவர்கள் தேநீர்க் கடைகள் வைத்திருந்தார்கள். வெளியூர்க்காரர்களுக்கு இந்தக் கடைகளில் தேநீர் அருந்தினால்தான் பஜாருக்கு வந்த வேலை முடிந்த மாதிரி இருக்கும். இவர்கள் அனைவரும் கேரளாவைச் சேர்ந்தவர்கள். சாத்து நாயர், கிருஷ்ணன் நாயர் போன்றவர்களும் சவுட்டானில் கடைகள் வைத்திருந்தார்கள். இவர்

களெல்லாம் சின்ன வயதில் ஏதாவது கடைகளில் வேலை பார்ப்பார்கள். கையில் சிறிய முதல் சேர்ந்தவுடன் ஒரு கடையை ஆரம்பிப்பார்கள். ரங்கூனிலிருந்து மொத்தமாக கடனுக்குப் பொருள்களை வாங்கிக் கொண்டு வந்து, மாதம் ஒருமுறை கடனை அடைப்பார்கள்.

சவுட்டான் ஊரை வடக்கிலேயிருந்து அணுகினால் அதன் எல்லையில் 'சிங்கான்' என்ற ஓடை இருக்கும். 'சிங்' என்றால் யானை 'கான்' என்றால் ஓடை அல்லது குளம் என்று பொருள். அந்தக் காலத்தில் இங்கே ஒரு யானை இருந்திருக்க வேண்டும். அதனால் 'யானை ஓடை' என்று பொருள்படும்படியாக 'சிங்கான்' என்று பெயர் வைத்திருக்கிறார்கள். ஓடைக்கு அருகே உயரமான கோபுரத்தைக் கொண்ட ஒரு கத்தோலிக்கத் தேவாலயம் இருந்தது. அங்கே இருந்த பாதிரியார் மற்றும் பெரும்பாலான கன்னியாஸ்திரிகள் தமிழகத்தைச் சேர்ந்தவர்கள். சுற்றிலுமிருக்கிற கிராமங்களில் உள்ள கிறிஸ்துவர்கள் குறைவுதான். இவர்கள் அனைவரும் வழிபாட்டிற்கும் திருமணம், பெயர் சூட்டுவது போன்ற வைபவங்களுக்கும் இந்தத் தேவாலயத்திற்குத்தான் வருவார்கள். கிறிஸ்துமஸ் பிரார்த்தனையும் கொண்டாட்டமும் வெகு சிறப்பாக இருக்கும். தேவாலயத்தை ஒட்டிய சிறிய பள்ளியில் மூன்று–நான்காம் வகுப்பு வரை தமிழும் ஆங்கிலமும் சொல்லித் தருவார்கள்.

இந்தத் தேவாலயத்தைக் கடந்து வந்தால் இரண்டு நீதிமன்றங்கள் இருந்தன. ஒன்று சிவில் மற்றது கிரிமினல். சவுட்டானைச் சுற்றியுள்ள சுமார் 40 கிராமங்கள் சவுட்டான் டவுன்ஷிப்பில் வரும். இதற்கு டவுன்ஷிப் அலுவலர் ஒருவர் இருப்பார். ஆறு மாதத்திலிருந்து ஒரு வருடம் வரை சிறைத் தண்டனையோ ஆயிரம் ரூபாய் வரை அபராதமோ விதிக்கக் கூடிய வழக்குகளை விசாரிக்கும் அதிகாரம் இவருக்கு இருந்தது. டவுன்ஷிப் மாஜிஸ்டிரேட் ஏழு வருடங்கள் வரை சிறைத் தண்டனை விதிக்கக் கூடிய வழக்குகளை நடத்துவார். இந்த நீதிமன்றங்களில் வாதாடும் வக்கீல்களை *Pleaders* என்று சொல்வார்கள். உயர் நீதிமன்றத்தில் வாதாடக்கூடிய அட்வகேட்டுகள் சவுட்டானில் ஒன்றிரண்டு பேர்தான் இருந்தார்கள். ஊத் வே அவர்களில் ஒருவர். அவர் எடுத்துக் கொள்ளும் வழக்குகள் தோல்வியடைவதில்லை. பிளீடர்கள் நிறையப் பேர் இருந்தார்கள். சில காலம் முன்பு பர்மீயப் பிரதமராக இருந்தவர் ஹிங் யூ. இவர் எங்கள் ஊரைச் சேர்ந்தவர். இவரது தகப்பனாரும் பாட்டனாரும் சவுட்டானின் பேர் பெற்ற வக்கீல்கள்.

சுற்றுப்பட்டுக் கிராமம் ஒவ்வொன்றிற்கும் ஒரு முன்சீப் இருந்தார். ஐந்து வருடத்திற்கு ஒருமுறை முன்சீப்பாக ஒருவரை நியமிப்பார்கள். இவர்களுக்குச் சம்பளம் கிடையாது. வீட்டு வரி, நில வரி முதலானவற்றை வசூலித்து அரசாங்கத் திற்கு கொடுக்கும் பொறுப்பு இவர்களுடையது. அந்த வரிப் பணத்திலிருந்து இவர்களுக்குக் கமிஷன் கிடைக்கும். அது அவர்கள் குடும்பம் நடத்துவதற்குப் போதுமானதாக இருக்கும். இந்த முன்சீப்புகளுக்கு நல்ல மதிப்பும் இருந்தது. வழக்குகளில் சாட்சி சொல்ல இவர்களை அழைப்பார்கள்.

நீதிமன்றங்களை ஒட்டியே காவல் நிலையமும் இருந்தது. ஒரு சப் இன்ஸ்பெக்டர் நிர்வகிக்கும் காவல் நிலையம் இது. இதைத் தாண்டியவுடன் பொது மருத்துவமனை வரும். 50 படுக்கைகள் கொண்டது. சிறிய அறுவை சிகிச்சைகள் செய்யக்கூடிய 'ஆப்பரேஷன் தியேட்ட'ரும் இருந்தது. வெளி நோயாளிகளைக் காலை எட்டு மணியிலிருந்து 12 மணி வரையிலும், மாலை மூன்று மணியிலிருந்து ஆறு மணி வரை யிலும் பார்ப்பார்கள். மருந்து மாத்திரைகளையும் மருத்துவ மனையிலிருந்தே கொடுப்பார்கள்.

மருத்துவமனைக்கு நேர் எதிரே பொற்கோயில் இருக்கும். பர்மீயக் கோயில்கள், சிறிதானாலும் பெரிதானாலும் அதன் கூரை பொன்னால் வேயப்பட்டிருக்கும். கோவிலில் வாசலின் இருபுறமும் சிங்கமுகம் கொண்ட யாளிகள் இருக்கும். கோவி லுக்குள் பிரகாரத்தில் நவக்கிரகங்கள் இருக்கும். சிறப்பு வழிபாடு கள் நடக்கும். உள்ளே புத்தர்பிரானின் பெரிய சிலை இருக்கும்.

பொற்கோயிலைக் கடந்து வந்தால் பிரதான சாலை வரும். இதையொட்டித்தான் செட்டியார் தெரு இருந்தது. நாட்டுக்கோட்டைச் செட்டியார்கள் கொடுக்கல்–வாங்கல் நடத்தும் வட்டிக் கடைகள் இந்தத் தெருவில் இருந்தன. அவர் களது விலாசங்களே கடைகளுக்குப் பெயர்களாய் இருக்கும். அழ.பெரி, கும.சுப, சித.மு.நா, ராம.நா.கி, சுப.நா.கி என்று விலாசங்கள் இருக்கும். சி.ராம என்பது சின்னராமன் செட்டி யாரைக் குறிக்கும். சொக்கலிங்கம் செட்டியார், நாராயணன் செட்டியார், அழகப்பச் செட்டியார் போன்றவர்களை நன்றாக நினைவிருக்கிறது. ஒவ்வொரு கடையிலும் ஏஜெண்டுகள் இருப்பார்கள். இப்படி ஏஜெண்டுகளாக இருந்தவர்களில் குப்புசாமிப் பிள்ளை, ராமையா, கதிரேசன் பிள்ளை, திருப்பத் தூர் முத்தையா பிள்ளை, அவரது மருமகன் சோமு என்று எல்லோருடனும் நல்ல பழக்கம் எனக்கு. இந்த ஏஜெண்டு களுக்கு உதவியாக இருப்பவர்களை 'அடுத்த ஆள்' என்று சொல்வார்கள்.

செட்டியார் தெருவிற்குத் தெற்கே செட்டியார்கள் கட்டிய பெரிய முருகன் கோயில் இருக்கும். சுற்று வட்டாரத்தில் இருந்தெல்லாம் இந்தக் கோயிலைத் தேடி பக்தர்கள் வருவார்கள். இந்தக் கோயிலைக் கட்டுவதற்காகக் கொத்தனார்கள், ஆசாரிகள் எல்லோரும் தமிழ்நாட்டிலிருந்து வந்தார்கள். இவர்களில் ஒருவர் காசி ஆச்சாரி. பர்மாவிலேயே தங்கிவிட்டார். 90 வயதில் பர்மாவிலேயே காலமானார். இன்னொருவர் மாணிக்கம். இவர் ஸ்தபதி. இவர்கள் என் தகப்பனாரோடு பேசிக் கொண்டிருப்பதற்காக வருவார்கள். 1930இல் கோயிலைக் கட்டி முடித்துக் கும்பாபிஷேகம் செய்தார்கள். அந்த நேரத்தில் தான் பர்மாவில் இந்தியர்களுக்கு எதிரான முதல் கலகம் நடந்தது. கோயிலில் மதிப்புமிக்க நகைகள் இருந்தன. கோயில் கட்டியவர்களுக்கு, அந்த நகைகள் கொள்ளை போகுமோ என்ற அச்சம் ஏற்பட்டது. அவர்கள் என் தகப்பனாரைக் கலந்து ஆலோசித்தார்கள். பிறகு எல்லோருமாகப் பெரிய பதவிகளில் உள்ளவர்களை அணுகி, முழுமையான போலிஸ் பாதுகாப்பிற்கு ஏற்பாடு செயதார்கள். அந்தக் கும்பாபிஷேகம் நடந்த போது, நான் முதல் வகுப்பு படித்துக் கொண்டிருந்தேன் என்று நினைக்கிறேன்.

பிரதான சாலையை ஒட்டிப் பிரியும் கிளைச் சாலைகளில் வீடுகள் இருந்தன. முதலில் எங்கள் வீடு பர்மீயர்கள் வசித்த பகுதியில்தான் இருந்தது. ஊ பாத்தாம், ஊ பாச்சு, ஊ லே பே, ஊ போலூம் என்ற நிறையப் பேருடன் அந்நியோன்யமாகப் பழகினோம். பிற்பாடு முருகன் கோயிலுக்குத் தெற்கே மாறிவிட்டோம். இங்கு அருகாமையில் நிறையத் தமிழர்கள் வசித்தார்கள். நடேச பத்தர் அவர்களில் ஒருவர். பர்மாவில் விஸ்வகர்ம சமூகத்தவர்கள் நிறையப் பேர் இருந்தார்கள். ரங்கூனிலிருந்த காமாட்சி அம்மன் கோயில் இவர்கள் கட்டியது. பலரும் ஆபரணங்கள் செய்யும்போது, தங்கத்தில் விழும் சேதாரத்தை இந்தக் கோயிலுக்குக் கொடுத்து விடுவார்கள். நடேச பத்தரின் மகன் மாரியப்பன், சண்முகம் ஆகியோர் என்னோடு ஆரம்பப் பள்ளியில் படித்தார்கள். என்னை ‘அப்பு’ என்றுதான் கூப்பிடுவார்கள்.

நடேச பத்தரிடம் நல்ல நாள் பார்ப்பதற்குப் பலரும் வருவார்கள். பெண்கள் புஷ்பவதியானால் சடங்கு கழிப்பதற்கு, பிள்ளைகளுக்குக் காது குத்துவதற்கு, வளைகாப்பிற்கு என்று நல்ல நாள் பார்க்க வருவார்கள். இது போலவே ஏர் பூட்ட, நாற்று நட, களை பறிக்க என்று விவசாயப் பணி களுக்கும் நாள் குறித்துக் கொடுப்பார். மாலை நேரமானால் பஞ்சாங்கம் பார்த்துப் படிப்பதற்கு என்னைத்தான் கூப்பிடுவார். ரகுநாத அய்யரின் வாக்கியப் பஞ்சாங்கமும் சுப்பிரமணிய அய்யரின்

கணித சாஸ்திரப் பஞ்சாங்கமும் வைத்திருப்பார். இவை கொழும்புலிருந்து வரும். பெரும்பாலும் கணித சாஸ்திரப் பஞ்சாங்கத்தைப் படிக்கச் சொல்வார். சிலசமயம் வாக்கியப் பஞ்சாங்கத்தைப் பார்த்து படிக்கச் சொல்வார்.

நகரின் மத்தியில் ஒரு பெரிய தியேட்டர் இருந்தது. ஆண்டிற்கு மூன்று நான்கு முறை தமிழ் நாடகங்கள் நடக்கும். சூரசம்காரம், பங்குனி உத்திரம், தைப்பூசம் போன்ற தினங்களில் இங்கு நாடகங்கள் நடத்துவார்கள். இதைத் தவிர ஒரு திறந்தவெளி அரங்கமும் இருந்தது. இங்கு பல பர்மீய நாடகங்கள் நடந்திருக்கின்றன. இந்த அரங்கை ஒட்டி ஒரு பெரிய விளையாட்டு மைதானம் இருக்கும். அதில் தான் நாங்களெல்லாம் விளையாடுவோம். பர்மாவில் உள்ள மிகப் பெரிய அணிகளெல்லாம் இங்கு வந்து விளையாடுவார்கள்.

செட்டியார் தெருவின் மேல்புறம் ஒரு பெரிய பள்ளி வாசல் இருக்கும். அதை வங்காள முஸ்லிம்கள் நிர்வகித்து வந்தார்கள். சவுட்டானில் கிழக்கு வங்காளிகள் கணிசமாக வாழ்ந்தார்கள்.

இந்தப் பள்ளிவாசலுக்கு எதிரே தபால் நிலையம் இருந்தது. போஸ்ட் மாஸ்டர் சூரிய நாராயணன், ஆந்திராக் காரர்; தபால்காரர் சுப்பையா தமிழர். ஊரில் நடக்கிற எல்லாக் காரியங்களுக்கும் இவர்களுக்கு அழைப்பு இருக்கும். நம்மவர்களில் பலருக்கும் அப்போது கல்வி அறிவில்லை. வியாபாரம் செய்ய வந்தவர்கள்கூட பி.ஏ, பி.காம், எம்.ஏ, எம்.காம் என்று பட்டங்களுடன் வரவில்லை. அவர்களுக்குத் தெரிந்ததெல்லாம் அரிச்சுவடியும் எண்சுவடியும்தான். அரிச் சுவடி படித்திருந்த பலரும்கூட எழுதப் படிக்கிற அளவுக்குத் தெரிந்து வைத்திருக்கவில்லை. மனைவிக்குக் கடிதம் எழுதக் கூட ஏதாவது படித்த பிள்ளை இருக்கிறதா என்று பார்ப் பார்கள். முகவரி எழுதத் தெரியாது. தபால் நிலையம் சென்றால் போஸ்ட் மாஸ்டரோ, தபால்காரரோ, வேறு ஊழியர்களோ எழுதித் தருவார்கள். அவர்களுக்கு ஆங்கிலமும், தந்தி வாசகங்கள் எழுதவும் தந்தி கொடுக்கவும் தெரிந்திருக்கும்.

தபால் நிலையத்திற்கு அருகே சில கடைகளும் சிறிய அலுவலகங்களும் இருந்தன. இன்னும் தெற்கே போனால் இன்னொரு பள்ளிவாசல் வரும். தமிழக முஸ்லிம்கள் கட்டியது. பல வருடங்களுக்கு முன்னால் சோழ நாட்டிலிருந்து போய் பர்மா, மலேயா, சிங்கப்பூர் போன்ற கிழக்காசிய நாடுகளில் குடியேறிய தமிழ் முஸ்லிம்களை 'சோலியா முஸ்லிம்' என்று அழைத்தார்கள். பிற்பாடு அங்கு குடியேறிய

எல்லா தமிழ் முஸ்லிம்களையும் சோலியா முஸ்லிம் என்று அழைக்கத் தொடங்கினார்கள். அதனால் இந்தப் பள்ளி வாசலுக்கும் சோலியா முஸ்லிம் பள்ளி வாசல் என்றே பெயர். என் பாட்டனார் இந்தப் பள்ளிவாசல் கட்டுவதில் முக்கியப் பங்கு வகித்தார். என் தகப்பனார் இதன் நிர்வாகக் குழுவில் இருந்தார். இப்போதும் இந்த இரண்டு பள்ளிவாசல் களும் பக்தர்களால் நிர்வகிக்கப்பட்டு வருகின்றன.

இதை அடுத்துத்தான் பஜார் இருந்தது. பஜாருக்கு அருகே ஒரு பேருந்து நிறுத்தம் இருந்தது. சவுட்டானிலிருந்து 12 மைல் தூரத்தில் உள்ள ஊர் சிரியம். இந்த ஊருக்கு சவுட்டானிலிருந்து பேருந்துகள் போகும். ஓட்டுநர்களில் பாதிப்பேர் பர்மீயர்களாகவும் பாதிப்பேர் தமிழர்களாகவும் இருந்தார்கள். இதில் பரந்தாமன், மரைக்கான் இருவரும் எனக்கு நன்கு தெரிந்தவர்கள். நடத்துநர்களில் அநேகமாக எல்லோரும் தமிழர்களாகத்தான் இருந்தார்கள். இதில் சந்திரன், மஸ்தான், அப்துல் ரஹ்மான் ஆகியோர் எனக்குப் பழக்கமானவர்கள். மஸ்தான் ராணுவ ஆட்சியின்போது ஊரை விட்டுப் போய்விட்டார். மற்ற இருவரின் பிள்ளைகள் இப்போதும் அங்கே இருப்பார்கள் என்று நினைக்கிறேன். பேருந்திலே நடத்துநர்களாக இருப்பவர்களின் வேலை பயணச் சீட்டு கொடுப்பது மட்டுமில்லை. அவர்களுக்கு மோட்டார் வாகனங்களைப் பழுது பார்க்கவும் தெரிந்திருக்கும்.

இரண்டாவது பள்ளிவாசலையும் பஜாரையும் தாண்டிய வுடன் ஆற்றங்கரை வந்துவிடும். இப்படியாக, அந்த ஊரின் எல்லாப் பகுதிகளையும் நான் சுற்றியிருக்கிறேன்.

புன்னகை பூத்த பூமி

ஒருமுறை சென்னையிலிருந்து இரண்டு பத்திரிகைக்காரர் கள் வந்திருந்தார்கள். சவுட்டானைச் சுற்றிக் காட்டுகிற வேலை எனக்குக் கிடைத்தது. அங்கேயுள்ள பண்ணைகளைப் பார்த்தும் வியப்படைந்தார்கள். ஒரு பண்ணையைப் பார்த்து விட்டு, ‘அங்கே பத்து ஊரைச் சேர்த்தால்கூட இந்த மாதிரி நெல் விளையாதே’ என்றார்கள். பெண்கள் கோழிக்கு போடு கிற இரையைப் பார்த்து, ‘இப்படிக் கை நிறைய அள்ளி அள்ளிப் போடுகிறார்களே’ என்றார்கள். பிச்சைக்காரர் களுக்கு பை நிறைய அரிசி கிடைக்கும்; தங்கள் தேவைக்கு அதிகமாக இருப்பதை விற்றுவிடுவார்கள். அது ஒரு புன்னகை பூத்த பூமியாக இருந்தது. பர்மீயர்களும் இந்தியர்களும் சிரிப்பும் சந்தோஷமுமாக இருந்தார்கள். பின்னாளில்தான் வெறுப்பும் துவேஷமும் வளர்ந்துவிட்டது.

சவுட்டானிலும் சுற்றுவட்டாரத்திலும் விவசாயம் பிரதான மாக இருந்ததால் சவுட்டானில் இரண்டு பெரிய அரிசி ஆலைகள் இருந்தன. ஒரு பக்கம் நெல்லைக் கொட்டினால் மறுபக்கம் அரிசி, உமி, குருணை (நொறுங்கிய அரிசி) என்று தனித்தனியாக வந்து விழும். 24 மணி நேரமும் இரண்டு ஆலைகளும் ஓடிக் கொண்டேயிருக்கும். இந்த ஆலைகளை வைத்திருந்தவர் ஒரு பர்மீயச் செல்வந்தர். இங்கே வேலை செய்தவர்கள் அனைவரும் ஆந்திரர்கள். இரண்டு ஆலை களிலும் சேர்த்து நூறு பேர்களாவது கூலிகளாக வேலை பார்த்திருப்பார்கள். இதைத் தவிர சிறிய ஆலைகளும் இருந்தன. ஆலைகளுக்கு வெளியே நெல்லைக் காயப் போடுவதற்கான பெரிய தளங்களும் இருந்தன.

சவுட்டானில் நெல் சேமித்து வைக்கிற கிடங்குகள் இருந்தன. குத்தகை விவசாயம் செய்கிறவர்கள் தங்கள் பங்கைத் தரகர்களிடம் விற்பார்கள். நிலச் சுவான்தார்கள் தங்கள் பங்கைக் கிடங்கில் சேமித்து வைப்பார்கள். சில பெரிய குத்தகை விவசாயிகளும் இந்த மாதிரி சேமித்து வைப்பார்கள். விலை ஏறுகிற சமயம் பார்த்து விற்பார்கள்.

மூன்று கோயில்கள்

எங்கள் ஊரில் மூன்று பிரசித்தி பெற்ற கோயில்கள் இருந்தன. முதலாவது, முன்பே சொன்ன முருகன் கோயில். இந்தக் கோவிலில் மூன்று தினங்களைச் சிறப்பாகக் கொண்டாடு வார்கள். சித்ரா பௌர்ணமி, சூரசம்காரம், தைப்பூசம். இந்த நாட்களில் உற்சவமூர்த்தியை அலங்கரித்து ஊரைச் சுற்றி எடுத்துக்கொண்டு வருவார்கள். இந்த முருகனின் நகை கள் விலை மதிப்பானவை. ஆகவே, பிற்பாடு ஊர்வலத்தை கோயில் பிரகாரத்தோடு நிறுத்திக்கொண்டு விட்டார்கள். இந்தத் திருவிழாவிற்கு சவுட்டானைச் சுற்றியுள்ள கிராமங் களில் இருந்து மக்கள் வந்து கூடி விடுவார்கள்.

பக்கத்து ஊர்ப் பெண்களில் பலர் எங்கள் தாயாரோடு மிகவும் சிநேகமாக இருந்தார்கள். கோவிலுக்குப் போவதற்கு முன் எங்கள் வீட்டிற்கு வருவார்கள். வரும்போது வெறுங் கழுத்தோடு, வெறுங்கையோடு வருவார்கள். வீட்டிலிருந்து கோவிலுக்குப் போகும்போது பார்த்தால் சங்கிலிகளும், காப்புகளும் அணிந்திருப்பார்கள். இந்த நகைகளை என் தாயாரிடம் கொடுத்து வைத்திருப்பார்கள். கிராமத்திலும், வருகிற போகிற வழிகளிலும் திருட்டுப் பயம் அதிகம். என் தாயார் இந்த நகைகளை அவரது மரப்பெட்டிகளிலோ, அலமாரியிலோ, சாமான் துணிமணிகளுக்கு நடுவிலோ பத்திர மாக வைத்திருந்து எடுத்துக் கொடுப்பார். இன்னாருடைய

நகை இது என்று எப்படி ஞாபகம் வைத்திருந்து எடுத்துக் கொடுத்தார் என்பது எனக்கு புரிபட்டதேயில்லை.

இந்த முருகன் கோயிலைச் சுற்றி வெகு அழகான பூந்தோட்டம் இருந்தது. அங்கே பச்சிலைகள் எடுப்பதற்காகப் போவோம். அதைச் சுற்றி மாந்தோப்பு இருந்தது. பிள்ளைகள் எல்லாம் இந்தத் தோப்பில் விளையாடுவோம். இப்போது கோயில் மட்டும் இருக்கிறது. தோட்டத்தையும் தோப்பையும் யார் யாரோ வசப்படுத்திக் கொண்டுவிட்டார்கள்.

இரண்டாவது கோயில் – புத்தர் கோயில். இது ஊருக்குள்ளே அல்ல, நதிக்குள் இருந்தது. சவுட்டான் நதியின் நடுவில் ஏலப்பையா என்றழைக்கப்படும் இந்த புத்தர் கோயில் அமைந்து இருந்தது. சிரியம் என்கிற ஊரைப் பற்றிச் சொன்னேன் அல்லவா, அங்கேதான் எனது தமையனார் படித்தார். அவரது பள்ளிக்கூட நண்பர்களும் அவர்களது உறவினர்களும் கோயிலைப் பார்க்க வருவார்கள். எங்கள் வீட்டில் சாப்பிட்டுவிட்டு கோயிலுக்குப் போவோம். பஜாருக்கு அருகே, ஆற்றங்கரையிலிருந்து சம்பான் படகில் போக வேண்டும். ஒரு தெலுங்கர் இந்தப் படகைச் செலுத்துவார். ஒரு பர்மீய மாதுவைத் திருமணம் செய்துகொண்டு, ஆற்றங்கரையிலேயே வாழ்ந்தார். கோயிலுக்குப் போய் சுற்றிப் பார்த்துவிட்டு வருகிற வரை காத்திருந்து கரையில் கொண்டு வந்து சேர்ப்பார். காசு வேண்டாம் என்பார். ஒவ்வொருமுறையும் வம்பு பண்ணிக் கால் ரூபாய், அரை ரூபாய் கொடுத்துவிட்டு வருவோம். ஒரு தொண்டு மாதிரி அதைச் செய்து வந்தார்.

அரசாங்கம் இந்த நீர் நடுவே அமைந்த ஏலப்பையா கோயிலுக்குப் போகும் வழியில் உள்ள நதியில் மீன் பிடிக்கக் கூடாது என்று தடை விதித்திருந்தது. அது மீன்களுக்கும் தெரிந்திருக்கும் போல. கரையில் உள்ள கடையில் பொறி கடலை விற்பார்கள். படகில் போகும்போது, அதைக் கையிலே ஏந்தி படகிற்கு வெளியே நீர்ப்பரப்பின்மீது நீட்டினால், மீன்கள் நதிக்குள்ளேயிருந்து துள்ளி வந்து பொறி கடலையைக் கவ்விக் கொண்டு போகும். இப்போது இதைப் பெரிய சுற்றுலாத் தலமாக ஆக்கிவிட்டார்கள்.

மூன்றாவது கோயில் சவுட்டானிலிருந்து இரண்டு மூன்று மைல் தூரத்தில் இருந்த பீலிக்கா என்கிற கிராமத்தில் உள்ள முனியாண்டி கோயில். அந்தக் கோயிலைப் பார்த்துப் பர்மீயர்களே பயப்படுவார்கள். கோழி, கடா வெட்டி பூசை கொடுப்பார்கள். வேண்டிய காரியம் நடக்குமா நடக்காதா என்பதற்குச் சீட்டு எழுதிப் போட்டுப் பார்ப்பார்கள்.

ரங்கூனிலிருந்து என் தகப்பனாரின் நண்பர்கள் இந்தக் கோயிலில் வழிபடுவதற்காக வருவார்கள். 'ரசிக ரஞ்சனி' என்ற தமிழ் தினசரியின் ஆசிரியர் பொன்னையா பிள்ளை. அவருடைய மச்சான் முனியாண்டி பிள்ளை போன்றவர்கள் எல்லாம் வந்திருக்கிறார்கள். முதல் நாள் இரவு எங்கள் வீட்டில் தங்குவார்கள். நான்தான் எப்போதும் கூட்டிக் கொண்டு போவேன். காலையில் பலகாரம் சாப்பிட்டு விட்டுக் கிளம்புவோம். நடந்துதான் போகவேண்டும். கோயிலில் வழிபாடு எல்லாம் முடித்துக் கொண்டு மதியச் சாப்பாட்டிற்கு வீட்டிற்குத் திரும்பி விடுவோம். முனியாண்டி கோயிலில் வருடத்திற்கு ஒருமுறை பங்குனி உத்திரம் மிக விமரிசையாக நடக்கும். காவடி, தீ மிதி எல்லாம் இருக்கும். சுற்றியிருக்கிற ஊர்களிலிருந்தும் தூரம் தொலைவிலிருந்தும் வருவார்கள்.

பீலிக்கா இப்போது ஒரு நகரமாகிவிட்டது. ஆனால் அப்போது ஒரு குக்கிராமம். பத்துப் பதினைந்து தமிழ்க் குடும்பங்கள்தான் இருந்தன. தஞ்சாவூர், மன்னார்குடி பகுதி களில் இருந்து வந்தவர்கள். ஒருவர் தேவர், ஒருவர் சேர்வை, ஒருவர் கண்டியர், ஒருவர் காளிங்கராயர் என்று இருப்பார் கள். இவர்களின் பிள்ளைகள் பள்ளியில் எனக்கு அடுத்தடுத்த வகுப்புகளில் படித்தார்கள். சாப்பாடு கட்டி எடுத்துக் கொண்டு வருவார்கள். 1930ஆம் வருடம் நடந்த கலவரத்தில் பலரும் சவுட்டானுக்கு வந்து விட்டார்கள். என் தாயாரை அக்கா என்றுதான் கூப்பிடுவார்கள். என் தகப்பனாரை மச்சான் என்று கூப்பிடுவார்கள். அதனால் இவர்களின் பிள்ளைகள் என்னைவிடச் சிறியவர்களானாலும் நான் அவர்களை மாமா என்று கூப்பிடுவேன்.

ஒரு சம்பவம் நினைவுக்கு வருகிறது. பீலிக்காவில் இருந்த வெங்கடாஜலத் தேவருக்கு மூன்று மகன்கள் – முனியையா, சுப்பையா, வீரையா. பிற்பாடு வீரையா பர்மாவிலிருந்து மன்னார் குடிக்குப் போனான். தஞ்சாவூர் கலெக்டரிடம் பர்மா அகதி என்று உதவி கேட்டு விண்ணப்பித்திருக்கிறான். ஆதாரத்திற்கு நான் அவனுக்கு பர்மாவிலிருந்து எழுதிய கடிதத்தைக் காட்டி யிருக்கிறான். கடிதத்தைப் படித்த கலெக்டர் அலுவலக குமாஸ்தா வுக்கு அதை நம்புவதா இல்லையா என்று குழப்பமாகிவிட்ட தாம். 'என்னையா அனுப்பியவர் பெயர் முஹம்மது யூனுஸ் என்று போட்டிருக்கிறது. உன்னை மாமா என்று எழுதியிருக் கிறார். தேவர் எப்படி ஐயா ராவுத்தருக்கு மாமா ஆனார்?' என்று கேட்டிருக்கிறார். வீரையா, 'ஐயா, அவர் என்னை விட மூத்தவர்' என்று சொல்லி, எங்கள் உறவுமுறையை விளக்கியிருக் கிறான். குமாஸ்தா, 'அப்படியானால் உன் மருமகனை எனக்கு நேரடியாகக் கடிதம் எழுதச் சொல்' என்று சொல்லியிருக்கிறார்.

நான் கடிதம் எழுதினேன். 'அன்புள்ள ஐயா, வீரையாவை எனக்கு நன்றாகத் தெரியும். இங்கேயிருந்துதான் போனான். நான் இன்னார். நேத்தாஜியின் இந்திய சுதந்திர லீக்கின் கிளைச் செயலாளராக இருந்தேன். உங்களுக்குச் சந்தேகம் இருந்தால் திரு. கண்ணம்பிள்ளிக்கு இந்தக் கடிதத்தை அனுப்பி உறுதி செய்து கொள்ளலாம்' என்று எழுதினேன். ரங்கூனில் நேத்தாஜியின் முதல் செயலாளராக இருந்த கண்ணம்பிள்ளி அப்போது ஜனாதிபதி டாக்டர் ஜாஹீர் உசைனின் தனிச் செயலாளராக இருந்தார். ஒரு மாதத்துக்குள் அவனுடைய உதவித்தொகை வழங்கப்பட்டுவிட்டது. தஞ்சாவூரில் உலகத் தமிழ் மாநாடு நடந்தபோது, வீரையாவையும் இன்னும் பலரையும் சந்தித்தேன். வீரையா இப்போது மன்னார்குடியில் ஒரு சாப்பாட்டுக் கடை நடத்தி வருவதாகவும் பிள்ளைகள் நன்றாகப் படித்து நல்ல வேலைகளில் இருப்பதாகவும் அறிகிறேன்.

கை வைத்தியம்

சவுட்டானிலேயே மருத்துவமனையும் டாக்டர்களும் இருந்தபோதும் கை வைத்தியமும் நாட்டு வைத்தியமும்தான் அப்போது அதிகமும் பயன்பாட்டில் இருந்தது.

என்னுடைய தாயார் 65 வருடங்கள் வாழ்ந்தார். ஏழு பிள்ளைகளைப் பெற்று வளர்த்தார். நோய், நொடி என்று மருத்துவரிடம் போய் நான் பார்த்ததில்லை. அந்தக் காலத்துப் பெண்மணிகளுக்கு நிறையக் கை வைத்தியம் தெரிந்திருந்தது. கோரோசனை மாத்திரை, சஞ்சீவி மாத்திரை என்று கையில் எப்போதும் வைத்திருப்பார்கள். அப்போது ஆபிரகாம் பண்டிதரின் இரண்டு வகைக் குளிகைகள் எல்லோர் வீட்டிலும் இருக்கும். ஒன்று சிவப்பு, மற்றது கறுப்பு. பிள்ளைகளுக்கு வயிறு சரியில்லை என்றால் ஏதாவது ஒன்றைக் கொடுப்பார்கள். சிவப்புக் குளிகை சாப்பிட்டால் அதிகம் பேதியாகும், கறுப்புக் குளிகை குறைவாகப் பேதியாகும். குழந்தைகளுக்குச் சங்கிலே கைமருந்தை வலுக் கட்டாயமாகப் புகட்டுவார்கள். பெரியவர்களுக்கு முடக்கத்தான் கீரையில் துவையலோ, கசாயமோ செய்து கொடுப்பார்கள். 'முடக்கு அகற்றுவான் கீரை' என்பதுதான் மருவி முடக்கத்தான் கீரை ஆயிற்று என்று பிற்பாடு தெரிந்து கொண்டேன். இது முட்டுகளில் ஏற்படும் தேய்மானத்தைக் குறைக்கும். மலச்சிக்கல், உடல் பருமன் போன்றவற்றிற்கும் முடக்கத்தான் கீரை கைகண்ட மருந்து. சோற்றுக் கற்றாழை இன்னொரு மருந்து. பப்பாளிப் பிஞ்சிலிருந்து வரும் பாலைத்தான் பல்வலிக்குக் கொடுப்பார்கள். பல் மேல் பலன் கிடைக்கும்.

ஒருமுறை, என் மார்பிலே கட்டி மாதிரி வந்தது. என் தாயார் அப்போது வீதியிலே போய்க் கொண்டிருந்த குடும்ப நண்பர் அமிர்த உடையாரை 'அண்ணே இங்கே வாங்க' என்று அழைத்து, 'உங்க மருமகனைப் பாருங்க' என்று என்னைக் காட்டினார். வந்தவர் என் தாயாரின் காதில் ஏதோ சொல்லி விட்டுப் போனார். தாயார் நான் தூங்குகிறபோது ஏதோ தடவினார்கள். இரண்டு நாளில் கட்டி காணாமல் போய் விட்டது. சின்ன வயது என்றாலும் எனக்கு ஆர்வம் அதிகம். மருந்து என்ன என்று துருவிக் கண்டுபிடித்தேன். பப்பாளிப் பிஞ்சை அரைத்துக் கட்டியின்மீது தடவ வேண்டும். அவ்வளவு தான். இந்த மாதிரி மருந்துகளைப் பற்றித் தெரிந்தவர்கள் வெளியே சொல்ல மாட்டார்கள். மருந்தின் வீரியம் குறைந்து விடுமாம். இரகசியமாக வேண்டப்பட்டவர்களுக்கு மட்டும் தான் சொல்வார்கள். இப்படித் தெரியாமல் போன மருந்து வகை பல இருக்கும்.

அமிர்த உடையாரை நாங்கள் மாமா என்று கூப்பிடு வோம். சுளுக்கு, முறிவு எல்லாவற்றையும் குணப்படுத்துவார். ஒருமுறை எனக்குக் கால் பிசகிக் கொண்டது. மிகவும் வலித்தது. மாமா வந்து தடவித் தடவிப் பார்த்தார். திடீரென்று எழுந்து என் கால் மீது ஏறி நின்று ஓங்கி இரண்டு முறை மிதித்தார். எனக்கு வலி தாள முடியவில்லை. 'ஓ'வென்று அலறினேன். மாமாவோ திரும்பிப் பார்க்காமல் வீட்டைவிட்டுப் போய் விட்டார். 'அண்ணே அண்ணே' என்று கத்திக்கொண்டே என் தாயார் பின்னால் ஓடினார். 'அதெல்லாம் நாளைக்கு எழுந்து பந்து விளையாடப் போய் விடுவான்' என்று நிற்காமல் சொல்லிக்கொண்டே போய்விட்டார். அவர் சொன்ன மாதிரியே அடுத்த நாள் குணமாகிவிட்டது.

இதைத் தவிர நம்பிக்கை வைத்தியங்களும் உண்டு. பீஹாரி லிருந்து வந்த முன்ஷிபாவ் என்ற ஒரு முஸ்லிம் பெரியவர் இருந்தார். ஒரு சிறிய வெற்றிலை பாக்குக் கடை வைத்து நடத்திக்கொண்டிருந்தார். அதில் அவரது கைச்செலவிற்குக் கூட வியாபாரம் ஆகியிருக்குமா என்று தெரியவில்லை. அவர் எந்த நேரமும் மந்திரித்துக் கொடுப்பார். பிள்ளைகள் பயந்து போனால், பிரசவம் நடப்பதற்கு முன்னால், வேறு நோய் நொடி என்று போனால் மந்திரம் ஓதித் தண்ணீர் கொடுப்பார். இதைப்போல விஷக்கடி, பூச்சிக்கடி போன்றவற்றுக்கு வேப்பிலை வைத்து மந்திரித்துக் கொடுப்பவர் ஒருவர் இருந்தார். இவர் போஸ்ட் மாஸ்டர் சூரியநாராயணனின் தகப்பனார்.

விமானம் இடித்து மனிதனைக் கொன்ற சம்பவம்

என் தகப்பனார் வசதி குறைந்தவர்களுக்கு நம்மாலான

உதவி ஒத்தாசை செய்யவேண்டும் என்று எப்போதும் விரும்புவார். அவருக்கு ஆங்கிலேயர்கள் மீது அவர்கள் சட்டங்களினாலும் நிர்வாக முறைகளினாலும் நல்லெண்ணம் இருந்தது. இதற்கு உதாரணமாக, ஒரு சம்பவத்தைச் சொல்லலாம் என்று நினைக்கிறேன்.

கார் அடித்து மனிதன் காயப்பட்டிருப்பான், இறந்திருப்பான், கேட்டிருக்கிறோம். வண்டி மோதியிருக்கும், ரயில் மோதியிருக்கும். விமானம், தரையில் நடந்து கொண்டிருந்தவனை மோதி அவனைக் கொன்ற சம்பவம் கேள்விப்பட்டிருக்கிறீர்களா? அது பர்மாவில் நடந்தது. 1933ஆம் வருடம் என்று நினைக்கிறேன். நான் பள்ளி மாணவன். பக்கத்துக் கிராமத்திலிருந்து விமானம் இடித்து ஒருவரை சவுட்டான் மருத்துவமனைக்குக் கொண்டு போயிருப்பதாகச் சொன்னார்கள். சுற்றுப்பட்டு கிராமங்களில் எல்லாம் மருத்துவமனை இராது. சவுட்டானுக்குத்தான் வரவேண்டும். நான் போய்ப் பார்த்தேன். அவனுக்கு 20–22 வயதிருக்கும். தாழ்த்தப்பட்ட வகுப்பைச் சார்ந்த ஓர் இந்தியன். தலையில் அடிபட்டு காயத்தோடு உணர்வில்லாமல் கிடந்தான். அடுத்த நாள் இறந்து போனான்.

அவனுடைய தாயாரும் தகப்பனாரும் எங்கள் வீட்டிற்கு முன் வழியாகத்தான் வெயிலில் மருத்துவமனைக்கு நடந்து போனார்கள்–வந்தார்கள். மருத்துவமனையில் இருந்துத் தூக்கி புதைக்கவோ, எரிக்கவோ செய்தார்கள். அவர்களால் ஒன்றும் செய்ய முடியவில்லை. அவர்கள் உடம்பில் ஒழுங்கான உடை இல்லை. தகப்பனார் ஒரே ஒரு கோவணம் கட்டியிருக்கிறார். அந்தத் தாயார் ஒரு மேலாடை போட்டு இருக்கிறார். அதைத் தீயில் போட்டால்கூட எரிக்க முடியாது. என்னுடைய தகப்பனார் காயம்பட்டவனைச் சென்று பார்க்கவில்லை. அவர் இரத்தத்தைப் பார்ப்பதற்கே பயப்படுவார். அவருக்கு கோழி அறுப்பதைப் பார்த்தால்கூட மயக்கம் வந்துவிடும்.

அந்த முதியவர்களைப் பார்த்தவுடன் இவர்களுக்கு ஏதாவது செய்ய வேண்டும் என்று என் தகப்பனாருக்குத் தோன்றியிருக்கிறது. ஒரு வேளை அல்லது இரண்டு வேளை சாப்பாடு கொடுக்கலாம். அதனால் அவர்கள் துயரம் தீருமா, வேறு ஏதாவது செய்ய வேண்டும் என்று எண்ணி இரவு முழுவதும் யோசித்திருக்கிறார். அடுத்த நாள் காலையில் அந்த வழியே சென்ற முதியவர்களைக் கூப்பிட்டார். அவர்கள் வந்து கும்பிட்டார்கள். என் சிறிய தாயார் சாக்கை விரித்து அவர்களை அமரச் சொன்னார். அவர்களை உட்காரச்

சொல்லியதற்காக மீண்டும் கும்பிட்டார்கள். என் தகப்பனார் எப்படி நடந்தது என்று கேட்டார். 'எங்களது மகனும் ஊர்க் காரர்கள் சிலரும் வயலில் வேலை பார்த்துக் கொண்டிருந்தார் கள். திடீரென்று ஒரு விமானம் கீழே இறங்கியதை எதிரில் இருந்த எங்கள் சொந்தக்காரன் பார்த்துவிட்டு விமானம் இறங்குவதாகச் சொல்லியிருக்கிறான். அதை எங்கே என்று இவன் திரும்பிப் பார்ப்பதற்குள் விமானம் கீழே இறங்கி இடித்துவிட்டு மேலே பறந்து போய் விட்டது', என்று சொன் னார்கள். இந்தச் செய்தி பத்திரிகைகளில் எல்லாம் வரவில்லை. ஏனென்றால் இது ஒரு குக்கிராமத்தில் நடந்தது.

எங்கள் வீட்டிற்கு அருகில் ஊ போலும் *(U Po Lun)* என்று ஒரு *lower grade pleader* இருந்தார். என் தகப்பனார் அவருக்கு வழக்குகள் வாங்கிக் கொடுப்பார். சில வழக்கு களுக்கு பர்மீய மொழியில் ஆலோசனையும் சொல்வார். எத்தனை தடவை நீதிமன்றத்துக்குப் போய் வந்தாலும் அவருக்கு 10 ரூபாய் கட்டணம். அவர் அந்த வழக்கை ஜெயித்துக் கொடுத்து விடுவார்.

என் தகப்பனார் ஊ போலுமை அழைத்து இந்த முதியவர்களின் வழக்கை எடுத்து முயற்சி செய்யச் சொன் னார். 'எந்தெந்த விமானம் அந்த வழியாக வருகிறது, போகிறது என்பதற்கு நிச்சயமாக *record* இருக்கும். அதை வைத்து எந்த விமானத்தினால் இந்த விபத்து நடந்தது என்பதைக் கண்டுபிடித்து விடலாம். இந்த விபத்தினால் வயது வந்த முதியவர்களுக்கு ஆதாரமாக இருந்த ஓர் இளைஞன் தாக்கப் பட்டு இறந்து விட்டான் என்று விமான நிறுவனத்திடம் முறையிட வேண்டும்' என்று சொன்னார். வக்கீல் முதலில் தயங்கினார். என் தகப்பனார் முயற்சி செய்து பார்ப்போம் என்று அவரை ஊக்கப்படுத்தினார். இதனால் கிடைக்கிற நஷ்ட ஈட்டில் பாதியை வக்கீலை எடுத்துக் கொள்ளச் சொன் னார். மீதியை மட்டும் அந்த முதிய பெற்றோர்களுக்குக் கொடுத்தால் போதும் என்றும் சொன்னார்.

ஊ போலும் அதற்குச் சம்மதித்து விசாரணையை ஆரம்பித்தார். அவர் விமானக் கட்டுப்பாட்டு அதிகாரிக்குக் கடிதம் எழுதி சுமார் ஒரு மாதத்திற்குப் பிறகு பதில் வந்தது. 'ஆம், அந்தத் தேதியில் பிரான்ஸ் நாட்டைச் சேர்ந்த ஒரு சிறிய விமானத்தை இரண்டு பேர் ஓட்டிச் சென்றபோது, விமானத்தில் திடீரென்று பழுது ஏற்பட்டுக் கீழே இறங்கி, நல்லவேளையாகக் கீழே விழாமல் மறுபடியும் அவர்களின் முயற்சியினால் மேலே ஏறிச் சென்றுவிட்டது. அப்போது, ஒரு விவசாயி தாக்கப்பட்டது உண்மைதான்' என்று பதில்

எழுதி இருந்தார்கள். வக்கீல் உடனடியாகப் பெற்றோர்கள் பெயரில் நஷ்ட ஈடு கோரி விமான நிறுவனத்திற்குக் கடிதம் எழுதினார். சில வாரங்களுக்குப் பிறகு பதில் வந்தது. அடுத்த சில வாரங்களுக்கு வக்கீலுக்கும் விமான நிறுவனத்திற்கும் கடிதப் போக்குவரத்து நடந்தது. இந்த முதியவர்கள் தகவல் தெரிந்து கொள்வதற்காக பத்துப் பதினைந்து நாட்களுக்கு ஒருமுறை வந்து போவார்கள். கடைசியாக விமான நிறுவனத் திடமிருந்து கடிதம் வந்தது. அந்த நாட்களில் கல்வி அறிவில் லாத ஓர் இளைஞன் கூலி வேலை செய்தால் ஒரு மாதத்திற்கு எவ்வளவு சம்பாதிப்பான் என்று கணக்கிட்டு, அப்படி 30 மாதம் சம்பாதிக்கக்கூடிய தொகையை– 750 ரூபாய் – நஷ்ட ஈடாகத் தர முடிவு செய்திருந்தார்கள். வக்கீலுக்கு மிகவும் மகிழ்ச்சி. ஏனென்றால், வழக்கு என்றால் 10 ரூபாய் வாங்கிக் கொண்டு இரண்டு – மூன்று நான்கு தடவை நீதிமன்றத்திற்குப் போய் வருவார். இது, வீட்டில் இருந்து கடிதத்தை எழுதி அனுப்பி அதன் மூலம் அவருக்கு 375 ரூபாய் கிடைக்கப் போகிறது.

என்னுடைய தகப்பனாருக்கு இதில் திருப்தி இல்லை. அவர் 3000 ரூபாயாவது வரும் என்று எதிர்பார்த்தார். அதற்கு மேலே தொடர்ந்து எழுதுவதற்கு வக்கீலுக்கு விருப்பம் இல்லை. ஆனாலும் என்னுடைய தகப்பனார் வக்கீலிடம் வற்புறுத்தினார். ‘கடைசி முயற்சியாக ஒரு கடிதம் எழுதுங்கள். இந்தப் பணம் மிகவும் குறைவாக இருப்பதால், இந்த ஏழை களுக்கு உதவி செய்வதற்காக 1000 ரூபாய் கொடுத்தால் நன்றாக இருக்கும் என்று எழுதுங்கள், கிடைத்தால் கிடைக் கட்டும், இல்லை என்றால் இந்த 750 ரூபாய் நமக்கு உறுதியாக கிடைக்கும்’ என்று சொன்னார். அதே மாதிரி வக்கீல் கடிதம் எழுதினார். இரண்டு வாரத்தில் 1000 ரூபாய்க்கான காசோலையுடன் பதில் வந்தது. அந்த முதியவர்களும் 500 ரூபாயை வாங்கிக் கொண்டு மகிழ்ச்சியுடன் சென்றார்கள். அந்தக் காலத்தில் 500 ரூபாய் என்பது பெரிய தொகை.

3

கல்வி

என் பாட்டனார் தனது பிள்ளைகளை யெல்லாம் பர்மாவில்தான் படிக்க வைத்தார். அப்போது படிப்பதற்கான வசதி வாய்ப்புகள் குறைவு. ஆர்வமும் குறைவு. எல்லோரும் படிக்க மாட்டார்கள். அப்படிப் படிக்கிறவர்களில் பலரும் ஆறு, ஏழாம் வகுப்புகளோடு நிறுத்தி விடுவார்கள். அதற்குள் தமிழும் ஆங்கிலமும் பர்மீய மொழியும் ஓரளவிற்குப் படித்து விடுவார்கள்.

ஓர் ஊரில் 50 தமிழ்ப் பிள்ளைகள் இருந்தால், அங்கு ஆங்கிலமும் தாய்மொழியும் கற்றுத்தருகிற *Anglo Vernacular* ஆரம்பப் பள்ளி நடத்த அரசாங்கம் உதவி செய்யும். அப்படியான ஆரம்பப் பள்ளியொன்று எங்கள் ஊரில் இருந்தது. அதில் தமிழும் ஆங்கிலமும் படித்தேன். எனது ஆசிரியரின் பெயர் பொன்னுச்சாமி நாடார். கிறிஸ்துவர். இவருக்குச் சொற்ப சம்பளம்தான். தவிர, ஒவ்வொரு மாணவரிடமும் ஒரு ரூபாய் மாதக் கட்டணம் வாங்கிக் கொள்ளலாம். நான் படித்த பள்ளியில் பலரும் வசதி குறைவானவர்கள். ஆறேழு மைல் தூரத்திலிருந்து நடந்து வருவார்கள். காலையில் அநேகமாக ஒன்றும் சாப்பிட்டிருக்க மாட்டார்கள். மதியம் கட்டுச் சாப்பாடு கொண்டு வருவார்கள். இவர்களிடத்தில் எல்லாம் ஆசிரியர் கட்டணம் வாங்கிக் கொள்ளமாட்டார். யாரிடத்திலுமே கேட்கமாட்டார். தருகிறவர்கள் தரலாம். இந்தக் கட்டணத்தில் பள்ளியின் பராமரிப்புச்

செலவுகளையும் ஆசிரியரே செய்துகொள்ள வேண்டும். ஊரில் மிகவும் மரியாதைக்கு உரியவர். ஆனால் மாணவர்களை நன்றாக அடிப்பார். அப்போது. அதை யாரும் குறையாகச் சொல்வதில்லை. அவரிடம் குறைவாக அடி வாங்கியவர்களில் நானும் ஒருவன். வீட்டுப் பாடங்களை ஒழுங்காகச் செய்து கொண்டு போய் விடுவேன். ஈ.வெ.ரா பெரியாரிடம் மிகுந்த ஈடுபாடு கொண்டவர் என் ஆசிரியர். எனது தந்தையாரிடம் நல்ல நட்போடு இருந்தார். அவருக்குப் பிள்ளைகள் இல்லை. 1939–வாக்கில் அவரது மனைவி திடீரென இறந்து போய் விட்டார். இதனால் மிகவும் தளர்ந்து போய், பிற்பாடு வேலை யிலிருந்து நின்று கொண்டார். மனக்கோளாறும் ஏற்பட்டு விட்டது. அவரை இந்தியாவிற்குத் திருப்பி அனுப்புவதற்கு எனது தந்தையார் உதவி செய்தார்.

அதே பள்ளியில் மாசிலாமணி என்ற ஆசிரியரும் இருந்தார். பி.எஸ். மணி என்பவர் பர்மா முழுமைக்குமான *Anglo Vernacular* பள்ளிகளின் தலைமை ஆய்வாளராக இருந்தார். ஒவ்வொரு பள்ளிக்கும் வருடத்தில் இரண்டு மூன்று முறை வருவார்.

முதல் வகுப்பிற்கு முன்னால் பாலர் பாடம் என்ற வகுப்பும் இருந்தது. சிலேட்டும் குச்சியும் கொண்டு போக வேண்டும். முதல் வகுப்பிலிருந்து பென்சில். மூன்றாம் வகுப்பிலிருந்து தொட்டெழுதுகிற மைப்பேனா. மைக்கூடையும் பேனாவையும் கொண்டு போக வேண்டும். Swan Ink என்கிற மை இங்கிலாந்தி லிருந்து வந்தது, *Quink* என்கிற மை அமெரிக்காவிலிருந்து வந்தது. ஒரு கூடு வாங்கினால் ஒரு வருடம் வரை வரும். ஆனால் அதெல்லாம் பள்ளிக்கூடப் பிள்ளைகளுக்கு வாங்கித் தர மாட்டார்கள். காலணாவுக்கு மைக்கட்டி வாங்கி அதைத் தண்ணீரில் கரைத்துக் கொள்வோம். அப்போது நல்ல பவுண்டன் பேனாவின் விலை இரண்டு ரூபாயிலிருந்து இரண்டரை ரூபாய் வரை இருக்கும். ஊரில் இரண்டு மூன்று பேரிடம் இருந்தால் அதிகம். எழுதுகிற வேலையும் குறைவாகத் தான் இருந்தது. அப்படி பவுண்டன் பேனா வைத்திருக்கிறவர் கள் அதை யாருக்கும் இரவல் கொடுக்க மாட்டார்கள். கடிகாரம், சைக்கிள் எல்லாமே அபூர்வமான பொருள்கள்தான். 40 ரூபாய் சைக்கிள் செல்வந்தர் வீடுகளில்தான் இருக்கும்.

நான் படித்த பள்ளியில் முதலில் தெலுங்கும் சொல்லிக் கொடுத்தார்கள். ஆந்திரப் பிள்ளைகளின் எண்ணிக்கை குறை வாக இருந்ததால், பிற்பாடு தெலுங்குப் பாடத்தை நிறுத்தி விட்டார்கள். அந்தப் பிள்ளைகளும் எங்களோடு சேர்ந்து தமிழ் படித்தார்கள். எனது வகுப்பில் முனியம்மா, காளியம்மா, ஸ்டெல்லா, புஷ்பா, முனியாண்டி, இப்ராஹிம், முத்துசாமி,

சோமு, வீரண்ணன், ஜமால், ாரியப்பன் என்று பலர் படித்தார்கள். நான் அந்த பள்ளியில் இறுதி வகுப்புவரை படித்தேன். பலரும் இரண்டாம் அல்லது மூன்றாம் வகுப்புடன் நிறுத்தி விட்டு எங்காவது வேலைக்குச் சென்றுவிடுவார்கள்.

தமிழில் செய்யுள், உரைநடை, இலக்கணம் போன்றவற்றுக்கு கா. நமசிவாய முதலியார் என்பவர் எழுதிய நூல்களைப் பாடமாக வைத்திருந்தார்கள். சாமுவேல் என்பவர் எழுதிய நூல்களைக் கணிதம் நிலநூல் போன்ற பாடங்களுக்கு வைத்திருந்தார்கள். சாமுவேல் – கணிதம், சாமுவேல் – நிலநூல் என்றே சொல்வார்கள். இந்தப் பாடநூல்கள் எல்லாம் தமிழ்நாட்டிலிருந்துதான் வந்தன.

ஆரம்பப் பள்ளியில் நான்கு வகுப்புகள். நான் பள்ளிக்கூடத்தில் தமிழ் படித்தது நான்காம் வகுப்புவரைதான். மேலே படிப்பதற்கு *Anglo-Vernacular Buddhist Mission School* என்ற பள்ளியில் சேர்ந்தேன். என்னை அவர்கள் ஐந்தாம் வகுப்பில் சேர்த்துக் கொள்ளவில்லை. பர்மீய மொழி படிக்காததால், மூன்றாம் வகுப்பில்தான் சேர்த்துக் கொண்டார்கள். எல்லாத் தமிழ்ப் பிள்ளைகளுக்கும் அப்படித்தான். என்றாலும் அப்போது தமிழ்ப் பிள்ளைகள் யாரும் தமிழ் படிக்காமல் நேரடியாகப் போய் மிஷனரிப் பள்ளிக்கூடங்களில் சேரமாட்டார்கள். இந்தப் பள்ளியில் தமிழ்ப் பாடம் இல்லை. பிற்பாடு நானாகத் தமிழ் படித்துக் கொண்டதுதான். அதனால்தான் என் தமிழறிவு அரைகுறையாக இருக்கிறது. புதிய பள்ளியில் ஆங்கிலமும் பர்மீய மொழியும் சொல்லித் தந்தார்கள். நான் பர்மீய மொழி பேசுவேன். எழுதப் படிக்கவும் தெரியும். ஆங்கிலமும் எழுத, படிக்க, பேச வரும்.

மிஷனரி பள்ளிக்கூடத்தில் மாதச் சம்பளம் ஒரு ரூபாய். பர்மீயப் பள்ளியில் செ யா ஏ, ஊ பாச் சோ போன்ற ஆசிரியர்களை மறக்க முடியாது. ஊ பாச் சோ சவுட்டானின் பெரிய அரிசி ஆலை உரிமையாளரின் மகன். அவர் வக்கீலுக்குப் படித்துவிட்டு ஆசிரியராக வேலை பார்த்தார். பிறகு வக்கீலாக இருந்து, நீதிபதியாகி, அட்டர்னி ஜெனரலாகவும் ஆனார்.

கிறிஸ்துவ மிஷனரிகளும் பல உயர்நிலைப் பள்ளிகளை நடத்தினார்கள். எங்கள் ஊரிலிருந்து 12 மைல் தூரத்தில் இருந்த சிரியம் என்கிற ஊரில் நடந்து வந்த கிறிஸ்துவ மிஷனரிப் பள்ளிக்கூடம், ஆங்கில வழிக்கல்விக்கு மிகவும் பிரபலமாக இருந்தது. மாதச் சம்பளம் ஆறு ரூபாய். பேருந்திலே போய் வருவதற்கு இன்னும் ஐந்து ரூபாய் செலவு வரும். எனது தமையனார் இந்தப் பள்ளியில்தான் படித்தார்.

பர்மாவில் இந்தியர்கள் பல பள்ளிகளை நிறுவினார்கள். இவை பெரும்பாலும் ஆங்கில வழிப் பள்ளிகள். இதில் சிதம்பர ரெட்டியார் உயர்நிலைப் பள்ளி மற்றும் ஹரிகிருஷ்ண பிள்ளை உயர்நிலைப் பள்ளி ஆகிய இரண்டும் பிரசித்தி பெற்றவை. ஆரம்பப் பள்ளிகளில் வெள்ளைச்சாமி மேஸ்திரி யின் பள்ளி பிரபலமாக இருந்தது.

இந்த மூன்று பள்ளிகளின் நிறுவனர்களைப் பற்றியும் கொஞ்சம் சொல்ல வேண்டும். பர்மாவின் ஆரம்பகாலப் பணக்காரர்களில் சிதம்பர ரெட்டியார் ஒருவர். கூலிக்கு ஆட்கள் தேவைப்படும் இடங்களில் அப்படி ஏற்பாடு செய்து கொடுக்கிறவர்கள் இருந்தார்கள். இலங்கையில் இவர்களைக் கங்காணி என்றும் பர்மாவில் மேஸ்திரி என்றும் அழைப்பார் கள். கப்பலில் சரக்குகளை ஏற்றவும் இறக்கவும் இவர்கள் கூலிகளை ஏற்பாடு செய்து கொடுத்தார்கள். இப்போதெல் லாம் நவீன பாரம் தூக்கிகள் வந்துவிட்டன. ஹாங்காங்கில் பார்த்தால் பெரிய பாரம் தூக்கிகள் கொள்கலன்களை கப்பல்களிலிருந்து இறக்குகின்றன. கொள்கலனில் உள்ள சரக்குகளை சிறிய பாரம் தூக்கிகள் தாமே இறக்கிச் சிலமணி நேரங்களில் வரிசையாக அடுக்கிவிடுகின்றன. அந்தக் காலத்தில் கொள்கலன்கள் இல்லை, மின்தூக்கிகளும் இல்லை. அது மின்சாரமே பல இடங்களில் வந்திராத சமயம். சாலை போட, ரயில் பாதை அமைக்க, கட்டிடங்கள் கட்ட என்று எல்லாத் துறைகளிலும் மனிதர்களின் உழைப்பு வேண்டியிருந்தது. இதன் காரணமாக கூலிகளை ஏற்பாடு செய்து கொடுக்கும் மேஸ்திரிகள் நல்ல வசதி படைத்தவர்களாக இருந்தார்கள். இவர்களில் சிலர் தங்கள் செல்வத்தை நல்ல காரியங்கள் செய்யப் பயன்படுத்தினார்கள். கோயில்கள், தர்மசாலைகள், பாடசாலைகள் போன்றவற்றைக் கட்டினார்கள். சிதம்பர ரெட்டியார் நிறுவிய உயர்நிலைப்பள்ளியும் வெள்ளைச்சாமி மேஸ்திரி நிறுவிய ஆரம்பப் பள்ளியும் ரங்கூன் நகரத்தில் பிரசித்தி பெற்றவை. ஹரிகிருஷ்ண பிள்ளை என்பவர், நாடகங் களில் ஈடுபாடு கொண்டவர். லைலா–மஜ்னு உருது நாடகத் தில் கவரப்பட்டு, ஹரிகிருஷ்ண பிள்ளை தியேட்டர்ஸ் ஆரம்பித் தார். பிற்பாடு அவர் தொடங்கியதுதான் ஹரிகிருஷ்ண பிள்ளை உயர்நிலைப் பள்ளி. 1930–இல் மதுரை ஒரிஜினல் பாய்ஸ் கம்பெனி நடிகராக எம்.ஜி.ஆர் பர்மா வந்திருந்தபோது, இந்த ஹரிகிருஷ்ண பிள்ளை ஹாலில்தான் அவர்களது நாடகம் நடந்தது.

ரங்கூனில் புகழ்பெற்ற மற்றுமொரு பள்ளி தமிழக முஸ்லிம் கள் நடத்திய சோலியா முஸ்லிம் உயர் நிலைப்பள்ளி. நகரத் தார்கள் நடத்திய செட்டியார் ரெசிடன்ஷியல் உயர்நிலைப்

பள்ளியும் பிரபலமாக இருந்தது. பிற்பாடு இதை அரசாங்கம் எடுத்துக் கொண்டு ஆசிரியப் பயிற்சிப் பள்ளியாக மாற்றி விட்டது.

பர்மீயர்கள் பின்னாளில்தான் ஆங்கில மொழியை கற்றுத் தரும் பள்ளிகளை உருவாக்கினார்கள். கிறிஸ்தவ மிஷனரி களின் பள்ளிக்கூடங்கள் மிகப் பிரபலமானவை. புனித பால் உயர்நிலைப் பள்ளியின் உயர்ந்த இரட்டைக் கோபுரங் களையும் மாதா கோயிலையும் இப்போதும் ரங்கூன் மத்திய நகரில் பார்க்கலாம். புனித சூசையப்பர், புனித அந்தோணியர், புனித கேபிரியல் முதலிய உயர்நிலைப் பள்ளிகள் தமிழும் ஆங்கிலமும் போதித்தன. ஆசிரியர்களில் தமிழகத்திலிருந்து வந்திருந்த கன்னியாஸ்திரிகள் கணிசமானவர்கள் இருந்தார் கள். ஆங்கிலம் கற்பிப்பதில் இந்தப் பள்ளிகள் சிறந்து விளங்கின.

நான் பள்ளிக்கூடம் போய்க் கொண்டிருந்த காலங்களில் பெரியவர்கள் என்னிடத்தில் பத்திரிகைகள் கொண்டு வந்து கொடுத்து படிக்கச் சொல்வார்கள். பலருக்கு படிக்க வராது அல்லது பொழுது சாய்ந்தால் கண் தெரியாது. நான் படிப் பேன். என் வயதையொத்த பிற மாணவர்களைக் கூப்பிடாமல் என்னைக் கூப்பிடுகிறார்களே என்பது எனக்குப் பெருமை யாக இருக்கும். சில சமயங்களில் நான் படித்துக் கொண் டிருக்கிறபோது கேட்டுக் கொண்டிருக்கிற பலரும் தூங்கி விடுவார்கள். எனக்கும் படிக்கிறபோது சில செய்திகள் மனதில் நன்றாகப் பதிந்து விடும். இதனாலெல்லாம் எனக்கு பத்திரிகை படிக்கிற ஆர்வம் மெல்ல வளர்ந்தது.

பர்மாவிலிருந்தே பல தமிழ் மொழிப் பத்திரிகைகள் வெளி வந்தன. பர்மாவின் பத்திரிக்கை ஆசிரியர்களுள் வெங்களத்தூர் சாமிநாத சர்மா குறிப்பிடத்தக்க ஒருவர். அவரைப் பற்றி பலருக்கும் நினைவுக்கு வராது. எழுத்தாளர்களைப் பற்றி பேசும் போது கூட இந்தியாவிலே எண்ணற்றபேர் இருக்கிறார் கள். அதனால் வெளிநாட்டில் இருக்கின்ற யாரோ ஒருவர் அல்லது இருவரைப் பற்றி அதிகம் பேசமாட்டார்கள். வெங்களத்தூர் சாமிநாத சர்மா ‘ஜோதி’ என்று ஒரு மாசிகை– மாதம் ஒரு சஞ்சிகை – வெளியிட்டார். அந்த சஞ்சிகையில் கதை, கட்டுரை, கற்பனை போன்றவை அதிகமாக இராது. அதில் பெரும்பகுதி வரலாற்றுக் கட்டுரைகளாக இருக்கும். சிறப்புமிக்க தலைவர்களுடைய வரலாறு, நாட்டு வரலாறு என்றிருக்கும். ‘ஜோதி’யிலிருந்து மாதம் ஒருமுறை நூல் ஒன்றும் வெளிவரும். சின்னச் சின்ன நூல்களாக, மாதத்தில் ஒன்றோ, இரண்டோ வெளிவரும். தாமஸ் ஆல்வா எடிசன், ஐசக் நியூட்டன் போன்ற விஞ்ஞானிகள், ஹிட்லர், முஸோலினி

போன்ற சர்வாதிகாரிகள், இங்கர்சால் போன்ற அறிஞர்களின் வரலாறு இருக்கும். இன்னும் உலக வரலாற்றில் இடம் பிடித்த தலைவர்கள், புரட்சியாளர்களின் வரலாற்றை எளிய தமிழில் தந்துவிடுவார். ஆனால் அதை எவ்வளவு பேர் வாங்கிப் படித்து, தாங்களும் அனுபவித்து, மற்றவர்களுக்கும் சொல்லு வார்கள் என்று பார்த்தால், அது மிகவும் குறைவாகத்தான் இருக்கும்.

தமிழர்களுக்காக இரண்டு நாளேடுகள் வந்தன. ஒன்று "சுதேச பரிபாலினி" – 1904இல் ஆரம்பித்தது. ஆசிரியர் புரசை ஏகாம்பர முதலியார். இன்னொரு பத்திரிக்கை "பர்மா நாடு" – 1911இல் ஆரம்பித்தது. அதன் ஆசிரியர் வி.ஹெச்.டேவிட். 1941இல் இரண்டாவது உலகப் போரின்போது, ஜப்பானியர் கள் ஆக்கிரமிப்பிற்குப் பிறகு, பர்மாவில் இருப்பது பாதுகாப்பு இல்லை என்று கருதி எல்லாவற்றையும் விட்டுவிட்டுப் போன வர்களில் இந்த இரண்டு ஆசிரியர்களும் இந்தியா சென்று விட்டனர். பிற்பாடு "ரசிக ரஞ்சனி" எனும் தினசரி மிகப் பிரபலமானது. இதன் ஆசிரியர்கள் – பொன்னையா பிள்ளை யும் எஸ்.பி. இரத்தினம் என்பவரும். "தொண்டன்" தினசரியின் ஆசிரியர் எம்.கே.எம். இப்ராஹிம். "உதய சூரியன்" நாளேட்டின் ஆசிரியர் அறிஞர் கரீம்கனி. "புரட்சி" இதழின் ஆசிரியர்கள் எஸ். ராஜகோபால் மற்றும் எஸ்.பி. ரத்தினம். இப்படித் தமிழ் ஏடுகள் நிறைய இருந்தன.

இன்னொரு தமிழ்ப் பத்திரிக்கை "தன வணிகன்". இதை நடத்தியது ஏ.கே. செட்டியார். இதில் கப்பலில் சரக்கு ஏற்றும் நேரம், நதிப் போக்குவரத்தில் கப்பல்கள் புறப்படும்– வந்துசேரும் விவரங்கள், ரயில் கால அட்டவணை, வங்கி வட்டி, நடப்பு வட்டி போன்ற தகவல்கள் மட்டும் இருக்கும். வேறு செய்திகள் இராது. செட்டியார்கள் எல்லோரும் சந்தா கட்டி இருப்பார்கள். இதைப் படிப்பவர்கள் குறைவு. இதில் அவர் ஆசிரியராக இருந்தபோது, 1939இல் ஜப்பான் சென்று வந்து "ஜப்பான்" என்ற நூல் எழுதினார். இந்த நூலைப் படித்தால் ஜப்பானியர் மேல் பெரும் மதிப்பு ஏற்படும். ஏ.கே.செட்டியார் அமெரிக்கா சென்று வந்தபின், "உலகம் சுற்றும் தமிழன்" என்ற நூலை எழுதினார். யுத்த சமயத்தில் அவரும் இந்தியா திரும்பினார். பிஜி தீவுகளுக்குச் சென்றார். திருமணம் செய்து கொள்ளவில்லை.

ஏ.கே.செட்டியார் பர்மாவிலிருந்து போன பிற்பாடு 'காந்தி' என்ற செய்திப்படம் எடுத்தார். ரங்கூனிலும் வெளியிட்டார் கள். நான் போய்ப் பார்த்தேன். அபாரமான படம். பிரபல நாவலாசிரியை வை.மு. கோதைநாயகி அம்மாள் பின்னணி

பேசியிருந்தார். டி.கே.பட்டம்மாள் பாடும் 'ஆடு ராட்டே சுழன்றாடு ராட்டே' என்ற பாடல் காட்சியின்போது நூற்றுக் கணக்கான ராட்டைகள் வரும். காந்தியடிகள் தண்டி யாத்திரை போகிறபோது நாமும் கூடப் போவதுபோல் இருக் கும். ஆனால், என்ன துரதிருஷ்டம் பாருங்கள். ரங்கூனில் மூன்று நாட்களுக்கு திரையரங்கைப் பதிவு செய்திருந்தார்கள். கூட்டம் குறைவாக இருந்ததால், முதல் நாளோடு பெட்டியைத் திருப்பி அனுப்பி விட்டார்கள்.

ஐந்தாறு வருடங்கள் இருக்கும், ஒரு பத்திரிக்கையில் ஏ.கே.செட்டியாருடைய புகைப்படம் வேண்டும் என்று ஒரு விளம்பரம் வந்தது. பல பத்திரிக்கைகள் நடத்தியவர், புத்தகங்கள் எழுதியவர், காந்தி செய்திப் படம் எடுத்தவர், தன்னுடைய படத்தை வெளியிட்டுக் கொள்ளவில்லை. உலக வரலாற்றில் பலர் பல்வேறு வழிகளில் தொண்டு செய்திருக் கிறார்கள். அநேகர் விளம்பரம் இல்லாமல் மறைந்துவிட் டார்கள், ஏ.கே.செட்டியாரைப் போல.

இந்தியாவிலிருந்தும் பல சஞ்சிகைகள் வந்தன. ரங்கூனில் இருந்த 'நவீன கதா புத்தகசாலை', இந்த சஞ்சிகைகள் பலவற்றுக் கும் ஏஜென்ஸி எடுத்திருந்தது. தஞ்சை மாவட்டம் வலங்கை மானைச் சேர்ந்த இஸிம் ஷா என்பவர் இதை நடத்தி வந்தார். ஆனந்த விகடன் அப்போது மாதம் ஒருமுறை வந்தது. 1930இல் எஸ்.எஸ். வாசன் ஆனந்த விகடன் நடத்துகிற அதே காலத்தில் இன்னும் இரண்டு சஞ்சிகைகள் வந்தன. ஒன்று: டாக்டர் வே. மாசிலாமணி முதலியார் நடத்திய 'தமிழரசு' – மாதம் ஒருமுறை வரும். இதில் அவருடைய மருந்துகள் பற்றிய விளம்பரங்கள் போக, சிறுகதைகள் வரும். இன்னொன்று: ஆரணி குப்புசாமி முதலியார் நடத்திய 'ஆனந்த போதினி'. வை.மு.கோதைநாயகி அம்மாளின் 'ஜகன் மோகினி'யும் அப்போது பிரபலமாக இருந்தது. செய்யூர் சாரதாமணி அம்மாள் நடத்திய 'மனோரஞ்சனி' என்ற சஞ்சிகையும் அப்போது வந்து கொண்டிருந்தது. அது ஜகன்மோகினி அளவிற்குப் பிரபலம் இல்லை.

அதற்குப் பிறகு, கி.வா.ஜெகன்னாதனின் 'கலைமக'ளில் ஆரம்பித்து, பல சஞ்சிகைகள் இந்தியாவிலிருந்து ரங்கூனுக்கு வந்துவிடும். அதே விலையில் கிடைக்கும். அதாவது இந்தியா வில் ஓரணா என்றால் ரங்கூனிலேயும் ஓரணா. இந்தியாவில் இரண்டணா என்றால் ரங்கூனிலும் இரண்டணா. முகவர் கமிஷன் அவர்களுக்குத் தனியாகக் கொடுத்து விடுவார்கள். இந்தியாவில் ஞாயிற்றுக்கிழமை வெளியாகும் சஞ்சிகைகள் ரங்கூனில் செவ்வாய்க் கிழமை வாசகர்களுடைய கையில்

இருக்கும். காரணம் அவர்கள் வியாழக்கிழமையே கப்பலில் சேர்த்து விடுவார்கள், வெள்ளிக்கிழமை புறப்படுகின்ற கப்பலில் வந்துவிடும்.

பத்திரிக்கைகளைப் படிப்பது போலவே எனக்கு நாடகங் களைப் பார்ப்பதிலும் ஆர்வம் இருந்தது. இந்த ஆர்வத்திற்குக் காரணம் என் தகப்பனார்தான்.

4

கலை

என் தகப்பனாருக்கு நாடகங்களில் மிகுந்த ஈடுபாடு இருந்தது. உறவினர் ஒருவருடன் சேர்ந்து பிரபலமான நாடகக் குழுக்களை இந்தியாவிலிருந்து வரவழைத்து நாடகங்கள் நடத்தினார். முதலில் டி.பி. ராஜலெட்சுமி – கே.பி. மைதீன் சாகிப் குழுவினரை அழைத்து வந்து 12 நாடகங்கள் நடத்தினார். இவர்கள் இருவரும் அந்தக் காலத்தில் எஸ்.ஜி. கிட்டப்பா – கே.பி. சுந்தராம்பாள் ஜோடிக்கு இணையாகப் பேசப்பட்டவர்கள். இந்த 12 நாடகங்களும் வெற்றிகரமாக நடந்தன. கலைஞர்களுக்கும் என் தகப்பனாருக்கும் நல்ல பெயர் கிடைத்தது. நாடகம் முடிந்து பல வருடங்களுக்குப் பிறகுகூட, பல செட்டியார்கள் “மைதீன் சாகிப் முருகனாக மேடையில் வந்து நின்றதும், நாங்கள் எழுந்து நின்று கும்பிடுவோம். தெய்வாம்சம் பொருந்தியவர்” என்று சொல்லியிருக்கிறார்கள்.

கே.பி. மைதீன் சாகிப் இந்த 12 நாடகங்களில் நடித்துவிட்டு ரங்கூனிலிருந்து சென்னை போனவர். அங்கே திடீரெனக் காலமாகி விட்டார். டி.பி ராஜலெட்சுமி பிற்பாடு திரைப்படங்களில் பிரபலமானார். ‘காளிதாஸ்’ படம் கேள்விப்பட்டிருப்பீர்கள். தமிழின் முதல் பேசும் படம். 1931இல் வந்தது. டி.பி. ராஜலெட்சுமிதான் இந்தப் படத்தின் கதாநாயகி. பிறகு ராஜலெட்சுமியே கதை–வசனம் எழுதி, இயக்கி, தயாரித்து நடிக்கவும் செய்த படம்தான் ‘மிஸ் கமலா’. அவர் நடித்த ‘மதுரை

வீரன்', எம்.ஜி.ஆரின் 'மதுரை வீர'னுக்குப் பல வருடங்கள் முன்னால் வந்த படம். இந்தப் படத்தில் வி.ஏ. செல்லப்பா ஐயர் கதாநாயகனாக நடித்தார். ராஜலெட்சுமி–செல்லப்பா ஜோடி நடித்த இன்னொரு பிரபலமான படம் 'கோவலன்'. 1935இல் ஐந்தாம் ஜார்ஜ் அரசரின் வெள்ளி விழாவின்போது, பள்ளிகளுக்கு விடுமுறை விட்டார்கள். அப்போது இந்தப் படத்தைப் பார்த்தேன். நான் பார்த்த முதல் பேசும் படம் 'கோவலன்'தான்.

டி.பி. ராஜலெட்சுமி – கே.பி. மைதீன் சாகிப் நாடகங்களால் பேரும் லாபமும் அடைந்த என் தகப்பனார், தொடர்ந்து எஸ்.ஜி. கிட்டப்பா – கே.பி. சுந்தராம்பாள் குழுவினரை ரங்கூன் அழைத்துக் கொண்டு வந்து நாடகங்கள் நடத்தினார். ரங்கூனில் நடந்த இவர்களது 'வள்ளித் திருமணம்' நாடகம் வெகு சிறப்பானது. ஏனென்றால், இதில் கே.பி. சுந்தராம்பாள் முருகனாகவும் எஸ்.ஜி.கிட்டப்பா வள்ளியாகவும் நடித்தனர். 'எஸ்.ஜி. கிட்டப்பாவால் மட்டுமே கே.பி. சுந்தராம்பாளைப் போல பாட முடியும்' என்று என் தகப்பனார் அடிக்கடி சொல்லுவார்.

பிற்பாடு கிட்டப்பா – சுந்தரம்பாள் ஜோடி, கன்னையா அண்ட் கம்பெனி என்ற நாடகக் குழுவைத் தொடங்கினார்கள். அவர்களாகவே ஏற்பாடு செய்துகொண்டு பர்மா வந்தார்கள். 'தசாவதாரம்' நாடகத்தை நடத்தினார்கள். நாடகம் பெரும் வரவேற்பைப் பெற்றது. இந்தப் பயணத்தை முடித்துக் கொண்டு, இந்தியா திரும்பிய கிட்டப்பா சில தினங்களில் காலமாகிவிட்டார். கே.பி. மைதீன் சாகிப்பும் எஸ்.ஜி. கிட்டப்பாவும் காலமானதற்கு பர்மாவில் ஏற்பட்ட கண் திருஷ்டிதான் காரணம் என்று என் தகப்பனார் சொல்லுவார்.

எஸ்.ஜி. கிட்டப்பா – கே.பி. சுந்தராம்பாள், டி.பி. ராஜலெட்சுமி – கே.பி. மைதீன்சாகிப் ஜோடிகளைத் தொடர்ந்து எம்.எஸ். விஜயாள்– பி.எஸ். கோவிந்தன் ஜோடியும் வந்து நாடகங்கள் நடத்தினார்கள். நல்ல வரவேற்பு இருந்தது. எம்.கே. தியாகராஜ பாகவதர் தனியாக வந்தார். சிதம்பரம் ஜெயராமனும் தனியாக வந்தார். இவரைக் 'கிட்டப்பா அவதார ஜெயராமன்' என்று குறிப்பிடுவார்கள்.

நாடகங்களைப் பார்ப்பதோடு, அதில் வரும் பாடல்களைக் கேட்பதிலும் எங்களுக்கு ஆர்வமிருந்தது. எங்கள் வீட்டில் கிராமபோன் பெட்டி இருந்தது. 1930களில் கிராமபோன் பெட்டி வைத்திருப்பவர்களை மக்கள் செல்வந்தர்கள் என்று கருதுவார்கள். கிராமபோன்கூட வாங்கிவிடலாம், எல்.பி. ரெகார்டுகள் வாங்குவது சிரமம். ஒரு ரெகார்டின்

விலை இரண்டேகால் ரூபாய். அதுவும் ரங்கூனில் மட்டும்தான் கிடைக்கும். எங்கள் வீட்டுக்கு முதன் முதலில் என் தகப்பனார் வாங்கி வந்த இசைத் தட்டின் ஒரு பக்கத்தில் 'பண்டித மோதிலால் நேருவைப் பறிகொடுத்தோமே, பறிகொடுத்தோமே நெஞ்சம் பறிதவித்தோமே' என்ற பாட்டு இருக்கும். கேபி. சுந்தராம் பாள் பாடியது. இந்தப் பாடலை அந்தக் காலத்தில் கேட்காத தமிழர்களே இருந்திருக்க முடியாது. இசைத் தட்டின் மறுபக்கம் 'திருச்செந்தூர் வேலாயுதனே' என்ற பாட்டு இருக்கும்.

அப்போது, சாம்பசிவம் என்று ஒரு சப்–இன்ஸ்பெக்டர் இருந்தார். சாம்பசிவம் என்று பர்மிய மொழியில் எழுத முடியாது. சம்பா என்றுதான் எழுதுவார்கள்; கூப்பிடுவார்கள். அவர் வேலை முடிந்ததும் மாலை நேரங்களில் எங்கள் வீட்டிற்கு வருவார். என்னிடத்தில் 'டி.என். மாணிக்கத்தோட ரெக்கார்டைப் போடு' என்பார். டி.என். மாணிக்கம் அந்தக் காலத்தில் பிரபல மான பாடகி. என் தகப்பானாரும் சாம்பசிவமும் பாட்டைச் சிலாகித்து பேசிக் கொண்டிருப்பார்கள். நாங்கள் இவர்களது பேச்சைக் கேட்டுக்கொண்டே வீட்டுப் பாடங்களைச் செய்வோம்.

நாடகங்களில் வரும் பாட்டுகளும் வசனங்களும் அடங்கிய ரெக்கார்டுகளையும் கிராமபோனில் போட்டுக் கேட்போம். முதன் முதலில் சென்னையிலிருந்த சரஸ்வதி ஸ்டோர்ஸ், கோவலன் நாடகத்தை பத்து ரெக்கார்டுகளாக வெளியிட் டார்கள். இதன் விலை 25 அல்லது 30 ரூபாய் இருக்கும். எல்லோரும் வாங்கிவிட முடியாது. நாங்கள் தெரிந்தவர் களிடம் இரவல் வாங்கிக் கேட்போம். அதிக விலை கொடுத்து இந்தத் தொகுப்புகளை நிறையப் பேர் வாங்காததால், பிற்பாடு இந்த நாடகங்களைச் சுருக்கி, நான்கைந்து ரெக்கார்டுகளாக வெளியிட்டார்கள். இவற்றில் பலவற்றை வீட்டில் வாங்கி வைத்திருந்தோம்.

சரஸ்வதி ஸ்டோர் வெளியிட்ட ரெக்கார்டுகளில் என்.பி. அப்துல்காதர் என்பவர் பாடி, நடித்த நாடகங்கள் எங்களை மிகவும் கவர்ந்தன. இவர் சுருதி பிசகாமல் பாடு வார், உச்சரிப்புச் சுத்தமாக வசனம் பேசுவார். இவரது நாடகங்களில் எல்லாம் இவர்தான் ராஜபார்ட். கோவலன் நாடகத்தில் கோவலன், பாமா விஜயத்தில் கிருஷ்ணன், தூக்கு தூக்கியில் பைத்தியக்காரன். அப்போது விஸ்வநாத தாஸ் என்று ஒரு அபாரமான நடிகர் இருந்தார். 'விஸ்வநாத தாஸைப் போல கோவலன் வசனங்களைப் பேசக்கூடியவர் அப்துல்காதர் மட்டும்தான்' என்று என் தகப்பனார் அடிக்கடி சிலாகிப்பார். சரஸ்வதி ஸ்டோர் வெளியிட்ட அப்துல்காதரின் வேறு மூன்று ரெகார்டுகளும் எங்கள் வீட்டில் இருந்தன.

அவை: முகமது நபியின் வரலாறு, முகமது நபியின் இறுதி உபதேசம் மற்றும் நாகூர் ஆண்டவர் வரலாறு. நல்ல தமிழில், நல்ல குரலில் பாட்டும் பேச்சும் கேட்பதற்கு நிறைவாக இருக்கும்.

எங்கள் ஊரில் நடக்கும் எல்லா நாடகங்களையும் பார்ப்போம். வள்ளி திருமணம், கோவலன், பவளக்கொடி, அல்லி அர்ஜுனா, அரிச்சந்திரா, சதாரம், அதிரூப அமராவதி என்று நிறைய நாடகங்கள். இதில் சதாரம், அதிரூப அமராவதி போன்ற நாடகங்களை எல்லோரும் ரசிக்க மாட்டார்கள். படிப்பறிவு இல்லாத கிராமத்து மக்கள் இந்த நாடகங்களை விரும்பிப் பார்ப்பார்கள். பல நாடகங்களில் இடம் பெறும் பாடல்கள் சங்கரதாஸ் சுவாமிகள் எழுதியதாக இருக்கும். பாட்டின் இறுதியில் 'சங்கரன்' என்று முத்திரையோடு முடித்திருப்பார்.

கோவலன் நாடகத்தில் மாதவியை தாசியாகச் சித்தரித் திருப்பார்கள். 'மாலையொன்று கையிற்கொண்டு சுழற்றி இம்மண்டபத்தில் நின்று வீசிடுவேன்', என்று மாதவி பாடுவாள். மாதவி வீசும் மாலை கோவலன் கழுத்தில் விழும். மாதவி யுடன் போன கோவலன் அவளிடம் மையல் கொண்டு அங்கேயே இருந்து விடுவான். பெரிய பணக்காரருக்கு வைப்பாட்டியாக இருக்கும் தன் மகளுக்கு நல்ல நகைகள் இல்லை என்று பக்கத்து வீட்டுக்காரர்கள் பேசுவதாக மாதவி யின் தாயார் கோவலனிடம் சொல்வார். கோவலன் உடனே தனது தகப்பனார் மாசாத்துவன் செட்டியாரிடம் பன்னி ரெண்டு கப்பல்களில் தங்கக் கட்டிகள் அனுப்பி வைக்குமாறு சொல்லி அனுப்புவான். பன்னிரெண்டு கப்பல்களில் பூம்புகா ருக்கு தங்கக் கட்டிகள் வந்து சேரும். அதைக் கொண்டு நகை செய்வதற்குப் பொற்கொல்லர்கள் மட்டுமல்லாமல் சம்மட்டி அடிக்கிற கொல்லர்களெல்லாம் வீட்டிற்கு வந்து விட்டார்கள் என்று நாடகத்தில் நகைச்சுவையாகக் கூறுவார்கள்.

கோவலன், கண்ணகியைப் பார்க்காமல் பன்னிரெண்டு வருடங்கள் மாதவியுடனேயே இருந்து விடுவான். கண்ணகிக்கு உடல் நிலை சுகமில்லை என்று செய்தி வரும். மாதவி விடை கொடுக்க மாட்டாள். அவளது மாமா சொல்லிக் கொடுத்த படி, 'நீர் போக வேண்டுமானால் உம்மைப் போல் ஒரு தங்கப் பதுமை வேண்டும்' என்று கேட்பாள். கோவலன் கண்ணகியை மனதில் நினைத்துக் கடவுளை வேண்டுவான். தங்கப்பதுமை வரும். அதைக் கொடுத்தவுடன், 'வெற்றுப் பதுமையும் எதற்கு? விளையாடத் தகும் சிறுவர்க்கு! அதற்கு நீர் கற்றதைப் போல் பேச ஆக்கு!' என்பாள். கோவலன்

மீண்டும் கடவுளை வேண்டுவான். தங்கப்பதுமை பேசும். மாதவி கடைசியாகக் கோவலனை அனுப்பி வைப்பாள். கோவலன் சென்ற சற்று நேரத்தில் தங்கப்பதுமை எரிந்து போகும். மாதவி வயிற்றில் அடித்துக்கொண்டு அழுவாள். மாதவியின் மாமா பாதி வழியில் சென்று கொண்டிருந்த கோவலனிடம் சென்று, தோட்டத்தில் பூப்பறிக்கச் சென்ற மாதவியை நாகம் கடித்து அவள் சாகக் கிடப்பதாகச் சொல்லி கோவலனைத் திரும்ப அழைத்து வருவார். அங்கு மாதவி உயிரோடு இருப்பதைக் கண்டதும், 'ஏன் இப்படிச் செய்தாய்?' என்று கோவலன் கேட்பான். 'நீங்கள் கொடுத்து விட்டுச் சென்ற தங்கப்பதுமை எரிந்துவிட்டது. அதனால் கண்ணகியைப் பார்க்கச் செல்லக் கூடாது' என்பாள் மாதவி. 'சரி, உனக்கு என்ன வேண்டும்?' என்று கோவலன் கேட்ட பான். மாதவி 'கடுக்கண் மோதிரம் காப்பு முதல் ஆபரண மெல்லாம்' கழற்றிக் கொடுக்கச் சொல்லிவிட்டு, பத்து லட்சம் பொன்னும் கேட்பாள். கோவலன் வீட்டுக்குப் போய்த் தருவதாக சத்தியம் செய்வான். 'ஈஸ்வரன் மேல் ஆணை, இல்லால் விடமாட்டேன்' என்று பாடுவாள் மாதவி. 'ஈஸ்வரன் மேல் ஆணை, கடனைத் திருப்பிக் கொடுக்கும் வரை சாப்பிட மாட்டேன்' என்று சத்தியம் செய்துவிட்டுச் செல்வான் கோவலன்.

சொன்னதுபோல் கண்ணகி வீட்டில் சாப்பிட மாட் டான். 'நீங்கள் சாப்பிடாமல் இருக்கலாமா' என்று கண்ணகி அழுதுகொண்டே கேட்பாள். 'ஐயோ நீவிர் துக்கம் கொண் டால், அடியாள் நான் சகிப்பேனா, அவரவர் செய்த வினை' என்று பாடுவாள். 'மாதவிக்கு கடன் பாக்கி இருக்கிறது அதைக் கொடுத்தவுடன்தான் சாப்பிடுவேன்' என்று சொல்லிச் சாப்பிட மறுப்பான் கோவலன். 'தாசிக்குச் செய்து கொடுத்த சத்தியத்தைப் பொருட்படுத்த வேண்டாம் அதை விட்டு விடுங்கள்' என்பாள் கண்ணகி. கோவலன் கொடுத்த சத்தி யத்தை விடமாட்டான். 'சத்தியம் தவறினோர்க்கு தரணியில் பெருமையுண்டோ, சித்தியும் பெறுவதுண்டோ, சிவனருள் வருவதுண்டோ' என்று பாடுவான். கடனை அடைப்பதற் காகக் கண்ணகியிடம் இருக்கும் சிலம்பைத் தருவாள். மதுரைக்குப் போய்ச் சிலம்பை விற்கலாம் என்று கோவலன் சொல்வான். 'அரசன் பொல்லாதவன், மதுரைக்குப் போக வேண்டாம்' என்பாள் கண்ணகி. 'மாயவரம் கும்பகோணம் தஞ்சாவூரில் வாங்குவோர்தான் இல்லையா?' என்று கேட்பாள். 'அங்கு தெரிந்தவர்கள் இருப்பார்கள். தெரிந்தால் அவமான மாக இருக்கும்' என்பான். ஊழ்வினை அவர்களை மதுரைக்குக் கொண்டு செல்கிறது.

ஆக, கோவலன் நாடகத்தின் கதை சிலப்பதிகாரக் கதையாக இராது. டி.பி. ராஜலட்சுமியும் செல்லப்ப ஐயரும் நடித்து வெளியான 'கோவலன்' படத்திலும்கூட நாடக வசனங்களும் பாடல்களுமே பெரும்பாலும் இடம் பெற்றன. சில வருடங்களுக்குப் பிறகு பி.யு. சின்னப்பா – கண்ணாம்பா நடித்து வெளியான 'கண்ணகி' பெரிய வெற்றிப் படம். இதில் மாதவியின் பாத்திரம் ஓரளவு சிலப்பதிகாரக் கதைக்கு நெருக்கமாக இருக்கும்.

சத்தியவான் சாவித்திரி நாடகமும் திரைப்படமாக வந்தது. சாவித்திரியை சிங்கம் துரத்தும்போது, சத்தியவான் காப்பாற்று வான். அப்போதுதான் ஒருவரை ஒருவர் யார் என்று தெரிந்து கொள்வார்கள். அந்த நேரத்தில், சத்தியவான் வெளியே போயி ருப்பது தெரிந்து, அவனுடைய தகப்பனாரின் ராஜ்ஜியத்தை இன்னொரு மன்னன் அபகரித்துவிடுவான். சத்தியவானின் தந்தையை கண்களைக் குத்திக் காட்டில் விட்டு விடுவான். பெற்றோர்களைக் காப்பாற்ற வேண்டும், அந்நியனிடமிருந்து ராஜ்ஜியத்தைக் கைப்பற்றவேண்டும் என்ற பொறுப்புகள் சத்தியவானுக்கு வந்துவிடும். ராஜ்ஜியத்தைக் கைப்பற்றிய பின், சாவித்திரியையும் திருமணம் செய்துகொள்ளப் போகும் நேரத்தில், நாரதர் வந்து சொல்வார். 'இன்னும் ஒரு வருடத்துக் குள் சத்தியவான் போய்விடுவான்.'

ஆயுள் அவனுக்கு இன்னும் ஓராண்டு
அப்புறம் ஐயோ போவான் அவன் மாண்டு

என்று பாடுவார். நாரதராக எம்.எஸ். சுப்புலட்சுமி நடித்திருந் தார். சாவித்திரியாக ஷாந்தா ஆப்தே என்று ஒரு மராத்திப் பெண் நடித்திருந்தார். திரைப்படத்திலும் சங்கரதாஸ் சுவாமி களின் வசனமும் பாடல்களும்தான் இடம் பெற்றன.

அல்லி அர்ஜுனா இன்னொரு பிரபலமான நாடகம். 'அர்ஜுனா உனக்கிது தகுமா' என்று கிருஷ்ணன் பாடுகிற பாடல் தெரியாதவர்கள் அந்தக் காலத்தில் கிடையாது. இந்தப் பாடல்கள் எல்லாமே சங்கரதாஸ் சுவாமிகள் எழுதியவை.

அப்போது பிள்ளைகளுக்கும் நாடகம் சொல்லிக் கொடுப் பார்கள். பையன்களுக்கு வசனம், பாடல் எல்லாம் எழுதிக் கொடுத்து பாடம் பண்ணச் சொல்வார்கள். பையன்களுக்குத் தான் பெண் வேஷம் போடுவது. பெண் பிள்ளைகள் அந்தக் காலத்தில் நடிக்க வரமாட்டார்கள். என் கூடப் படித்த முருகப்பன் என்ற பையனுக்கு வள்ளியாக வேஷம் கட்டினார் கள். அசல் வள்ளி தோற்றாள்! இரத்தின வேலு என்பவனுக் கும் பெண் வேஷம் ரொம்பப் பொருத்தமாக இருக்கும்.

ஆர்மோனியம், தபேலா எல்லாம் கற்றுக் கொடுப்பார்கள். இந்தப் பயிற்சி ஒரு மாதத்திற்கு மேல், சமயங்களில் இரண்டு மாதம் நீடிக்கும். இந்தச் சமயங்களில் ஊரில் எல்லோரும் நாடகத்தைப் பற்றியே பேசிக்கொண்டிருப்பார்கள்.

நாடகங்களிலிருந்து திரைப்படங்கள் வந்ததால், நாடகங் களைப் போலவே திரைப்படங்களிலும் பாடல்கள் அதிகமாக இருந்தன. 1935இல் வந்த 'பக்த நந்தனார்' படம் நன்றாக ஓடியது. எஸ்.ஜி. கிட்டப்பா காலமானதும், நாடகங்களிலும் திரைப்படங்களிலும் நடிக்காமல் ஒதுங்கியிருந்த கே.பி. சுந்தராம் பாளை வற்புறுத்தி இதில் நடிக்க வைத்தார்கள். நந்தனார் கதாபாத்திரம், யாரையும் தொட்டு நடிக்க வேண்டியதில்லை என்று சொல்லி ஒப்புக்கொள்ளச் செய்தார்கள்.

நந்தனார் அவரது ஆண்டை ஐயரிடம் போய்,

> தில்லையம்பலம் என்று ஒரு பதி இருக்குதாம்
> மார்கழி மாதம் திருவாதிரை
> போய் வருகவென்று உத்தாரம் தாருமையா

என்று கேட்பார். அதற்கு ஆண்டை,

> மாடு தின்னும் புலையா
> உனக்கு ஏதடா மார்கழித் திருநாள்

என்று கேட்பார். பிறகு,

> நாற்பது வேலி நிலம்
> நடவு நட்டாக வேண்டும்

என்று நிபந்தனை போடுவார். நாற்பது வேலி நிலத்தை ஒரு இரவுக்குள் எப்படி நடுவது? நந்தனார் குடிசைக்குப் போய் தூங்கிவிடுவார். சிவபெருமான் இரவோடு இரவாக மழை பொழிய வைத்து, நடவும் நட்டு முடித்து விடுவார். காலையில் வயலுக்குப் போய் பார்த்த ஆண்டை அதிர்ச்சியடைவார். நந்தனாருக்கு இறையருள் இருக்கிறது என்று புரிந்து, அவர் காலில் போய் விழுவார். ஆண்டையாக நடித்தவர் மகாராஜ புரம் விஸ்வநாத ஐயர். பெரிய சங்கீத மேதை.

ஆண்டையின் அனுமதியோடு தில்லையம்பலம் வருவார் நந்தனார். ஆனால் கோயிலுக்குள் போக முடியாது. வெளியே யிருந்து தரிசிக்கலாம் என்றால் நந்தி மறைக்கிறது.

> பாவிப் பறையன்– இந்த ஊரில்
> வந்தும் பாவம் தீரேனோ
> உந்தன் பதத்தில் சேரேனோ
> மாடுவழி மறைத்திருக்குதே – மலை போலே
> ஒரு மாடு படுத்திருக்குதே

என்று உருக்கமாகப் பாடுவார். பின்னாளில் தண்டபாணி தேசிகர் நந்தனாராய் நடித்து ஒரு படம் வந்தது.

அந்தக் காலத்தில் சென்னை போன்ற நகரங்களில் கூட, நாடகங்களுக்கு இரண்டு ரூபாய், மூன்று ரூபாய் டிக்கெட் வைத்து விற்க முடியாது. ஆகவே கலைஞர்கள் மலேசியா, இலங்கை, பர்மா போன்ற கிழக்காசிய நாடுகளுக்குச் சென்றால்தான் பொருளீட்ட முடியும், புகழடையவும் முடியும். இரண்டு பிரபலமான குழுக்களை வரவழைத்து வெற்றிகரமாக நாடகங்களை நடத்தியதால், என் தகப்பனாரின் நாடக ஈடுபாடு அதிகமாகியது. அவர் புலவர் பாண்டிய தாஸ் என்பவரை வைத்துக் கொண்டு சவுட்டானில் சொந்தமாக ஒரு நாடகக் கம்பெனியைத் தொடங்கினார். அந்தக் காலத்தில் நாடகக் கலைஞர்கள், கவிஞர்கள், பாடகர்கள் எல்லோரும் பெயருக்குப் பின்னால் ‘தாஸ்’ என்று வைத்துக் கொள்வார்கள். மதுரகவி பாஸ்கரதாஸ், லட்சுமணதாஸ், திரவியதாஸ், கருப்பையாதாஸ், மஞ்சுகோதாஸ், விஸ்வநாத தாஸ் போன்ற பாடலாசிரியர்கள் மற்றும் கலைஞர்களின் பெயர்கள் நாடக ரசிகர்களிடையே பிரபலமானவை. பாரதி தாசன், கம்பதாசன், கண்ணதாசன் போன்ற கவிஞர்கள் பின்னால் வந்தவர்கள்.

என் தந்தையாரின் நாடகக் கம்பெனியின் கதாசிரியரும் பாடலாசிரியருமான பாண்டியதாஸ், நாடகத்திற்கு மட்டுமில்லாமல் தனியாகவும் பாட்டெழுதுவார். அந்தக் காலத்தில் புலவர்கள் அப்போதைய நாட்டு நடப்பு, கொலை, கொள்ளை, விபத்து போன்ற சம்பவங்களைப் பற்றிப் பாட்டெழுதுவார்கள். பண்டித மோதிலால் நேரு, ஐந்தாம் ஜார்ஜ் சக்கரவர்த்தி இவர்களைப் போன்றவர்கள் இறந்ததும் புலவர்கள் உடனே சிந்து எழுதி விடுவார்கள். ரங்கூனில் ஒரு தீ விபத்து நடந்தது. உடனே ஒரு புலவர் பாட்டெழுதி விட்டார். இதைச் சிறிய புத்தகங்களாக அச்சடித்து இதற்கு அரையாணா, ஓரணா என்று விலை வைப்பார்கள். இதை கடைத் தெருக்களில் வைத்து விற்பதற்கான பாட்டையும் அவர்களே எழுதுவார்கள். சமயங்களில் எழுதிய கவிஞர்களே அதைப் பாடவும் செய்வார்கள். இப்படிப் பாட்டெழுதுகிற புலவர்கள் பலரும் வறுமையில்தான் வாழ்ந்தார்கள்.

பாண்டியதாஸ் இப்படி எழுதிய ஒரு பாட்டு எனக்கு நினைவிருக்கிறது.

> பக்கோ படுகொலைச் சிந்து
> வாங்கிப் பாருங்கள் இரண்டணாத் தந்து

பக்கோ என்பது பர்மாவில் உள்ள ஒரு நகரம். ரங்கூனிலிருந்து சுமார் 150 மைல் தூரம் இருக்கும். 1930இல் அங்கே ஒரு நிலநடுக்கம் ஏற்பட்டது. பர்மா முழுவதுமே பாதிப்புக்குள்ளானது. அப்போது எனக்கு ஐந்து–ஆறு வயதிருக்கும். எங்கள் வீடெல்லாம் ஆடியது. முக்கியமான தெரு, நடுவில் பிளந்து போய்விட்டது. எங்கள் தெருவில் ஒரு சீனர் நடத்திய அடகுக் கடை இருந்தது. சிறிய கட்டிடம்தான். அது விழுந்து கொஞ்சம் பாதிப்பு ஏற்பட்டது. இந்த நிலநடுக்கத்தில் அதிகம் சேதமுற்றது பக்கோ நகரம். பல பேர் மடிந்து போனார்கள். அதைப் பற்றி பாண்டியதாஸ் பாட்டு எழுதினார். அந்தப் பாட்டுப் புத்தகத்தைக் கூவி விற்பதற்காக எழுதிய பாட்டுதான் மேலேயுள்ளது. பாண்டியதாஸ் கொஞ்சம் பெயர் பெற்ற புலவராக இருந்ததால் அவரது பாட்டுப்புத்தகத்திற்கு விலை அதிகம் – இரண்டணா.

ஆனால் என் தந்தையார் நடத்திய நாடகக் கம்பெனி லாபகரமாக இல்லை. செட், ஜோடனை, போக்குவரத்து, தங்குமிடம், சாப்பாடு, சம்பளம் என்று வரவுக்கு மீறின செலவுகள். இதில் என் தாயார் சீதனமாகக் கொண்டு வந்த மஞ்சக்காணி சொத்தெல்லாம் போயிற்று. ஆனாலும் இந்தக் குழுவில் பயிற்சி பெற்ற பலர் பிற்பாடு நல்ல நடிகர்கள் ஆனார்கள். எப்போது சவுட்டான் வந்தாலும் என் தந்தையாருக்கு மரியாதை செலுத்துவார்கள்.

5

உலகப் போர்

ஐரோப்பாவில் 1939ஆம் வருடம் செப்டம்பர் முதல் தேதி இரண்டாம் உலக மகாயுத்தம் ஆரம்ப மாகிவிட்டது. உலகெங்கும் அதன் விளைவுகளைப் பார்க்க முடிந்தது. போலந்தை ஜெர்மனி தாக்கி னால் பர்மாவில் தங்கம் விலை அதிகமாகிறது, வெள்ளி விலை அதிகமாகிறது, உணவுப் பொருள் களின் விலை, உடைகளின் விலை அதிகமாகிறது. என்னவென்று காரணம் கேட்க முடியாது. நேற்று விற்றதற்கு, சவரனுக்கு இன்று ஓரணா அதிகம். ஓரணா அதிகம் என்பது, இன்றைக்கு நூறு டாலர், இருநூறு டாலர் அதிகமாவதைப் போல பேசிக் கொள்வார்கள்.

முதல் உலக மகாயுத்தம் 1918இல் முடிவுக்கு வந்திருந்தது. மியூனிக் நகரில் ஒரு சமாதான உடன்படிக்கையும் ஏற்பட்டிருந்தது. ஆனால், நாடுகளிடையே வெறுப்பும் துவேஷமும் புகைந்து கொண்டே இருந்தன. அப்போது அமெரிக்க ஜனாதிபதியாக இருந்தவர் வில்சன். அவரது முயற்சியில், 'இனி இரத்த ஆறு ஓடக்கூடாது, பிரச்சினைகளைப் பேச்சு வார்த்தைகள் மூலம் சமாதானமாகத் தீர்த்துக்கொள்ள வேண்டும்' என்று சொல்லி, சர்வதேசச் சங்கம் (League of Nation) எனும் அமைப்பை ஆரம்பித்தார்கள். ஆனால் சமாதனம் ஏற்படவில்லை.

முதல் உலக மகா யுத்தத்தில் ஜெர்மனியும் துருக்கியும் தோல்வியுற்றன. இந்த இரண்டு

நாடுகளும் பெரும் சாம்ராஜ்யங்களாக இருந்தன. இவர்களுடைய சாம்ராஜ்யத்தில் இருந்த பல நாடுகளை, வென்ற நாடுகள் பங்கிட்டுக் கொண்டன. இப்போது சோவியத் ரஷ்யாவிடமிருந்து பிரிந்து முஸ்லிம் மக்கள் பெருவாரியாக வசிக்கும் தாஜிகிஸ்தான், உஸ்பெகிஸ்தான் மற்றும் கஜகஸ்தான் ஆகிய மத்திய ஆசிய நாடுகள், முன்பு ஓநாய்க்கொடி பிடித்த உதுமானியர்கள் (Ottoman) ஆட்சியில் இருந்த துருக்கிஸ்தானைச் சேர்ந்த பிரதேசங்களக இருந்தன. இந்த நாடுகளை, முதல் மகாயுத்தத்தில் தோல்வியடைந்த துருக்கியிடமிருந்து சோவியத் யூனியன் பறித்துக் கொண்டது.

அதேபோல் ஜெர்மனி என்பது ஆஸ்திரியா, பவேரியா போன்ற நாடுகளை உள்ளடக்கி இருந்தது. ஜெர்மனி முதல் உலக மகா யுத்தத்தில் தோற்றதும், இதைப் பல நாடுகளாகப் பிரித்தார்கள். 1918ஆம் வருடத்திற்கு முன்பு, செக்கோஸ்லோவேக்கியா என்று பார்த்தால் பூகோளப் படத்தில் இராது. அந்தப் பெயரில் அப்போது ஒரு நாடே கிடையாது. செக் மொழி மற்றும் ஸ்லோவேக் மொழி பேசும் மக்கள் பெரும்பான்மையாக இருக்கும் இடத்தை இணைத்து ஒரு புதிய நாடாக அறிவித்தார்கள். போரில் ஈடுபடாமல் இருந்ததனால், ஜெர்மனியில் இருந்த ஒரு சிறிய பிரதேசத்தைத் தூக்கி போலந்திற்குக் கொடுத்தார்கள். அந்தப் பிரதேசத்திற்குப் பெயர் டான்சிக். இதுபோல பல நாடுகள் புதிதாக ஏற்படுத்தப் பட்டன அல்லது மற்ற நாடுகளுடன் இணைக்கப்பட்டன.

ஹிட்லர், முதல் மகாயுத்தத்தில் ஒரு சாதாரண ராணுவ ஒற்றனாக இருந்தவர். மதுப் பழக்கம், புகைப் பழக்கம் கிடையாது. பிரம்மச்சாரி. உணவில் சைவம். 'ஹிட்லர் பிறருக்கு உதவக் கூடியவராகத்தான் இருந்தார், பதவி வந்ததும் சர்வாதிகாரி ஆகிவிட்டார், பின்விளைவுகளை யோசிக்காத பிடிவாதக்காரர் ஆகிவிட்டார்' என்று பத்திரிகைகளில் அப்போது சிலர் எழுதுவார்கள். முதல் மகாயுத்தத்தில் தோல்வியுற்று ஜெர்மனி சரணடையும்போது, ஹிட்லர் காயப்பட்டு மருத்துவமனையில் இருந்தார். ஜெர்மனியின் வளர்ச்சியையும் பொருளாதாரத்தையும் பாதிக்கும் வகையில் வடிவமைக்கப் பட்ட வார்சேல் உடன்படிக்கையில் (Versailles Treaty, 1919) தனது நாடு கையெழுத்திட்டுச் சரணடைந்ததில் ஹிட்லர் மிகவும் வெறுப்படைந்திருந்தார். ஜெர்மானியப் பிரதிநிதிகள் உடன்படிக்கையின் பல ஒருதலைப்பட்சமான அம்சங்களுக்கு சரியென்று ஒப்புக்கொண்டபோதும், 'யுத்தத்திற்குக் காரணம் ஜெர்மனிதான்' என்று உடன்படிக்கையில் எழுதி இருந்ததை ஏற்றுக்கொள்ள மறுத்தார்கள். ஆனாலும் தோற்றுவிட்ட

காரணத்தினால் அவர்கள் கட்டாயப் படுத்தப்பட்டார்கள், உடன்படிக்கை உருவாகியது.

வெற்றி பெற்ற நாடுகள் தோல்வியடைந்த நாடுகளைப் பங்கு போட்டுக் கொண்டன. அவர்கள் உருவாக்கிய சமாதான உடன்படிக்கை எப்படி நடுநிலையாக பாரபட்சமற்று இருக்கும்? இந்த இடத்தில் ஈசாப் கதையொன்று நினைவுக்கு வருகிறது. உருவகக் கதை கூறுவதில் ஈசாப் புகழ் மிக்கவர். இதுதான் கதை: ஒரு சித்திரக்காரன் தான் வரைந்த சித்திரமொன்றைச் சிங்கத்திடம் காட்டினான். ஒரு சிங்கத்தைக் கூண்டில் அடைத்திருப்பதாக அந்தச் சித்திரம் இருந்தது. 'யார் வரைந்தது?' என்று சிங்கம் கர்ஜித்தது. இத்துடன் கதை முடிந்தது. சிங்கத்தின் கர்ஜனையில்தான் கதை இருக்கிறது. இதை ஒரு சித்திரக்காரன் வரைந்தான், அதனால் சிங்கம் கூண்டுக்குள்ளே அடைபட்டிருக்கிறது. மாறாக சிங்கம் சித்திரத்தை வரைந்திருந்தால், சிங்கத்தின் பற்களால் மெல்ல முடியாமல் மீந்துபோன மனிதனின் எலும்புகளைத்தான் அது வரைந்திருக்கும். இதுவேதான் மியூனிக்கிலும் வார்சேலிலும் நடந்தது. சித்திரக்காரன் வரைந்த சிங்கத்தைப் போன்றதுதான் வெற்றி பெற்றவர்கள் விதித்த நிபந்தனைகளும் உடன்படிக்கையும். இந்த உடன்படிக்கையே இரண்டாம் உலகப் போருக்குக் காரணமாயிற்று. தோற்றவர்கள் மீண்டும் வலிமை அடைவார்கள் என்று வெற்றியாளர்கள் எண்ணிப் பார்க்கவில்லை. தாங்கள் நடத்தப்பட்ட விதத்தைத் தோற்றவர்கள் மறக்கவேயில்லை.

அப்போது ஜெர்மனியின் நிலை என்ன? தங்கம் ஒரு சவரன் இருபத்தியைந்தோ முப்பது மார்க்கோ இருந்தது. யுத்தம் முடிந்ததும் ஐயாயிரம், பத்தாயிரம் என்று நிமிடத்திற்கு நிமிடம் விலை ஏறிக்கொண்டிருந்தது. தேநீர்க் கடைக்குப் போனால், முன்பு ஒரு மார்க் அல்லது இரண்டு மார்க்காக இருந்த ஒரு குவளைத் தேநீர், கடைக்கு உள்ளே போகும் போது 100 மார்க் என்றும் உட்காரும் போது 150 மார்க்காகவும் குடித்து முடிக்கும்போது 200 மார்க்காகவும் உயரும். பணவீக்கத்தினால் பொருளாதாரம் மிகவும் சீர்கெட்டுப் போயிருந்தது.

ஹிட்லரின் நாஜி கட்சி, யூத எதிர்ப்பையே முக்கியக் கொள்கையாகக் கொண்டு தேர்தலில் போட்டியிட்டது. கட்சிக்குப் பெரும்பான்மை கிடைக்கவில்லை. என்றாலும் 1933இல் குடியரசுத் தலைவர் வான் ஹிட்டன்பர்க், ஹிட்லரை ஜெர்மனியின் தலைவராக – சான்சலராக – அறிவித்தார். நாஜி (*Nazi*) என்பது *National Socialism* என்பதன் சுருக்கம். இதன் பொருள் – தேசிய அபேதவாதம். சோசலிசத்திற்கு

அந்தக் காலத்தில் பயன்படுத்தப்பட்ட தமிழ் வார்த்தை – அபேதவாதம். அதாவது பேதங்கள் இல்லாத நிலை, பொருளாதாரத்தில் ஏற்றத் தாழ்வு இருக்கக் கூடாது. இதுதான் நாஜி என்பதன் பொருள். நாஜி என்றால் நாஸ்திகம் என்று அந்தக் காலத்தில் சிலர் சொல்லக் கேட்டிருக்கிறேன். அப்படியெல்லாம் இல்லை.

1918இல் தோல்வி அடைந்த ஜெர்மனி, 1930இல் பன்னிரெண்டு வருடங்களில் – தலை நிமிர்ந்துவிட்டது. ஹிட்லர் பதவிக்கு வந்ததும், அவர் செய்த மாறுதலில் கைத்தொழில் பெருகியது, பொருளாதாரம் சீர்பட்டது, ஜெர்மனி வளமாகியது. அதன் பிறகு ராணுவத்தைப் பலப்படுத்தியது. ஆயுதங்களையும் தயார் செய்தது. முதல் மகா யுத்தத்தில் ஜெர்மனியின் பிரதேசங்களைப் பிரித்துக் கொடுத்தார்கள் அல்லவா, அவற்றை ஒவ்வொன்றாகக் கேட்க ஆரம்பித்தார் ஹிட்லர். செக்கஸ்லோவாக்கியாவைக் கேட்டார். பிறகு ஆஸ்திரியாவைக் கேட்டார். அப்போது சாம்பர்லின் என்பவர் பிரிட்டனின் பிரதமராக இருந்தார். அவர் சமாதனத்திற்காக ஹிட்லருடன் பலமுறை பேச்சு வார்த்தை நடத்தினார். 'இனிமேல் வேறு பகுதிகள் எதையும் கேட்கக்கூடாது' என்று உடன்படிக்கை செய்துகொண்டு அந்த இரு நாடுகளையும் கொடுத்து விட்டார்கள். ஓர் ஆண்டுக்குப் பிறகு, அந்த உடன்படிக்கையைக் கிழித்தெறிந்துவிட்டு, ஹிட்லர் டான்சிக் வேண்டும் என்று கேட்டார். போலந்து தர மறுத்தது. போலந்து, அப்போது பிரிட்டனுடனும் பிரான்சுடனும் ஒரு உடன்படிக்கை செய்திருந்தது. தங்களுடைய நாட்டை ஜெர்மனி தாக்கினால் பாதுகாப்பளிப்பதற்கு பிரான்சும் பிரிட்டனும் வரவேண்டும் என்று. இதுதான் இரண்டாவது மகாயுத்தமாக வந்தது என்று சொல்லலாம்.

ஹிட்லர் போரில் இறங்கினார். ரஷ்யாவுடன் பிரிட்டன் உடன்படிக்கை ஏற்படுத்திக்கொள்ள முயன்றது. ரஷ்யா போட்ட நிபந்தைனைகளால் அது நடக்கவில்லை. ஜெர்மனி ரஷ்யாவுடன் ஒரு அனாக்ரமிப்பு உடன்படிக்கை செய்து கொண்டது. அதாவது, அவர்கள் இவர்களைத் தாக்குவதில்லை, இவர்கள் அவர்களைத் தாக்குவதில்லை என்று ஒப்பந்தம் செய்து கொண்டார்கள். போர் துவங்கியது. பெரும் உயிர்ச் சேதம். இரண்டு வாரங்களில் ஜெர்மனி போலந்தில் பாதியைப் பிடித்துவிட்டது. பிரிட்டனும் பிரான்சும் தங்களின் ஒப்பந்தம் கராணமாக போரில் இறங்கவேண்டி இருந்தது. திடீரென்று ரஷ்யாவும் தங்கள் பக்கத்திலிருந்து போலந்தைத் தாக்க ஆரம்பித்தது. ஏன் என்பது அப்போது உலக நாடு

களுக்குப் புரியவில்லை. 'ரஷ்யாவின் உள்நோக்கம் என்ன?' என்று பத்திரிகைகள் எழுத ஆரம்பித்தன. போலந்தை ஜெர்மனியும் ரஷ்யாவும் பிரித்துக் கொண்டன.

பிறகு ஜெர்மனி, தன்னுடைய ஆயுத பலத்தினால் மிக விரைவில், மற்றவர்கள் எதிர்பாராத விதத்தில் ஐரோப்பாவில் பிரான்ஸ், பெல்ஜியம், ஹாலந்து உட்பட பல நாடுகளை மின்னல் வேகத்தில் கைப்பற்றி வெற்றி அடைந்து கொண் டிருந்தது. பிரிட்டன் மட்டுமே மீதி இருந்தது. பிரிட்டனையும் கைப்பற்றிவிட முடியும் என்று ஜெர்மனி நம்பியது. பிரான்சின் வடக்கு முனையிலிருக்கும் கலெ (*Calais*) நகரத்திற்கும் பிரிட்ட னின் டோவர் நகரத்திற்கும் அக்கரையிலிருந்து இக்கரை பதினாறு மைல் தூரம்/ இடையில் கடல். கலெயிலிருந்து டோவரை தொலை நோக்குக் கண்ணாடியில் பார்த்துக் கொண்டு இருந்தது ஜெர்மனி.

இரண்டாம் உலகமகாயுத்தத்தின் ஓர் ஆச்சரியம் 1941இல் நடந்தது. யாருமே எதிர்பார்க்காத வகையில், ஜெர்மனி ரஷ்யாவைத் தாக்கியது. வெற்றி முகத்திலிருந்த ஜெர்மனியைத் தோற்கடிக்க வேண்டுமானால் எப்படியாவது ரஷ்யாவுடன் மோதவிடவேண்டும் என்று ஆங்கிலேயர்களும் அமெரிக்கர் களும் சதி செய்து, ஜெர்மனியை ரஷ்யாமேல் படையெடுக்க வைத்தார்கள் என்று சில வரலாற்று ஆசிரியர்கள் சொல் கிறார்கள். ரஷ்யாமீது படையெடுத்ததுதான் ஜெர்மனியின் தோல்விக்குக் காரணம். அப்போது ராணுவ அதிகாரிகள் பல பேர் ஹிட்லருக்கு, 'நாம் இப்போது ரஷ்யாவைத் தாக்க வேண்டாம்' என்று மாற்றுக் கருத்துகள் சொல்லியிருக்கிறார் கள். ஹிட்லர் கேட்கவில்லை. சர்வாதிகாரியல்லவா? 'நான் சொன்னால் செய்யவேண்டும்.' அப்போதே உலகத்தவருக்குத் தெரிந்துவிட்டது. 'இவர்கள் ரஷ்யாவுடன் மோதுகிறார்கள். இனிமேல் இவர்களுக்கு வீழ்ச்சிதான்' என்று. ஆனால் ஆரம்பத் தில் ரஷ்யர்களுக்குத்தான் பெரும் பின்னடைவு ஏற்பட்டது.

ஜெர்மனியுடன் அனாக்கிரமிப்பு உடன்படிக்கை செய்து கொண்டபோதே, 'போலந்தைப் பிடித்தால் நம்முடைய எல்லைக்கு வெகு அருகில் ஜெர்மானியர்கள் வந்துவிடுவார் கள். அதனால் நம்முடைய எல்லையைத் தள்ளி வைக்கவேண்டும்' என்கிற எண்ணம் ஸ்டாலினுக்கு இருந்தது. ரஷ்யாவிடம் படையிருந்தாலும் அந்தப் படைகளுக்கு ஏற்ற நவீன ஆயுதங்கள் இல்லை. ஜெர்மனியிடம் படையுமிருந்தது, நவீன ஆயுதங்களும் ஏராளமாகயிருந்தன. ரஷ்யாவுடன் போர் ஆரம்பித்த சில மாதங்களிலேயே, கொஞ்சங்கூட ஈவு இரக்கமின்றி ஜெர்மானியப் படையினர் ரஷ்யர்களைக் கொன்றனர். லெனின்கிராட்

வரை சென்றனர். லட்சக்கணக்கான ரஷ்யர்கள் லெனின் கிராடில் கொன்று குவிக்கப்பட்டனர். ஆனால் லெனின் கிராடைக் கைப்பற்ற முடியவில்லை. ரஷ்யர்களிடத்திலே மனித வளம் நிறைய. 'லெனின்கிராட் விழுந்தால் மாஸ்கோவே விழுந்துவிடும், இரண்டு நாளில் விழுந்துவிடும், நான்கு நாளில் விழுந்துவிடும்', என்று பத்திரிகைகளில் எழுதிக் கொண்டிருந்தார்கள். ரஷ்யர்களோ 'குளிர் வரட்டும், குளிர் வரட்டும்' என்ற எதிர்பார்ப்பில் இருந்தார்கள். பிப்ரவரி வந்ததும், ஐஸ் கொட்ட ஆரம்பித்தது. ஜெர்மானியர்களால் முன்னேறவோ பின்வாங்கவோ முடியவில்லை. ஜெர்மானியர் களின் இந்த நிலையைக் கண்ட ரஷ்யர்களும் ஈவு இரக்கமின்றி அவர்களைக் கொன்றார்கள். இந்த ரஷிய–ஜெர்மானிய யுத்தத்தில் கிட்டத்தட்ட இரண்டு கோடிப் பேர் இறந்ததாகக் கேள்வி. இந்த யுத்தத்தினால் அடைந்த பலன் என்ன? மனிதர்களைக் கொன்றிருக்கிறார்கள்.

இந்த நிலையில், ஜப்பானியர்கள் கிழக்கே போரைத் தொடங்கினார்கள். பிரான்ஸ் வீழ்ந்தவுடன், பிரான்ஸின் காலனிகளாக இருந்த வியட்நாம், கம்போடியா, லாவோஸ் ஆகிய நாடுகளை ஜப்பான் கைப்பற்றிக் கொண்டது. இந்த நாடுகள் அப்போது இந்தோ–சீனா என்று அழைக்கப்பட்டன. இப்போதும் சைகோன் (ஹோ சி மின் நகரம்–வியட்னாமின் தலைநகர்) போன்ற நகரங்களில் பிரெஞ்சு பேசுகிறவர்களைப் பார்க்கலாம்.

இரண்டாம் மகா யுத்தத்தில் ஜப்பானியர்கள் நேரடியாக ஈடுபட்டது 1940இல்தான் என்றாலும், அவர்கள் 1931 முதலே சீனாவுடன் போரிட்டு வந்தார்கள். சீனாவின் கோமிங்டாங் கட்சி ஆட்சி செய்து வந்த பகுதியின் தலைநகராக இருந்த நான்கிங் நகரை 1937இல் கைப்பற்றி, சீனர்களிடம் மிகக் கொடூரமாக நடந்து கொண்டார்கள். கோமிங்டாங் கட்சியின் தலைவர் சியாங் கை ஷேக், தலைநகரை நான்கிங்கிலிருந்து பர்மாவிற்கு அருகே இருந்த சுங்கிங் எனும் இடத்திற்கு மாற்றிக் கொண்டு வந்துவிட்டார்.

1938இல் நாம் இந்தியாவிலிருந்து சீனாவிற்கு ஒரு தூதுக் குழுவை அனுப்பினோம். மருத்துவத் தூதுக் குழு. அந்தக் குழுவில் ஒரு மருத்துவராகப் போன டாக்டர் துவாரகநாத் கோட்னிஸ் அங்கேயே ஒரு சீனப் பெண்ணை மணந்து கொண்டார். டாக்டர் கோட்னிஸ் சீனாவில் யுத்தத்தில் காயம் பட்டவர்களுக்குச் சிகிச்சை அளித்துக் கொண்டிருந்த போது, இராப் பகலாக உழைத்ததால், சீனாவிற்குப் போன நான்கே ஆண்டுகளில் – 1942இல் – இறந்தே போனார்.

கோட்னிசுக்குச் சீனாவில் சிலை வைத்திருக்கிறார்கள். இந்த மருத்துவக் குழுவை முன்னாலிருந்து அனுப்பி வைத்தவர் நேத்தாஜி சுபாஷ் சந்திர போஸ். நேத்தாஜி அப்போது காங்கிரசில் இருந்தார். சாந்தாராம் கதாநாயகனாக நடித்த டாக்டர் கோட்னிஸ் கா அமர் கஹானி என்கிற இந்திப் படத்தை மறக்க முடியாது. இந்தியாவைவிட இந்தப் படம் வெளிநாடுகளில் பெரிதும் பாராட்டப்பட்டது. விமானத்தில் இருந்து குண்டு வீசுகிற காட்சிகள் தத்ரூபமானவை. அதுபோல குண்டு விழுகிறபோது, ஒரு நகரமும் அதன் மக்களின் மனநிலையும் எப்படி இருக்கும் என்பதை நான் அனுபவித்து அறிந்தவன். 'பார்த்தால் பசி தீரும்' போன்ற தமிழ்ப் படங்களில் குண்டு வீசுகிற காட்சிகள் இடம் பெற்றன. ஆனால் பாதிக்கப் பட்ட மக்களின் துயரத்தையும் பதற்றத்தையும் தமிழ்ப் படங்களால் கொண்டு வரமுடியவில்லை.

ஐரோப்பாவில் ஜெர்மனி வெற்றி அடைந்து கொண்டிருந்த வேளை. 1940இல் இந்தோ சீனாவைக் கைப்பற்றிக் கொண்ட ஜப்பான், 1941இல் பலரும் எதிர்பாராத ஒரு காரியத்தைச் செய்தது. கிழக்கே பெர்ள் துறைமுகத்தைத் *(Pearl Harbour)* தாக்கியது. அமெரிக்காவை யுத்தத்தில் இழுத்துவிட்டது. அமெரிக்கா அதுவரை யுத்தத்தில் நேரடியாக ஈடுபடவில்லை; ஆனால் நேச நாடுகளுக்கும் சீனாவிற்கும் ஆயுதங்கள் வழங்கிக் கொண்டிருந்தது.

அப்போது சீனாவிற்குத் தங்களைத் தற்காத்துக்கொள்ளும் அளவிற்கு ஆயுத பலம் கிடையாது. மக்கள் தொகை அதிகம், பற்றாக்குறையும் அதிகம். அவர்களுக்கு ஆயுதங்கள் வேண்டி யிருந்தது. அதை அமெரிக்கா வழங்கியது. அமெரிக்கா ஆயுதங் களை நேராகச் சீனாவில் கொண்டு போய் இறக்காது. ரங்கூன் துறைமுகத்தில் கொண்டுவந்து இறக்கும். ஏனெனில், ரங்கூன் பிரிட்டிஷாரின் ஆளுகையில் இருந்தது. ஆயுதங்களுடன் அவற்றை ஏற்றிச் செல்கிற கார்களும் வந்து இறங்கும். ரங்கூன் துறைமுகத்திலிருந்து அந்தக் கார்களை சீன எல்லைக்குக் கொண்டுபோய்ச் சேர்க்க வேண்டும். அப்போது, டிரைவர் களுக்கு மாதம் பதினைந்து ரூபாய் சம்பளம். பதினைந்து ரூபாய் சம்பளம் வாங்கும் டிரைவர் மிகவும் ஆடம்பரமாக இருப்பார். அந்தக் காலத்தில், காலணாவுக்கு ஒரு கோப்பைத் தேநீர் அருந்தலாம். அரையணாவுக்குப் பலகாரம் சாப்பிடலாம். இரண்டணாவிற்கு புஹாரி ரெஸ்டாரண்டில் சாப்பிடலாம். ஒரு ரூபாய்க்கு எட்டுப் பேர் சாப்பிடலாம்.

இந்த டிரைவர்களுக்கு நூறு ரூபாய் கொடுப்பார்கள். நூறு ரூபாய் நோட்டை அந்தக் காலத்தில் கண்ணால்

பார்த்தவர்கள் அபூர்வம். நூறு ரூபாய் நோட்டை யாருமே வாங்க மாட்டார்கள். அதைக் கொண்டு போய்க் கொடுத்தால், அரசாங்க அலுவலரிடமோ நோட்டரியிடமோ கையெழுத்துப் போடச் சொல்வார்கள். ரூபாய் நோட்டின் எண்களை எழுதிக் கொள்வார்கள் அல்லது அதை வங்கியில்தான் மாற்ற வேண்டும். பத்து ரூபாய் நோட்டைப் பார்க்கிறவர்களே மிகக் குறைவு. ஒரு ரூபாய்க்கு அப்போது நோட்டு இல்லை, வெள்ளி நாணயம்தான். அதைக் கொடுத்தால், மேசையில் அடிப்பார்கள், அல்லது சுண்டுவார்கள். சுண்டியதும் கணீ ரென்ற சத்தம் கேட்க வேண்டும். அப்போதுதான் அந்த ரூபாயை ஏற்றுக்கொள்வார்கள். நாணயத்தின் மதிப்பு அப்படி இருந்தது.

இந்த டிரைவர்கள், ஆயுதங்கள் ஏற்றப்பட்ட காரை ரங்கூனிலிருந்து ஓட்டிக் கொண்டு போய் பர்மா–சீன எல்லை யோரத்தில் இருக்கும் லாஷியோ எனும் ஊரில் விட்டுவிட்டு வர ஐந்தாறு நாட்கள் ஆகும். டிரைவர்கள் ஆர்வத்தோடு செல்வார்கள். அங்கே சென்று, நூறு ரூபாயும் ஒரு பெரிய தூக்க முடியாத கம்பளியும், எப்பொழுதுமே தன்னை விட்டு நீங்காத மலேரியாவையும் எடுத்துக்கொண்டு வருவார்கள். மலேரியாவிற்கு நிறைய மாத்திரைகளும் வாங்கிக் கொண்டு வருவார்கள். அந்தக் காலத்தில் மலேரியாவிற்கு கொய்னியா என்று ஒரு மாத்திரை. அப்படிக் கசக்கும். அந்த மாத்திரைகள் வைத்திருக்கும் குப்பியை கையால் தொட்டு வாயில் வைத் தாலே கசக்கும். மிகவும் கஷ்டப்படுவார்கள்.

இப்படியெல்லாம் பர்மா வழியாக சீனாவிற்கு ஆயுதங் கள் சென்றன. சீனர்கள் என்னிடம் பேசும்பொழுது, நான் இதையெல்லாம் கூறினால், அவர்கள் மிகவும் மகிழ்ச்சி அடை கிறார்கள். அமெரிக்கா அப்படியெல்லாம் உதவியிருக்காவிட் டால், ஜப்பானியர்கள் சீனா முழுவதையுமே ஆக்கிரமித்திருப் பார்கள்.

பெர்ள் துறைமுகத்தைத் தாக்கியவுடனேயே ஜப்பானியர் கள் கிழக்கே தங்கள் ஆக்கிரமிப்பை விஸ்தரித்தார்கள். விரைவில் பர்மாவும் ஜப்பானின் ஆளுகையின்கீழ் வந்தது.

6

ஜப்பானிய ஆக்கிரமிப்பு

பர்மீய தேசியம்

1920களிலேயே தங்கள் நாட்டிற்குச் சுதந்திரம் வேண்டுமென்று பர்மீயர்களில் ஒரு சாரார் கேட்க ஆரம்பித்தார்கள். முதல் உலக மகாயுத்தத்திற்குப் பிறகு, இந்தியாவில் சுயாட்சியை (self rule) ஆங்கிலேய அரசு அனுமதித்தது என்றாலும் பர்மா, இந்திய வைஸ்ராயின் கீழ் ஒரு துணை ஆளுநர் நிர்வகிக்கிற மாநிலமாகவே இருந்து வந்தது. வைஸ்ராயின் ஆளுகையில் இந்தியாவில் 11 மாநிலங்கள் இருந்தன. மதராஸ், பம்பாய், மத்தியப் பிரதேசம், ஒரிசா, வங்காளம், பீகார், உத்திரப் பிரதேசம், பஞ்சாப், சிந்து, அஸ்ஸாம், வடமேற்கு எல்லைப்புறம் (Northwest Frontier) ஆகிய 11 மாநிலங்களோடு, பர்மா 12ஆவது மாநிலமாக இருந்து வந்தது. இந்தியாவின் அரசியலமைப்பு, இந்தியாவின் நாணயம் எல்லாம் பர்மாவிலும் செல்லுபடியாகும். பர்மீய தேசீயவாதிகள் இதைக் கடுமையாக எதிர்த்தார்கள். 1935இல் லண்டனில் 'பர்மீய அரசாங்கச் சட்டம்' நிறைவேற்றப்பட்டது. 1937இல் பர்மா, பிரிட்டிஷாரின் அரசாட்சியின் கீழ் ஒரு தனியான காலனியாக மாறியது. இதற்காக அப்போது ஓட்டெடுப்பும் நடந்தது. இப்போது மாதிரி வயது வந்தவர்கள் எல்லோருக்கும் ஓட்டுரிமை என்பதெல்லாம் அப்போது கிடையாது. பட்டதாரிகள், அரசு ஊழியர்கள், வரி கட்டுகிறவர்கள் ஆகியோருக்குத்

தான் ஓட்டுரிமை இருந்தது. இதைத் தவிர 'ஆள் வரி' என்கிற வரியைக் கட்டுகிறவர்களுக்கும் ஓட்டுரிமை இருந்தது. அதாவது, வயது வந்த ஆண்கள் எல்லோரும் வருடத்திற்கு இரண்டு ரூபாய் வரி கட்டவேண்டும். பல பர்மீயர்கள் அரசாங்கத்திற்கு மனுப்போட்டு இந்த வரியிலிருந்து விலக்கு வாங்கி வைத்திருப்பார்கள். அவர்கள் ஓட்டுப் போட முடியாது. ஓட்டுரிமை பெற்றிருந்தவர்கள் சொற்பம்தான். பயன்படுத்தியவர்கள் இன்னும் குறைவு. ஓட்டெடுப்பில் பர்மா தனியான காலனியாவதற்கு அமோக ஆதரவு இருந்தது.

ஜப்பானியர்களின் வலை

இந்தக் காலகட்டத்தில் ஆங்கிலேயர்களுக்கு எதிராக மாணவர்கள் போராடிக் கொண்டிருந்தார்கள். மாணவர்கள் வகுப்புக்கு வரமாட்டார்கள். சுதந்திரம் வேண்டுமென்பார்கள். 'வெள்ளையனே வெளியே போ' என்பார்கள். ஆங்கிலம் கூடாதென்பார்கள். பர்மீய மொழி படிக்க வேண்டுமென்பார் கள். இந்த மாணவர் தலைவர்களில் ஒருவர் அவுங் சான். இப்போது பர்மீய ஜனநாயகத்திற்கும் மனித உரிமைகளுக் காகவும் வீட்டுக் காவலில் இருந்தபடி போராடி வருகிறாரே அவுங் சான் சூ ஜி, அவருடைய தகப்பனார்தான் அவுங் சான். படித்த இளைஞர்கள் மத்தியில் இருந்த ஆங்கிலேய எதிர்ப்பை தனக்குச் சாதகமாக்கிக் கொள்ளத் திட்டம் போட்டது ஜப்பான். அவுங் சான் ஜப்பானியர்களின் வலையில் எப்படியோ விழுந்துவிட்டார்.

ஜப்பானியர்கள் அரசியல் நோக்கத்தோடு பர்மாவிற்குள் ஊடுருவினார்கள். அந்த நேரங்களில் எல்லா இடங்களிலும் 'ஐந்தாம் படை' என்று ஒன்று உண்டு. இப்பொழுதும் உண்டு. தூதரகங்களில் எல்லாம் என்ன செய்கிறார்கள்? தூதும் பார்த்துக் கொண்டிருக்கிறார்கள். சில தூதுவர்களிடத்தில் நான் சொல்வதுண்டு – '*Diplomat* என்பவர் யார்? உண்மை பேசக்கூடாது. உண்மையைப்போல் பேசவேண்டும்' என்று. உண்மை பேசுபவரை தூதராகவோ, செயலராகவோ அனுப்ப மாட்டார்கள்.

ஜப்பானியர்கள் தங்கள் நாட்டிலிருந்து பல் டாக்டர் களை அனுப்பி பர்மாவில் மருத்துவமனை வைக்கச் செய்தார் கள். இந்த மருத்துவர்களால் மக்களோடு நேரடியாகப் பேச முடிந்தது. இதைத் தவிர இன்னொரு முறையான ஊடுருவலிலும் ஈடுபட்டார்கள் – அவர்களுடைய பெண்களை விபச்சாரத்திற்காக அனுப்பி வைப்பது. வேவு பார்ப்பதைத் தவிர இதற்கு வேறு ஒரு நோக்கமும் இருந்தது. ஜப்பானியர்கள்

தங்களுடைய தோற்றம் சிறியதாக இருப்பதால், உருவத்திலும் பெரிதாக வரவேண்டுமென்று, போர் வருவதற்கு ஐம்பது, அறுபது ஆண்டுகளுக்கு முன்னாலிருந்தே உயரமான வேற்று நாட்டவர்கள், தங்கள் பெண்களை மணந்து கொள்வதற்கு ஊக்குவித்தார்கள். அந்த வகையில், துருக்கியிலிருந்து ஜப்பானுக்குக் குடிபெயர்ந்தவர்கள் இன்னும் அங்கே இருக்கிறார்கள். தேர்ந்தெடுக்கப்பட்ட ஜப்பானியப் பெண்களையும் பல நாடுகளுக்கு அனுப்பினார்கள், விபச்சாரம் செய்வதற்காக. அவர்கள் விபச்சாரிகள் என்று சொல்ல மாட்டார்கள். சுகப் பெண்டிர் *(comfort women)* என்று சொல்வார்கள். அப்படி பர்மாவுக்கு வந்தவர்கள் நிறைய. அந்தக் காலத்தில் பர்மாவிற்குள் வருவதற்குக் கட்டுப்பாடுகள் இல்லை. பர்மாவில் குடிவரவுக் கட்டுப்பாடு 1939இல்தான் வந்தது. அதுவும் இந்தியர்கள் போவதும் வருவதுமாக இருந்ததினால்தான் வந்தது.

முப்பது தோழர்கள்

பர்மாவிற்கு வந்த ஜப்பானியப் பல் மருத்துவர்களுள் ஒருவர் டாக்டர் சுஜூகி. அவர் பர்மீயப் பல்கலைக்கழக மாணவர்களோடு சிநேகமானார். பின்னர் மெதுவாக அவுங் சானிடம், 'நீங்கள் தயார் என்று சொன்னால் போதும், நாங்கள் ஆயுத பலத்தால் வெள்ளையர்களை விரட்டி உங்களுக்குச் சுதந்திரம் வாங்கித் தந்து விடுவோம்' என்று சொல்ல ஆரம்பித்தார். தன் தோழர்கள் 30 பேரை அவுங் சான் தயார் செய்தார். அவர்களிடம் சுஜூகி சொன்னார்: 'நீங்கள் ஜப்பானுக்குப் போகவேண்டும். உங்களுக்கு முதலில் பயிற்சி தருவார்கள். நீங்கள் அங்கிருந்து பர்மீய மொழியில், வானொலியில் பிரச்சாரம் செய்ய வேண்டும். பர்மீயர்களைத் தயார்படுத்த வேண்டும். பிறகு நாங்கள் படையெடுத்து வருவோம். ஆங்கிலேயர்களை விரட்டுவோம்.' இப்படிச் சொன்னார். இளைஞர்கள் தயாராக இருந்தார்கள். எப்படி ஜப்பானுக்குப் போவது? ஜப்பானியருடன் எப்படிப் பேசுவது? இப்போதிருக்கிற போக்குவரத்து வசதிகள் அப்போதில்லை. அப்போது விரைவாக ஓடக்கூடியது கார். ரயில் போக்குவரத்து இருந்தது. கப்பல்கள் இருந்தன, ஆனால் மிகக் குறைவு. பயணிகளுக்கான விமானமெல்லாம் அபூர்வம்.

டாக்டர் சுஜூகி சொன்னார்: 'முதலில் ஜப்பானியர்களுடைய வர்த்தகக் கப்பல் பர்மா வரும். அந்தக் கப்பலுக்குள் நீங்கள் சென்று ஒளிந்துகொள்ள வேண்டும். அந்தக் கப்பல் உங்களை ஜப்பான் கொண்டு போய்ச் சேர்த்துவிடும்'. அது மாதிரியே கப்பல் வந்தது. முதலில் அவுங் சான் சென்றார். அவருடன் ஒன்றிரெண்டு பேர் சென்றார்கள். அடுத்த கப்பலில்

இரண்டு மூன்று பேர். இப்படியாக 30 பேரும் ஜப்பான் போய்ச் சேர்ந்தார்கள்.

இந்த 30 பேரையும் ஃபார்மோசா என்ற தீவிற்கு அழைத்துக் கொண்டு போய் பயிற்சி அளித்தார்கள். ஃபார்மோசா என்பது இப்போதைய தைவான். அப்போது அது மனித சஞ்சார மில்லாத காடு. பாம்பு, கீரி போன்றவை மிகுந்திருந்த வனாந் திரம். அங்குதான் பிற்பாடு நேத்தாஜி சுபாஷ் சந்திரபோஸ் விமான விபத்தில் இறந்து போனார். ஃபார்மோசா ஜப்பானி யருடைய ஆக்கிரமிப்பில் இருந்தது. பயிற்சி முடிந்து இளைஞர் கள் ஜப்பான் திரும்பினார்கள். பிறகு, ஜப்பானிலிருந்து தினந்தோறும் பர்மீய மொழியில் வானொலியில் பேசி னார்கள். 'நாம் எல்லோரும் ஓரினம். ஆசியர்கள். புத்த மதத்தினர். ஐயாயிரம் ஆறாயிரம் மைல்களுக்கப்பாலிருந்து அந்நியர்கள் இங்கு வந்து என்ன ஆட்சி செய்வது? அவர்களை விரட்டவேண்டும்' என்றெல்லாம் பேசினார்கள். அவர்கள் பேச்சில், தங்களுக்கு சுதந்திரம் கிடைத்துவிட்ட மாதிரி பெரிய தொரு கர்வம் இருந்தது. ஜப்பானிலிருந்து இந்த இளைஞர்கள் பேசுவதைக் கேட்ட பர்மீயர்கள் பெரிதும் கவரப்பட்டார்கள். 'நமது ஆட்கள் ஜப்பான் சென்றுள்ளார்கள்' என்று மக்கள் பேச ஆரம்பித்தார்கள். போஜோ என்றால் ராணுவத் தளபதி. 'போஜோ–இவர் , போஜோ–அவர் ஜப்பான் சென்றுள்ளார்', என்று ரகசியமாக செய்திகளைப் பரப்பினார்கள். 'அவுங் சானும் அவர் நண்பர்களும் ஜப்பானியர்களைக் கூட்டிக் கொண்டு வருவார்கள். ஜப்பானியர்கள் வந்து ஆங்கிலேயர் களை விரட்டியவுடன், பர்மீயர்களுக்கு சுதந்திரத்தைக் கொடுப்பார்கள்' என்று நம்பினார்கள். இது ஆங்கிலேயர் களுக்கும் தெரிந்துவிட்டது.

ஆங்கிலேயர்களின் தற்காப்பு

ஏற்கனவே ஜெர்மனி இங்கிலாந்தைக் குறிபார்த்துக் கொண்டிருக்கிறது. பிரான்ஸ் தோற்றதும் பிரெஞ்சுக்காரர் களின் ஆளுகைக்கு உட்பட்டு இருந்த வியட்னாம், லாவோஸ், கம்போடியா எல்லாம் ஜப்பானின் கைகளுக்கு வந்துவிட்டன. ஆங்கிலேயர்களுக்கு மேற்கிலும் நெருக்கடி, கிழக்கிலும் நெருக்கடி, அவர்களுக்குப் பல சந்தேகங்கள். ஜெர்மனி ரஷ்யாவுடன் கடுமையாக மோதுகிறது. ஜெர்மனி, இத்தாலி, ஜப்பான் மூன்றும் அச்சு நாடுகள். ஜப்பான், ஜெர்மனிக்கு ஆதரவாக கிழக்கே இருக்கும் ரஷ்யாவின் விலாடிவோஸ்டாக் நகரைத் தாக்கி ரஷ்யாவிற்குள் போயிருக்க வேண்டும். ஆனால் ஜப்பானியர்கள் அப்படிப் போகவில்லை. தவிர, சீனாவிற்கு ரங்கூன் வழியாக உதவிகள் போவதால் ஜப்பானி

யர்கள் ஆத்திரம் அடைந்திருப்பதும் ஆங்கிலேயர்களுக்குத் தெரியும். ஆகவே, ஜப்பானியர்கள் கிழக்காசியா மீதுதான் குறியாக இருக்கிறார்கள் என்று கருதுவதற்கு எல்லா முகாந்திரங்களும் இருந்தன.

ஆகவே, கிழக்கே தங்களுக்குப் பாதுகாப்பாக இருக்குமென்று, ஆங்கிலேயர்கள் சிங்கப்பூரை மிகவும் பலப்படுத்தினார்கள். சிங்கப்பூரில் பெரிய துறைமுகம் அமைத்தார்கள். கோட்டை கட்டினார்கள். அப்பொழுது இரண்டு மாபெரும் கப்பல்களை ஒன்று *Prince of Wales*, இன்னொன்று *Ripples*. இந்த இரண்டு கப்பல்களுமே ஜப்பானியர்கள் தாக்குவதற்கு வந்தால், ஆசியாவிற்குப் பாதுகாப்பாக இருக்கும் என்று சிங்கப்பூருக்கு அனுப்பி வைத்தார்கள். இந்தக் கப்பல்களைப் பற்றி அந்தக் காலத்தில் மிகவும் விமரிசையாகச் சொல்வார்கள். ஆயிரக்கணக்கில் இந்தியப் படைகளையும் அங்கு கொண்டுபோய்க் குவித்து வைத்தார்கள்.

இந்த யுத்தம் ஆரம்பிப்பதற்கு இரண்டு மூன்று வருடங்களுக்கு முன்பிருந்தே ஆங்கிலேயர்கள், பர்மாவில் எல்லோருக்கும் பயிற்சி அளிக்க ஆரம்பித்தார்கள். யுத்தம் வந்தாலும் வரும். அப்படி வந்தால் தற்காப்புக்காக வீதிகளில் உள்ள விளக்குகளையெல்லாம் அணைத்துவிடவேண்டும். வீட்டிலேயும் விளக்குகள் எரியக்கூடாது. சுருட்டு, சிகரெட்டு பற்ற வைக்கக் கூடாது. 'ப்ளாக் அவுட்' (*Black-Out*) என்று சொல்வார்கள். அபாயச் சங்கு ஊதியவுடன் ஒவ்வொரு தெருவிலேயும் நடந்து போகிறவர்கள் வீதிகளில் வெட்டி வைத்திருந்த பதுங்கு குழியில் ஒளிந்துகொள்ள வேண்டும். பல வீடுகளிலும் பதுங்கு குழி இருக்கும். "மாராழத்திலே பள்ளம் தோண்டி மறைந்திருந்தோம்; பாறாங்கல்லிலே நெஞ்சுறுத்தப் படுத்திருந்தோம்" என்ற நிலை.

ஜப்பானியர்களின் தாக்குதல்

1941 டிசம்பர் எட்டாம் தேதி ஜப்பானியர்கள் அமெரிக்காவின் பெர்ள் துறைமுகத்தைத் (*Pearl Harbour*) தாக்கினார்கள். அடுத்த நாளே சிங்கப்பூர் மீதும் விமானத் தாக்குதல் நடத்தினார்கள். கிழக்காசியா முழுவதையும் காப்பாற்றுவதற்காக ஆங்கிலேயர்கள் கொண்டுவந்து வைத்திருந்த இரண்டு கப்பல்களையும் தாக்கி மூழ்கடித்து விட்டார்கள். இதைக் கேட்ட சர்ச்சில் கண்ணீர் விட்டார் என்று சொல்வார்கள். இருபதாயிரம் பிரிட்டிஷ்–இந்திய ராணுவ வீரர்கள் சரணடைந்தார்கள். இந்தக் கப்பல்கள் போனவுடனேயே ஆங்கிலேயர்கள், பர்மாவும் தங்கள் கைகளை விட்டுப் போய்விடும் என்று முடிவு கட்டி விட்டார்கள்.

ரங்கூன் மீது எப்போது வேண்டுமானாலும் குண்டு விழும் என்று பேச்சாக இருந்தது. அப்போது பெருவாரியான மக்கள் என்ன நினைத்தார்கள்? ஒரு நகரத்தின்மீது ஒரு விமானம் வந்து குண்டு வீசினால் அந்த நகரமே அழிந்து விடும், வேறு எதுவுமே இருக்காது. ஜப்பானியர்கள் ரங்கூன் மேல் குண்டு வீசி, கவர்னர் மாளிகையைப் பிடித்து அதன் மேல் அவர்கள் கொடியை வைத்தால், அந்த நாடு அவர்களுக்குச் சொந்தம். இப்படித்தான் மக்கள் பேசிக் கொள்வார்கள். அதற்குக் காரணம், அந்த காலத்தில் செய்தித் துறை இன்றைக்கு இருப்பது போல் முன்னேறி இருக்கவில்லை.

எதிர்பார்த்தபடியே சிங்கப்பூரைத் தாக்கிய சில தினங்களில், 1941 டிசம்பர் 23ஆம் தேதி ரங்கூன் நகரின் மீது விமானத்திலிருந்து ஜப்பானியர்கள் குண்டு வீசினார்கள். பர்மாவில் இருந்த ஆங்கிலேய கவர்னர், ஜப்பானியர்கள் குண்டு வீசிய அடுத்த நாள் வானொலியில் பேசினார். அப்பொழுது இருந்த ஒரே சாதனம் வானொலி. அதுவும் கர கரவென்றுதான் கேட்கும். 'பர்மா சிறிய நாடு. நம்மிடம் இருக்கின்ற விமானங்கள், ஜப்பானியர்களை எதிர்த்து தடுத்து நிறுத்தக்கூடிய வலிமை வாய்ந்தவை அல்ல. அவரவர் தங்கள் உயிர் மற்றும் உடமைகளை பாதுகாத்து கொள்ள வேண்டியது' என்று கவர்னர் அறிவித்தார்.

அடுத்ததாக, ஜப்பானியர்கள் தாய்லாந்து எல்லையில் படையைத் திரட்டிக் கொண்டு வந்து, தாய்லாந்து அரசரிடம் 'நாங்கள் பர்மாவிற்குள் செல்லவேண்டும். எங்களுக்கு வழி விடுங்கள். இல்லை என்றால், நாங்கள் உங்கள் நாட்டைக் கைப்பற்றிக் கொண்டு உள்ளே செல்வோம்' என்றார்கள். இரண்டு மூன்று நாட்கள் பேசிப் பார்த்துவிட்டு தாய்லாந்து வழி விட்டுவிட்டது. ஜப்பானியர்கள் அங்கிருந்து மலேசிய எல்லையைத் தாண்டி மலேசியாவிற்குள்ளேயும் போய்விட்டார்கள். அங்கேயிருந்த பிரிட்டிஷ்–இந்திய ராணுவத்தினர் ஜப்பானியர்களை எதிர்த்தார்கள். ஆனால் முடியவில்லை. இந்தியாவிலிருந்தும் சிங்கப்பூரிலிருந்தும் அவர்களுக்கு ஆயுதங்களும் உதவிகளும் வழிகாட்டுதலும் கிடைக்கவில்லை. மேலிடத்து உத்தரவின்படி, ஜப்பானியரிடம் சரணடைந்து விட்டார்கள். ஜப்பானியர்கள் தொடர்ந்து இந்தோனேசியா, பிலிப்பைன்ஸ் என்று வரிசையாகக் கைப்பற்றினார்கள்.

1942 ஜனவரியில் ஜப்பானியர்கள் தாய்லாந்து எல்லையைத் தாண்டி சுலபமாக பர்மாவின் தென்கோடியில் உள்ள விக்டோரியா முனைக்கு வந்துவிட்டார்கள். அவுங்சானும் அவர் நண்பர்களும் பர்மீயர்கள் சிலரையும் சேர்த்துக்

கொண்டு உருவாக்கிய 'பர்மீய சுதந்திர ராணுவ'மும் ஜப்பானியர்களுக்கு ஒத்துழைப்பளித்தது. பிரிட்டிஷ்–இந்திய ராணுவத்தினரால் ஜப்பானியப் படைகளை எதிர்கொள்ள முடியவில்லை. அவர்கள் இந்தியாவை நோக்கிப் பின்வாங்கி விட்டார்கள். இந்தியாவிற்குப் போக முடியாதவர்களை வேவல் பிரபு சரணடையச் சொல்லி விட்டார். பின்னர், வேவல் பிரபுவை இந்தியாவின் வைஸிராயாக நியமித்தார்கள். அதன்பின் மவுண்ட் பாட்டன் பிரபுவை கிழக்காசியப் போருக்குத் தளபதியாக நியமித்தார்கள்.

ஜப்பானியர்கள் 1941 டிசம்பர் எட்டாம் தேதி பெர்ள் துறைமுகத்தில் ஆரம்பித்து, 1942 மார்ச் எட்டாம் தேதி ரங்கூனைக் கைப்பற்றிவிட்டார்கள். வெறும் மூன்று மாதத்திற்குள் பதினாறாயிரம் சதுர மைல்களை ஜப்பானியர்கள் தங்கள் வசமாக்கிக் கொண்டார்கள். உலக வரைபடத்தில் ஜப்பானைப் பாருங்கள், பிறகு அவர்கள் கைப்பற்றிய இடங்களைப் பாருங்கள். வியட்னாம், லாவோஸ், கம்போடியா, சிங்கப்பூர், மலேசியா, இந்தோனேசியா, பிலிப்பைன்ஸ், பர்மா, அந்தமான்–நிக்கோபார், சீனாவின் ஒரு பகுதி. இவ்வளவும் மூன்று மாதங்களுக்குள் ஜப்பானியப் படைகளால் கைப்பற்றப்பட்டன. தாய்லாந்துடன் அவர்களுக்கு ராணுவ உடன்படிக்கை இருந்ததால் அதைத் தொடாமல் விட்டு விட்டார்கள்.

சிறைச்சாலையை நிர்வகிக்கும் ஜெய்லர் முதல் சாதாரணப் பணியாளர்கள் வரை இந்தியர்கள் வேலை பார்த்தனர். காவல் துறையிலும் இந்தியர்கள் கணிசமாகப் பணியாற்றினர். இவர்களில் பலரும் இந்தியாவுக்குப் போனால் உயிர் பிழைக்கலாம் என்று உடுத்திய துணியோடு ஓடி விட்டார்கள். வடக்கு நோக்கி ஓடியவர்கள், எப்படியாவது குழந்தை குட்டிகளைக் காப்பாற்றினால் போதும் என்று இந்தியாவிற்குக் கால்நடையாகப் போய்விட்டார்கள். சிலர் முப்பது மைல்களுக்கு அப்பால் தங்கி இருந்து விட்டு பிற்பாடு திரும்பி வந்தார்கள். காரோட்ட ஓட்டுநர்கள் இல்லை. தெருவெல்லாம் கார்கள் நிறுத்தப்பட்டிருந்தன. உரிமையாளர்களும் ஓட்டுநர்களும் ஓடிவிட்டார்கள். இதனால், 1941 டிசம்பர் 23ஆம் தேதி ரங்கூன் நகரின் மீது ஜப்பானியர்கள் நடத்திய குண்டுவீச்சில் மடிந்து போனவர்களை அப்புறப்படுத்துவதற்குக்கூட ஆட்கள் இல்லை.

சிறையில் இருக்கும் கைதிகளுக்கு உணவளிக்க முடியவில்லை. கைதிகளுக்கு உணவு வழங்குவதற்கான ஒப்பந்தம், அப்போது என் சிறிய தந்தையாருக்குக் கிடைத்திருந்தது.

அதை என் தமையனார் நிர்வகித்து வந்தார். ஆனால் இந்தக் கலவரத்தில் பொருட்களை வாங்கவோ, வினியோகிக்கவோ முடியவில்லை. சிறைக் காவலர்களும் பணியாளர்களும் வேலைக்கு வரவில்லை. சிறையில் இருந்த கைதிகளை என்ன செய்வது? 'நீங்கள் எல்லோரும் போய் பிணங்களை அப்புறப் படுத்துங்கள்', என்று சில நாட்கள் வேலை வாங்கினார்கள். அவர்களும், 'நல்ல வேளை, கடவுள் நமக்கு ஒரு வாய்ப்பைக் கொடுத்தார்' என்று, இறந்து போனவர்களுடைய உடம்பில் உள்ள மோதிரம், கடிகாரம் போன்றவற்றை எடுத்துக் கொண்டார்கள். அப்படிச் செய்தாலும் கைதிகளுக்கு உணவு கொடுப்பதற்கு வழியில்லை. 'சிறையைத் திறந்து வெளியே போங்கள்' என்று சொல்லி விட்டார்கள். குற்றவாளிகள் வெளியே வந்து விட்டார்கள்.

கலவரம்

அப்போது ஜப்பானியர்களைக் குறித்து இந்தியர்களுக்கு மிகுந்த அச்சம் இருந்தது. 'ஜப்பானிய ராணுவத்தினர் கொள்ளையடிக்கிறார்கள். கற்பழிக்கிறார்கள். சீனாவின் நான்கிங் நகரத்தைக் கைப்பற்றியவுடன் அங்கிருக்கும் பெண் களைக் கற்பழித்தார்கள், கூட்டுக் கொலை நடத்தினார்கள்' போன்ற செய்திகளைக் கேட்டிருந்ததால் இந்தியர்கள் ஜப்பா னியர்களைக் குறித்து அஞ்சினார்கள். இதனால் 1942இல் இந்தியர்கள் பலர் கால்நடையாகவே இந்தியாவிற்குச் சென்றார்கள். அப்படிச் சென்ற எல்லோராலும் பர்மீய எல்லையைக் கடந்து அஸ்ஸாம் மாநிலத்திற்குள் போக முடியவில்லை. வழியிலேயே ஆயிரக்கணக்கானவர்கள் மடிந்து போனார்கள். என் தாய்வழி மாமா ஒருவர் இந்திய எல்லைக்குச் சற்று முன்பாக இறந்து போய்விட்டார்.

சிலர் நகரத்திலிருந்தால் பாதுகாப்பில்லை என்று கருதி கிராமங்களுக்குப் போனார்கள். அது அவ்வளவு நல்ல முடி வில்லை என்று அவர்கள் பின்னர் தெரிந்து கொண்டார்கள்.

எனது சிறிய தாயார், 'வீட்டில் வயதுப் பெண்கள் இருக்கிறார்களே, சவுட்டானிலிருந்தால் பாதுகாப்பில்லை' என்று கருதினார். சவுட்டானிலிருந்து 12 மைல் தூரத்தில் கோவண்டான் என்கிற கிராமத்தில் என் தகப்பனாருக்கு ஒரு கடை இருந்தது. அங்கு ஒரு வீடும் இருந்தது. இங்கே தஞ்சாவூர் மாவட்டம் முத்துப்பேட்டையிலிருந்து வந்த முஸ்லிம்கள் இருந்தார்கள். இவர்கள் சிலம்பம் விளையாடு வதில் வல்லவர்கள். திடகாத்திரமாக இருப்பார்கள். சுற்று வட்டாரத்தில் எங்கே திருவிழா நடந்தாலும் இவர்களைக் கூப்பிடுவார்கள். இவர்கள் நான்கைந்து பேர் போய் சிலம்பு

விளையாடுவார்கள். இவர்களை அழைப்பது சிலம்பு விளையாட்டிற்காக அல்ல, பாதுகாப்பிற்காக. திருவிழாவிற்குப் பெண்கள் நகை–நட்டுகளைப் போட்டுக்கொண்டு வருவார்கள். கள்ளர் பயம் இருந்தது. ஆனால் முத்துப்பேட்டைக்காரர்கள் சிலம்பு விளையாடுகிறார்கள் என்று தெரிந்தால் கள்ளர்கள் கைவரிசையைக் காட்ட மாட்டார்கள். முத்துப்பேட்டை அப்துல்லா, முஹம்மது உசேன், முஹம்மது தம்பி முதலானவர்கள் அப்போது மிகப்பிரபலம்.

கோவண்டானுக்குப் போனால் முத்துப்பேட்டைக்காரர்கள் தங்களுக்குப் பாதுகாப்பாக இருப்பார்கள் என்று என் சிறிய தாயார் கருதினார். என் தகப்பனார் சிறிய தாயாரையும் சகோதரிமாரையும் படகில் கோவண்டானுக்கு கூட்டிக் கொண்டு போனார். கடலோரம் இருந்த கோவண்டானுக்கு சவுட்டானிலிருந்து துடுப்புப் போடும் சம்பான் படகிலும் போகலாம், கால் நடையாகவும் போகலாம். படகில் போக நான்கு மணி நேரம் ஆகும். இவர்கள் கோவண்டானுக்குப் போய்ச் சேர்ந்தபோது முத்துப்பேட்டைக்காரர்கள் கோவண்டானில் இல்லை. முந்தின தினமே அங்கேயிருந்து போய்விட்டார்கள். காரணம் ஜப்பானியர்கள் அல்ல, பர்மீயர்கள்.

பர்மீயர்கள் பலரிடையே இந்தியர்களுக்கு எதிரான உணர்வு 1930களிலேயே தொடங்கி விட்டது. ஜப்பானியர்கள் பர்மாவுக்குள் முன்னேறிக் கொண்டிருக்கும் அந்தவேளையில் பர்மீயர்களில் சிலர், ‘இந்தியர்களாகிய நீங்கள் வெள்ளையருடன் சேர்ந்து எங்கள் நாட்டைக் கைப்பற்றவும் சுரண்டவும் வந்தவர்கள். நீங்கள் வெளியேறி உங்கள் நாட்டுக்குச் செல்லுங்கள்’ என்று சொல்ல ஆரம்பித்தார்கள்.

இந்தியர்களுக்கு எதிராக கொலை–கொள்ளையில் கிராமப் புறங்களில் இருந்த பர்மீயர்களில் சிலர் ஈடுபட்டார்கள். தங்களுக்கு இடைஞ்சலாக இருப்பார்கள் என்று கருதியதால் முத்துப்பேட்டைக்காரர்களை பர்மீயர்கள் ஊரைவிட்டு போகச் சொல்லி விட்டார்கள். என் தகப்பனார் இது தெரியாமல் சிறிய தாயாரையும் சகோதரிகளையும் கோவண்டானில் விட்டுவிட்டு, அன்றைய தினமே சவுட்டானுக்குத் திரும்பிவிட்டார்.

சவுட்டானுக்கு வந்த பிறகுதான், பல கிராமப்புறங்களில் இந்தியர்களுக்குப் பாதுகாப்பில்லை என்று அவருக்குத் தெரிந்தது. ‘பர்மீயர்கள் கொள்ளையடிக்கிறார்கள், தீ வைக்கிறார்கள், மானபங்கப்படுத்துகிறார்கள்’ என்று ஊரிலுள்ளவர்கள் சொன்னார்கள். பாதி செய்தியாக இருக்கும், மீதி வதந்தியாக இருக்கும். என் தகப்பனார், தாயார், சகோதரர்கள்

எல்லோருக்கும் கவலையாகிவிட்டது. நான், 'கோவண்டானுக்குப் போய் அவர்களைக் கூட்டிக்கொண்டு வந்து விடுகிறேன்' என்று சொல்லிவிட்டுக் கிளம்பினேன். 12 மைல் தூரம் நடந்து சொல்ல வேண்டும். துணைக்குக் காசிம் என்கிற நண்பரும் வந்தார். போகிற வழியில் ஒன்றும் வித்தியாசமாகத் தெரியவில்லை. கோவண்டானை அடைந்ததும் தூரத்தில் நெருப்பு பற்றி எரிவது தெரிந்தது. இந்தியர்களின் வீடுகளில் கொள்ளையடிப்பதும் அவர்களது சொத்துக்களுக்குத் தீ வைப்பதும் ஆரம்பமாகியிருந்தது. இந்தியர்கள் பதற்றத்தில் இருந்தார்கள். குழப்பமும் பீதியும் எல்லோர் முகத்திலும் தெரிந்தது. நான் என் குடும்பத்தாரை அழைத்துக் கொண்டு கிளம்பினேன். எங்களோடு அந்த ஊரில் இருந்த வேறு சில இந்தியர்களும் சேர்ந்து கொண்டார்கள். நாங்கள் புறப்படும்போதே தாமதமாகிவிட்டது. கோணி என்கிற ஊரை அடைந்தபோது இருட்டிவிட்டது.

கோணியில் பள்ளர் சமூகத்தினர் இருந்தார்கள். இவர்களில் பலர் மேஸ்திரிகளாக இருந்தார்கள். கருதறுப்புக்கு 40/50 பேர் வேண்டும் என்று சொன்னால் இந்தியாவிலிருந்தே ஆட்களைக் கப்பலில் கூட்டிக்கொண்டு வந்து விடுவார்கள். 'ஒரு நெல்மணி கூடச் சிதறாமல் அறுவடை செய்து தருவோம்' என்று ஒப்பந்தம் செய்து கொள்வார்கள். அறுவடை முடிந்ததும் வந்தவர்களுக்குத் திரும்ப பயணச்சீட்டு எடுத்து அனுப்பி விடுவார்கள். இதில் சிறுகுடிக் கருப்பன் என்கிற மேஸ்திரியை எங்களுக்குத் தெரியும். அவர் என் சிறிய தாயாரிடம், 'அம்மா, இனி மேற்கொண்டு நீங்கள் போகவேண்டாம், பாதுகாப்பில்லை, இங்கேயே தங்கிவிடுங்கள்' என்று சொன்னார். பல ஊர்களிலிருந்து வந்தவர்களும் அங்கே இருந்தார்கள். நூறு பேருக்கு மேல் இருக்கும். எல்லாரும் வெட்ட வெளியில் தங்கினோம். தூரத்தில் நெருப்பு பற்றி எரிவதைப் பார்க்க முடிந்தது.

அப்போது எங்கள் வீட்டிற்கு அருகில் வசித்து வந்த நடேச பத்தரின் மகன் மாரியப்பன் அங்கே வந்து சேர்ந்தான். அது பிப்ரவரி மாதம். நல்ல குளிர். ஊர்க்காரர்கள் வைக்கோலைப் போர்த்திக் கொள்ளச் சொன்னார்கள். எல்லோரும் வைக்கோலைப் போர்த்திக்கொண்டு படுத்தோம். கதகதப்பாக இருந்தது. "தையும் மாசியும் வையகத்துறங்கு" என்று ஔவையார் சொன்னது எனக்கு நினைவிற்கு வந்தது. "பனிக்காலமான தை, மாசி மாதங்களில் வைக்கோலால் வேய்ந்த கூரை வீட்டில் நித்திரை செய் – என்று ஔவையார் சொல்லியிருக்கிறார்" என்று மாரியப்பனிடம் சொன்னேன். 'நல்லாச் சொன்னாய் அப்பு' என்றான் மாரியப்பன்,.

அன்றிரவு முழுதும் சிறுகுடிக் கருப்பனும் அவரது நண்பர்களும் எங்களுக்குப் பாதுகாப்பாக இருந்தார்கள்.

பொழுது விடிந்ததும் சவுட்டானுக்குப் புறப்பட்டோம். வழியில் மூப்பியா என்று ஒரு கிராமம் இருக்கிறது. இங்கே இந்தியர்கள் நெல் சேமித்து வைக்கிற பெரிய கிடங்கு இருந்தது. முதல் நாள் அதைக் கடந்துதான் போனோம். அப்போது கிடங்குக்கு ஒன்றும் நேரவில்லை. ஆனால் இரவில் முழுவதுமாக எரிந்து, காலையிலும் தீ வேகாமல் கனன்று கொண்டு இருந்தது. ஆயிரக்கணக்கான கூடைநெல் எரிந்து கரிந்து கொண்டிருந்தது. பரிதாபமாக ஒரு நாய் சுற்றிச் சுற்றி அழுது கொண்டிருந்தது. அதன் கண்களில் நீர் பெருகி வழிவதைப் பார்த்தேன். அந்தக் காட்சியை இத்தனை வருடங்களுக்குப் பின்னால் நினைத்துப் பார்த்தாலும் துயரமாக இருக்கிறது.

சவுட்டான் பாதுகாப்பாக இருந்ததால் அக்கம் பக்கத்திலிருந்த பல கிராமங்களில் இருந்து இந்தியர்கள் கூட்டம் கூட்டமாக, அகதிகளாக, பிஞ்சுக் குழந்தைகள் முதல் தள்ளாத முதியவர்கள் வரை, கால்நடையாகவே சவுட்டானின் அக்கரைக்கு வந்து சேர்ந்தனர். சவுட்டான் நகரை அடைவதற்கு சவுட்டான் ஜீவநதியைத் தாண்ட வேண்டும். எங்கள் தந்தையார், கிழக்கு வங்காளத்தைச் சேர்ந்தவர்களை அணுகி, அவர்களின் சிறு படகுகளைக் கொண்டு அகதிகளை ஆற்றைக் கடந்துவர ஏற்பாடு செய்தார். ஊர்ப் பெரியவர்களுடன் ஆற்றங்கரையில் நின்று வந்தவர்களுக்கு ஆறுதல் சொல்லி வரவேற்றார். நகரிலிருந்த பிரபலமான பர்மீயர்களை அணுகி அகதிகளுக்குப் பாதுகாப்பு அளிக்க வேண்டுமென்று கேட்டு, அவர்களின் ஒத்துழைப்பையும் பெற்றார். நாட்டுக்கோட்டை நகரத்தார்களோடு பேசி அவர்களின் நிர்வாகத்திலிருந்த தெண்டாயுதபாணி கோவில் தோட்டத்தில் அகதிகள் தங்குவதற்கும் ஏற்பாடு செய்தார். இந்தத் தோட்டம் மிகப் பெரியது. நகரத்தார்கள், கோவிலில் சேமித்து வைத்திருந்த அரிசி–பருப்பை எடுத்து அகதிகளுக்கு வழங்கினார்கள்.

இயங்காத இயந்திரம்

அப்போது போக்குவரத்து எதுவும் கிடையாது. பெட்ரோல் கிடையாது. உணவுப் பொருட்கள் கிடையாது, உப்பு கிடையாது, எண்ணெய் கிடையாது. ஏழை மக்கள் என்ன செய்வார்கள். சவுட்டான் கொஞ்சம் பாதுகாப்பான இடமாக இருந்தது. அதனால் அங்கே ஆயிரக்கணக்கான இந்தியர்கள் அகதிகளாக வந்து சேர்ந்தார்கள்.

ஜப்பானியர்கள் குண்டு வீசியதில் தொடங்கி, அவர்களின் ராணுவம் பர்மாவைக் கைப்பற்றியது வரை, பர்மாவில்

முறையான ஆட்சி நடக்கவில்லை. இது, இந்தியர்களுக்கு எதிராகக் கொள்ளை–கொலையில் ஈடுபட்டிருந்த பர்மீயர்களுக்கு வசதியாக இருந்தது. இந்தியர்களுக்கு எதிரான அராஜகம், 1942 பிப்ரவரி 20 முதல் மார்ச் 8 வரை, சுமார் இரண்டு வார காலம் மிக மோசமாக இருந்தது. சில இடங்களில் இந்திய விவசாயிகளிடம் குதிரில் இருந்த நெல்லைப் பிடுங்கிக்கொண்டு, சொத்துக்களை அபகரித்துக் கொண்டு, 'உன் நாட்டுக்கு போ' என்று விரட்டி விட்டார்கள். சில இடங்களில் இந்தியர்களைக் கொலை செய்து பிணத்தை நதியில் எறிந்தார்கள்.

ஜப்பானியர் ஆட்சி

இந்தியர்களில் பலர் தங்கள் செல்வங்கள் அனைத்தையும் இழந்து அகதிகளாக அலைந்து கொண்டிருந்தார்கள். ஜப்பானியர்களும் தங்களைப் போலவே புத்த மதத்தினர், அதனால் தங்களுக்குச் சாதகமாகவே இருப்பார்கள் என்று பர்மீயர்கள் நம்பினார்கள். இதனால், இந்த அகதிகளின் நிலையை ஜப்பானியர்கள் ஒரு பொருட்டாகக் கருதி நடவடிக்கை எடுக்க மாட்டார்கள் என்று பர்மீயர்கள் கருதினார்கள். ஆனால், ஜப்பானியர்கள் வந்த உடனேயே, இந்தியர்கள் இப்படி அகதிகளாக, வீடு வாசல் இழந்து, கூட்டம் கூட்டமாக அலைவதைப் பார்த்ததும், என்ன ஏது என்று விசாரித்தார்கள். இதில் ஒரு துரதிருஷ்டம் என்னவென்றால், ஜப்பானியர்கள் பிற மொழி பேச மாட்டார்கள். மேலதிகாரிகளுக்கு மாத்திரம் கொஞ்சம் ஆங்கிலம் தெரிந்திருக்கும். அதுகூட கையிலே ஆங்கில போதினி போன்ற ஒரு சிறு புத்தகம் வைத்திருப்பார்கள். ஆங்கிலத்தை ஜப்பானிய மொழியில் எழுதி வைத்திருப்பார்கள். அதிலுள்ள சில குறிப்புகளை வைத்துக் கொண்டு '*What is your name?* எங்கு வசிக்கிறாய்? என்ன நடந்தது?' என்று கேட்பார்கள்.

ஜப்பானியர்களைப் பற்றியோ, அவர்களைக் குனிந்து வணக்கம் செய்ய வேண்டும் என்பதைப் பற்றியோ நம்மில் பலரும் ஆரம்பத்தில் அறிந்திருக்கவில்லை. ஜப்பானைப் பற்றி நானறிந்து கொண்டது, ஏ.கே. செட்டியாரின் 'ஜப்பான்' புத்தகத்தைப் படித்ததன் மூலமாகத்தான். இதை எல்லாரும் படித்திருக்க மாட்டார்கள். அவருடைய நண்பர்களே கூடப் படித்திருக்க மாட்டார்கள். அந்தக் காலகட்டங்களில் படிக்கும் ஆர்வம் மக்களுக்கு மிகவும் குறைவு. ஒரு சிலருக்கு மட்டுமே ஆர்வமும் வாய்ப்புமிருந்தது. 'ஜப்பான்' புத்தகம் படித்தால், ஜப்பானியர்களிடத்தில் மிகவும் மரியாதை ஏற்படும். ஜப்பானியரிடத்தில் வெறும் 'மாஸ்டர்' என்று

சொல்லி வணங்கினால் தலையில் நச்சென்று அடி விழும், வணக்கம் சொல்லும்பொழுது ஜப்பானிய முறையில் குனிந்து சொல்லவில்லையென்று. நம்மவர்கள் முதலில் இதைக் கற்றுக் கொண்டார்கள். பிறகு, ஜப்பானியர்கள் இந்தியர்களை விசாரித்த பொழுது, பர்மீயர்கள் தங்கள் சொத்துக்களைப் பறித்துக்கொண்டு விரட்டி விட்டனர் என்று விலாவாரியாக எடுத்துக் கூறினார்கள். உடனேயே ஜப்பானியர்கள் நடவடிக்கை எடுத்தார்கள்.

ஜப்பானியர்கள், பர்மீயத் தலைவர்களை அழைத்து, ஏன் இவ்வாறு மக்கள் அகதிகளாக அலையவேண்டும் என்று விளக்கம் கேட்டார்கள். இவர்கள் அனைவரும் முன்னர் வசித்திருந்த இடத்திற்கே திரும்ப ஏற்பாடு செய்ய வேண்டும் என்று உத்தரவிட்டார்கள். அதை நிறைவேற்றுகின்றார்களா என்றும் பார்த்தார்கள். இதனால் பாதிக்கப்பட்ட அனைத்து இந்தியர்களுக்கும் ஜப்பானியர்களிடத்தில் நன்றியுணர்வு ஏற்பட்டது. ஜப்பானியர்களின் முறைகள் ரொம்பக் கடின மாக இருக்கும். குற்றங்களுக்கு உடனடியாகத் தீர்வு. திருடி னால் கையை வெட்டி விடுவார்கள். அவர்களுக்குச் சிறு சந்தேகம் வந்தாலும் தலையை வெட்டி விடுவார்கள். இதனால் குற்றச் செயல்கள் உடனடியாகக் குறைந்தன. நம்மவர்களுக்கு இது பாதுகாப்பை அளித்ததால் மகிழ்ச்சி அடைந்தார்கள். ஜப்பானியர்களின் நிர்வாகத்தில், ஆங்கிலேயர் ஆட்சியில் இருந்த நீதித்துறை சுதந்திரம் கிடையாது. குற்றம் சாட்டப் பட்டவர்களுக்கு சந்தர்ப்பமளித்து விசாரிக்கும் முறை கிடை யாது. உடனடியாக துப்பாக்கியால் சுட்டோ, கத்தியால் வெட்டியோ தண்டனைகளை நிறைவேற்றி விடுவார்கள்.

இதனால் பர்மீயர்களுக்கு ஜப்பானியரிடத்தில் வெறுப் பேற்பட்டது. இதை அவர்கள், ‘போஜோ’ என்று அழைக்கப் படும் புரட்சி இயக்கத்தின் தலைவர்களிடம் ‘நல்ல முறையில் ஆட்சி செய்தவர்களை துரத்திவிட்டு கொடுமையானவர் களிடம் மாட்டிவிட்டீர்களே’ என்று குறைபடத் துவங்கினார் கள். அது மட்டுமன்றி ஜப்பானிய ராணுவத்தினர் நல்ல உடைகள் இல்லாமல் இருந்தனர், நிர்வாணமாகத் தெருவில் குளித்தனர். அது அவர்கள் வழக்கம் போலும். இவையெல் லாம் பர்மீயர்களுக்கு அருவருப்பு ஏற்படுத்தியது.

ஜப்பானியர்கள் பர்மா வந்த உடனே ரேடியோ வைத் திருப்பவர்கள் எல்லோரும் அவர்களுடைய ரேடியோவைக் கொண்டு வந்து ஒப்படைத்து லைசென்ஸ் வாங்கிக் கொள்ள வேண்டும் என்று சட்டம் போட்டார்கள். ரேடியோவைக் கொண்டு போய் கொடுத்தற்குப் பிறகு ஒரு வாரம் கழித்து

வரச் சொல்லுவார்கள். நாம் போனால் ரேடியோவும் லைசென்ஸும் கொடுப்பார்கள். அதற்குப் பிறகு அந்த ரேடியோவை என்னதான் சுற்றினாலும் ரங்கோனிலிருந்து அவர்கள் என்ன ஒலிபரப்புகிறார்களோ அது மட்டும்தான் வரும். யுத்தச் செய்திகளோ உலகச் செய்திகளோ வராது. விரோதிகளின் கையாட்கள் உளவு சொல்வதற்கு ரேடியோவை பயன்படுத்தக்கூடும் என்பதும் வேறு அலைவரிசைகள் கிடைக்காமல் செய்ததற்கு ஒரு காரணம்.

அப்போது நாங்களெல்லாம் இருட்டில்தான் இருந்தோம். சூரியாஸ்தமனத்துக்கு முன்பே சாப்பிட்டு விடவேண்டும். அதற்குப் பிறகு அடுப்புக்கூட பற்ற வைக்கக் கூடாது. சுருட்டு பிடிக்கக் கூடாது. சிகரெட், பீடி பிடிப்பவர்கள் வீட்டிற்குள்ளே எங்கேயாவது ரகசியமாகத்தான் பிடிக்க முடியும். டார்ச் விளக்குகள் வைத்திருக்கக் கூடாது. யாராவது வைத்திருந்து, அது தெரிய வந்தால், அவர்களைக் கைது செய்து கொண்டு போய்விடுவார்கள். டார்ச் விளக்கு வைத்திருப்பவர்கள், இருளில் மேலே பறக்கிற விமானங்களுக்கு சமிக்ஞை செய்வார்கள் என்று ஜப்பானியர்களுக்குப் பயம். வெளிநாட்டிலிருந்து வரவேண்டிய பொருட்கள் எதுவுமே வரவில்லை. அதனால் எல்லாமே பற்றாக்குறை.

இது இப்படியிருக்க, அவுங்சானும் அவர் நண்பர்களும் எதிர்பார்த்தது போல் ஜப்பானியர்கள் பர்மாவிற்குச் சுதந்திரத்தையோ, இவர்களுக்கு அதிகாரத்தையோ கொடுக்கவில்லை. அவர்களது ராணுவ ஆட்சியை நிறுவினார்கள். ஆங்கிலேயர் ஆட்சிக் காலத்தில் பிரதமராக இருந்த டாக்டர் பா மாவையே பிரதமர் ஆக்கினார்கள். 1943இல் ராணுவ ஆட்சிக்குப் பதிலாக சிவில் ஆட்சி முறையை அமல்படுத்துவதாகச் சொல்லிக்கொண்டு, மீண்டும் டாக்டர் பா மாவையே ஆட்சி அமைக்கச் சொல்லி அவருக்கு அதிபதி என்ற பட்டத்தையும் கொடுத்தார்கள். இந்த ஆட்சியில் 'போஜோ' அவுங்சானை ராணுவ அமைச்சராக்கினார்கள். அவரது கூட்டாளியான நே வின் ராணுவத் தளபதியானார். இன்னொரு கூட்டாளியான ஊ நு வெளிநாட்டு அமைச்சரானார். பதவியெல்லாம் பெயருக்குத்தான். அதிகாரம் ஜப்பானியர்களின் கைகளில்தான் இருந்தது. ஊ நு பிற்பாடு 1948இல் இருந்து 1962 வரை பர்மாவின் பிரதம மந்திரியாக இருந்தார். அவரைக் கவிழ்த்துவிட்டு, 1962இல் நே வின் ராணுவ ஆட்சி அமைத்தார்.

ஜப்பானியர்களின் ஆதரவில் பர்மீயர்களின் பொம்மை ஆட்சி நடந்தது. இந்த ஆட்சியில் நாணய மதிப்பு சரிந்தது.

பற்றாக்குறை அதிகரித்தது. ஒரு பக்கத்தில் சில துறைகளில் இருந்தவர்கள், தங்கம், இரும்பு, மரம் போன்ற வியாபாரங்களில் இருந்தவர்கள் பணத்தை அள்ளிக் குவித்தனர். இன்று 1000 ரூபாய்க்கு வாங்கிய பொருளை அடுத்த நாள் 1100 ரூபாய், அதற்கு அடுத்த நாள் 2000 ரூபாய் என்ற விலைகளில் விற்றார்கள். அன்றாடங் காய்ச்சிகள் பற்றாக்குறையால் துன்பப்பட்டனர். விவசாயிகள் மிகவும் துயருற்றார்கள்.

ஜப்பானியர்களின் ஆட்சியில் விவசாயம் சீர் குலைந்து போய்விட்டது. ஜப்பானியர்களின் ஆக்கிரமிப்பு தொடங்குவதற்கு முன்னாலேயே இந்தச் சீர் குலைவு ஆரம்பமாகிவிட்டது. எப்போதும் தை மாதம் அறுவடை நடக்கும். சாதாரண விவசாயிகள் தரகர்களிடம் நெல்லை விற்பார்கள். பெரிய குத்தகை விவசாயிகளும் நிலச்சுவான்தார்களும் கிடங்குகளில் சேமித்து வைத்து, விலை கூடுகிற சமயம் பார்த்து விற்பார்கள். 1941 டிசம்பர் மாதம் ஜப்பானியர்கள் குண்டு வீசியதைத் தொடர்ந்து நடந்த அமளியிலும், இந்தியர்களுக்கு எதிரான கலவரத்திலும் அவரவர்கள் உயிரைக் காப்பாற்ற ஓடுவதும் ஒளிவதுமாக இருந்தார்கள். அதனால் 1942 ஜனவரி மாதத்தில் நடந்திருக்க வேண்டிய அறுவடை ஒழுங்காக நடை பெறவில்லை. இந்தக் கலவரத்தில் தலைமுறை தலைமுறையாக வாழ்ந்த கிராமத்தை விட்டு நகரங்களுக்கு ஓடி வந்தவர்கள் பலர். இதில் பண்ணை வைத்திருந்தவர்கள், 10–20 மாடு வைத்து விவசாயம் செய்தவர்கள் எல்லாம் இருந்தார்கள். அவர்கள், 'இந்தக் கொலைகாரர்கள் இருக்கிற ஊருக்குத் திரும்பிப் போக மாட்டோம்' என்று சொல்லிவிட்டு நகரத்திலேயே தங்கிவிட்டார்கள். விவசாயிகள் நகரத்தில் என்ன செய்யமுடியும்? ரங்கூனில் குண்டு விழுந்து சிதிலமான கட்டிடங்களையும் இடிபாடுகளையும் சுத்தம் செய்தார்கள். அப்போது அதிகபட்சம் பாரம் இழுப்பதற்கு மாட்டு வண்டி இருக்கும். அதுவும் அதிகம் இராது. இவர்கள் உடைந்த செங்கற்களையும் இடிபாடுகளையும் தலைச்சுமையாக அப்புறப்படுத்தும் கூலி வேலை செய்தார்கள்.

1942இல் ஜப்பானியர்கள் பர்மாவை ஆக்கிரமித்த பிறகு, யுத்த காலத்தில், முன்னைப் போல் இல்லாவிட்டாலும் விவசாயம் நடந்தது. ஆனால் கப்பல் கப்பலாக நடந்து வந்த அரிசி ஏற்றுமதி நின்று போனது. ஒவ்வொரு பண்ணையிலும் நெல் குவிந்து கிடக்கும். விவசாயிகளுக்கு வீட்டுப் பொருட்களும் விவசாயப் பொருட்களும் வாங்கப் பணமிருக்காது. அவர்களுக்கு கடன் கொடுத்து வந்த பலசரக்குக் கடைகளை எல்லாம் அடைத்து விட்டார்கள். தரகர்களும் இல்லை, வியாபாரிகளும் இல்லை. விவசாயிகள் வீட்டில் காய்கறி

இராது, பருப்பு இராது, உப்பு–புளி இராது, விளக்கிற்கு எண்ணெய் இராது, தீப்பெட்டி இராது. அரிசி மட்டும் இருக்கும். ஆனால் அந்தச் சிரமத்தில் கூட ஊரில் யாரும் விவசாயிகளிடம் போய் நெல்லோ அரிசியோ கேட்டால், ஒரு குடும்பத்திற்கு ஒரு மாதம், இரண்டு மாதத்திற்கு தேவையானதை மூட்டையாகக் கட்டிக் கொடுப்பார்கள். இவர்களைப் போன்றவர்களைப் பார்த்ததால்தான் கம்பர், "எந்நாளும் காப்பாரே வேளாளரே" என்று பாடினார்.

பர்மாவில் இருந்து தங்கள் நிலைபாட்டை உறுதிப் படுத்திக் கொண்டு இந்தியாவிற்குள் நுழைய வேண்டுமென் பதே ஜப்பானியர்களின் நோக்கம். தங்களது கடற்படையைக் கொண்டு அந்தமான் நிக்கோபாரை ஜப்பானியர்கள் கைப்பற்றிக் கொண்டார்கள். அங்கிருந்து கடல் மார்க்கமாக இலங்கைக்குள்ளும் இந்தியாவிற்குள்ளும் நுழைவதே அவர்கள் திட்டம். ஜப்பானியர்களின் கடற்படை மிகப் பெரியது. உலக அளவில் ஆங்கிலேயர்களுக்கு அடுத்தபடியாக இரண் டாம் இடம் வகித்தது. அந்தமான் தீவிலிருந்து இலங்கையை யும், சென்னை ராஜதானியையும் (இப்போது தமிழகம், ஆந்திரம், கேரளம், கர்நாடகம்) கைப்பற்ற வேண்டும் என்று திட்டமிட்டார்கள். ஒருமுறை விமானத்திலிருந்து கொழும்பு நகரின் மீது ஒரு குண்டும் வீசினார்கள்.

அவுங்சானின் பர்மீய சுதந்திர ராணுவப் படையினர் ஜப்பானியர்கள் தங்களுக்கு அதிகாரத்தைக் கொடுக்காததால் ஏற்பட்ட அதிருப்தியை வெளிக்காட்டிக் கொள்ளவில்லை. ஆனால் தங்களது பர்மீய ராணுவத்தை விரிவாக்கிக் கொண்டு இருந்தார்கள். பர்மாவில் நிரந்தரமாக இருந்தபடி, இலங்கை யையும் இந்தியாவையும் கைப்பற்றுவதுதான் ஜப்பானியர் களின் திட்டம் என்பதையும் இவர்கள் உணர்ந்து கொண்டார் கள். சரியான சந்தர்ப்பத்தில் ஜப்பானியர்களை வெளியேற்ற வேண்டும் என்று போஜோ அவுங்சானும் அவரது தோழர் களும் மிக மிக ரகசியமாகத் திட்டமிட்டபடி இருந்தார்கள்.

ஜப்பானியர்களின் திட்டத்தை வேறு ஒருவரும் உணர்ந்து கொண்டிருந்தார். அவர்தான் நேத்தாஜி சுபாஷ் சந்திர போஸ்.

7

நேத்தாஜி

ஜப்பானியர்கள் பர்மாவைக் கைப்பற்றிய போது, நேத்தாஜி சுபாஷ் சந்திர போஸ் – அப்பொழுது நேத்தாஜி அல்ல; சுபாஷ் சந்திர போஸ் தான் – ஜெர்மெனியின் தலைநகர் பெர்லினில் இருந்தார். தான் கிழக்காசியாவிற்குப் போகவேண்டிய காலம் வந்துவிட்டது என்று கருதினார். அதேவேளையில் இந்தியாவின்மீது கண் வைத்திருந்த ஜப்பானிய அரசு, இந்தியப் புரட்சியாளர்களை எப்படியாவது கவர வேண்டும் என்று நினைத்தது. கிழக்காசியாவிலிருந்து இந்தியப் புரட்சியாளர்களைச் சேர்த்துக்கொண்டு, இந்தியாவிற்குள் நுழைய வேண்டுமென்பது ஜப்பானின் திட்டமாக இருந்தது.

நேத்தாஜியின் பயணம்

ஜப்பானியர்கள் பர்மாவைக் கைப்பற்றுவதற்கு இரண்டாண்டுகள் முன்னதாகவே இந்தியாவிலிருந்து வெளியேறிவிட்டார் போஸ். செல்வமும் செல்வாக்கும் உள்ள ஒரு வங்காளக் குடும்பத்தில் 19ஆம் நூற்றாண்டின் கடைசி வருடங்களில் பிறந்தவர் போஸ். அவர் குடும்பத்தில், இவர் இங்கிலாந்தில் போய் படித்துவிட்டு சட்ட நிபுணராக வர வேண்டும், பெரிய இளவரசன்போல வாழ வேண்டும் என்று நினைத்தார்கள். அந்தக் காலத்தில் சட்ட நிபுணர்களுக்கு நல்ல வருவாய் இருந்தது.

சித்தரஞ்சன் தாஸ், பண்டித மோதிலால் நேரு போன்றவர்கள், பம்பாயில் நாரிமன்

பாயிண்ட் இருக்கிறதே, அந்த நாரிமன், இவர்களெல்லாம் பிரபலமான வழக்கறிஞர்கள். தமிழ்நாட்டிலும் பல பேர் இருந்தார்கள். அல்லாடி கிருஷ்ணசாமி ஐயர், டைகர் வரதாச் சாரி–இப்படி. ஒரு சட்ட யோசனைக்கு அந்தக் காலத்திலேயே ஆயிரம் ரூபாய் வாங்கினவர்கள் எல்லாம் இருக்கிறார்கள். போஸ் அப்படியொரு பாரிஸ்டராக வர வேண்டும் அல்லது ஐ.சி.எஸ் *(Indian Civil Service)* படிக்க வேண்டும் என்பதற் காகத்தான் அவரை லண்டனுக்கு அனுப்பினார்கள்.

போஸ், ஐ.சி.எஸ் தேர்வில் நல்ல மதிப்பெண்களுடன் தேர்ச்சி பெற்றார். ஆனால் சுதந்திரப் போராட்டத்தாலும் காந்தியடிகளாலும் ஈர்க்கப்பட்டு ஐ. சி.எஸ் சான்றிதழைக் கப்பலிலேயே கிழித்து எறிந்துவிட்டார். காங்கிரசில் சேர்ந்து தீவிரமாகப் பணியாற்றினார். இவரது தீவிரவாதப் போக்கால் காங்கிரசில் கருத்து வேறுபாடு வந்தது. 1939ஆம் வருடம் போஸ், காங்கிரஸ் தலைவர் பதவிக்குப் போட்டியிட்டார். இவரை எதிர்த்து நின்றவர் பட்டாபி சீதாராமய்யா. காங்கிரஸ் கமிட்டி உறுப்பினர்களில் பல பேர் சீதாராமய்யாவை ஆதரித்தார்கள். காந்தியடிகளே ஆதரித்தார். ‘பட்டாபியின் தோல்வி எனது தோல்வி’ என்று அறிக்கை விட்டார் காந்தியடிகள். ஆனாலும் பட்டாபி தோற்றுப் போனார், போஸ் வெற்றி அடைந்து விட்டார். ஆனால் போஸால் தலைவராகப் பணியாற்ற முடியவில்லை. காரியக் கமிட்டியின் ஒத்துழைப்பு கிடைக்கவில்லை. காந்தியடிகளுக்கும் போஸுக் கும் கடிதப் போக்குவரத்து நடந்தபடி இருந்தது. கடைசியாக, போஸ் தலைவர் பதவியை ராஜினாமா செய்தார். பிற்பாடு பார்வர்டு பிளாக் கட்சியைத் தொடங்கினார்.

1940ஆம் ஆண்டு பிரிட்டிஷ் அரசு அவரைக் கைது செய்து கல்கத்தாவில் வீட்டுக் காவலில் வைத்தது. அவர் இந்தியாவை விட்டு வெளியேறி, ரஷ்யா போன்ற நாடுகளிட மிருந்து உதவி பெற்று ஆங்கிலேயர்களை விரட்டி அடிக்க வேண்டும் என்ற எண்ணத்திலிருந்தார். அப்போது, இரண் டாம் உலக மகா யுத்தம் ஆரம்பமாகிவிட்டது. சுபாஷ் சந்திர போஸ் மிகவும் நம்பிக்கையான காரியங்களை முஸ்லிம் களிடம் கொடுப்பார். இவர் வீட்டுக் காவலில் இருக்கும்போது ஒரு முஸ்லிம் தொண்டரிடம் தொடர்புகொண்டு, ஒரு பட்டா ணியர் மாதிரி உருவத்தை மாற்றிக்கொண்டு வீட்டைவிட்டு வெளியேறி, நாட்டையும் விட்டு வெளியேறி, சாகசமாகத் தப்பித்துவிட்டார். அவர் புறப்பட்டு இரண்டு நாள் கழித்துத் தான் ‘என்னாடா ஆள் நடமாட்டமே இல்லையே’ என்று பார்க்கிறார்கள். அவர்களுக்கு எல்லாம் அவர் வெளியேறின வழி, தடம், எதுவும் தெரியவில்லை. கல்கத்தாவிலிருந்து

அவர் வடமேற்கு எல்லை வரை ரயிலில் பயணம் செய்தார். யாரும் அவரைக் கண்டு பிடிக்கவில்லை. ஆப்கானிஸ்தானின் தலைநகர் காபூலுக்கு வந்து சேர்ந்தார். ஆப்கானிஸ்தான் எல்லையைக் கடந்து மாஸ்கோவிற்குப் போகவேண்டுமென்பது அவரது திட்டமாக இருந்தது. அக்காலகட்டத்தில் ரஷ்யா தான் சுதந்திரப் போராட்ட வீரர்களுக்கு முன்மாதிரியாக இருந்தது. அவர்களுடைய சோசலிசக் கொள்கையினால் புரட்சிக்காரர்கள் பலரும் ஈர்க்கப் பட்டிருந்தார்கள்.

போஸ், காபூலில் இருந்தபடி ரஷ்யத் தூதரையும் இத்தாலியத் தூதரையும் சந்தித்தார். இந்திய சுதந்திரம் குறித்து ஸ்டாலினுக்குச் செய்தி அனுப்பியதாகவும் ஸ்டாலின் அதற்கு ஒத்துழைப்புத் தரவில்லை என்றும் சிலர் சொல்கிறார்கள். போஸ், காபூலிலிருந்து மாஸ்கோவிற்கும், மாஸ்கோவிலிருந்து பெர்லினுக்கும் வந்து சேர்ந்தார்.

அப்போது யுத்தம் மும்முரமாக இருந்தது. ஜெர்மெனியும் இத்தாலியும் வெற்றி முகத்தில் இருந்தன. போஸ், ஹிட்லருடன் இந்தியாவின் சுதந்திரம் குறித்துப் பேசினார். ஹிட்லர், 'இந்தியா பிரிட்டனுடைய காலனி நாடாயிருப்பதுதான் நல்லது' என்று சொன்னாராம். ஹிட்லருக்குத் தன்னுடைய நாடு, தன்னுடைய மக்கள், தாங்கள் ஆரிய இனத்தவர்கள், தாங்கள்தான் மனிதர்களிலே உயர்ந்தவர்கள் என்ற அகம்பாவம். போஸினால் ஜெர்மெனியை விட்டு வெளியே வர முடியவில்லை.

போஸ், ஜெர்மனியில் இருக்கும்போது, இந்திய இளைஞர்களுக்கு யுத்தப் பயிற்சி அளித்து 'இந்திய தேசீய ராணுவம்' என்கிற படையை ஆரம்பித்து வைத்தார். அவருக்கு ஜப்பானியர்கள் பர்மா வரையில் வந்துவிட்டார்கள் என்று தெரிகிறது. அந்தமான் தீவையெல்லாம் கைப்பற்றி விட்டார்கள் என்றும் தெரிகிறது. போஸ் மிகவும் கவலையடைந்தார். 'இனி அவர்களுடைய கடல் படையின் வலுவின் மூலமாக இலங்கைத் தீவை ஒரு வாரத்திலேயே பிடித்துவிட முடியுமே. இனி அவர்கள் இந்தியாவிற்குள்ளும் போவார்களே. இந்தியாவில் இவர்கள் நுழைந்தால் இந்திய மக்களுடைய நிலை என்ன? எவ்வளவு உயிர் சேதமாகும்?' இதேதான் அவருக்குச் சிந்தனை. பலரும் நினைப்பதைப் போல அவருக்கு ஜப்பானியரைக் கூட்டிக்கொண்டு இந்தியாவிற்குள் வரவேண்டும் என்ற எண்ணமே இல்லை.

பிரிட்டிஷ்–இந்திய ராணுவ வீரர்கள் 20,000 பேர் சிங்கப்பூரில் ஜப்பானியரிடம் சரணடைந்துள்ளனர் என்பதும் போஸிற்குத் தெரிந்தது. ஜப்பானியர்கள் அவர்களை யுத்தக் கைதிகளாக வைத்துக் கொண்டுவிட்டனர். ஜப்பானியர்கள்

தங்களிடம் சிறைப்பட்ட ராணுவத்தினரை மரியாதையாக நடத்தவில்லை. ஜப்பானியர்கள் யுத்தக் கைதிகளுக்குச் சரியான உணவு கொடுக்க மாட்டார்கள். உழைப்பு கடுமையாக இருக்கும். காடு மலை எல்லாம் கூட்டிப்போய் கல் உடைக்கச் சொல்வார்கள், மரம் வெட்டச் சொல்வார்கள், சாலை அமைக்கச் சொல்வார்கள். பார்க்கவே பரிதாபமாக இருக்கும். ஆங்கிலேயர்கள் அப்படியில்லை. அவர்கள் சிறை பிடித்தவர்களை மரியாதையாக நடத்துவார்கள். வேளா வேளைக்கு உணவளிப்பார்கள்.

தான் அப்போது இருக்கவேண்டிய இடம் பெர்லின் இல்லை என்பதை போஸ் உணர்ந்தார். ஹிட்லரிடம் போய், 'நான் கிழக்காசியா போகவேண்டும். ஜப்பானியர்களைக் கூட்டிக் கொண்டு இந்தியாவிற்குள் நுழைந்து ஆங்கிலேயர்களை விரட்ட வேண்டும். அதற்கு நீங்கள் உதவி செய்ய வேண்டும்' என்று கேட்டுக் கொண்டார். ஹிட்லரும் இதற்குச் சம்மதித்து ஜப்பானியத் தூதரிடம் பேசினார். நீர்மூழ்கி ஒன்று ஏற்பாடு செய்யப்பட்டது. அதுதான் வசதியானதாகவும் பாதுகாப்பானதாகவும் இருந்தது. அந்தக் காலத்தில் விமானங்களும் விமானிகளும் குறைவு. கப்பலில் வந்தால் அதை நீர்மூழ்கியைக் கொண்டு தாக்கி மூழ்கடித்து விடுவார்கள்.

1943இல் போஸ் நீர்மூழ்கியில் டோக்கியோ வந்து சேர்ந்தார். அவரை ஜப்பானிய உயரதிகாரிகளும் டோக்கியோவில் வாழ்ந்த இந்தியத் தலைவர்களும் வரவேற்றார்கள். அப்படி வரவேற்றவர்களில் ராஷ் பிகாரி போஸ் என்பவரும் இருந்தார். ஜப்பான், பெர்ள் துறைமுகத்தைத் தாக்கிய அதே காலக் கட்டத்தில் டோக்கியோவில் வசித்து வந்த இந்தியர்கள், இந்திய விடுதலைக்கு ஆதரவாக ஒன்று திரண்டார்கள். இதற்குத் தலைமை தாங்கியவர் ராஷ் பிகாரி போஸ். தொடர்ந்து மலேயா, தாய்லாந்து ஆகிய நாடுகளிலும் மாநாடுகள் நடந்தன. 'கிழக்காசிய இந்திய சுதந்திர இயக்கம்' உருவாகியது. இயக்கத்திற்கு 'இந்திய சுதந்திர லீக்' (*Indian Independence League*) எனும் ராணுவ அமைப்பும் இருந்தது. ராஷ் பிகாரி போஸே லீக்கின் தலைவராகவும் இருந்தார்.

இந்திய தேசிய ராணுவம்

சுபாஷ் சந்திர போஸ் பெர்லினில் இருந்தாலும் அவர் புகழ் கிழக்காசியாவில் பரவியிருந்தது. டோக்கியோ வந்து சேர்ந்த போஸ் அங்கிருந்து சிங்கப்பூர் சென்றார். ராஷ் பிகாரி போஸ் கிழக்காசிய சுதந்திர இயக்கத்தின் தலைமையையும் லீக்–கின் தலைமையையும் சுபாஷ் சந்திர போஸிடம் ஒப்படைத்தார். பொறுப்பை ஏற்றுக்கொண்ட போஸ் சிங்கப்பூரில்

பேசினார். “நமது ‘இந்திய தேசீய ராணுவம்’ 1943 இறுதிக்குள் இந்தியாவில் நுழையும், ‘சலோ டெல்லி’ என்பது நமது தாரக மந்திரமாக இருக்கும்’ என்றார். கிழக்காசியா நெடுகிலும் இந்தியர்கள் பலர் இந்திய தேசீய ராணுவத்தில் சேர்ந்தனர். பர்மாவிலும் பலர் சேர்ந்தனர்.

பிறகு, சிங்கப்பூரில் இருந்த 20,000 இந்திய ராணுவப் போர்க் கைதிகளைப் போஸ் சந்தித்தார். இந்த வீரர்கள் போஸுடன் ஒத்துழைக்க இசைந்தனர். போஸ், ஜப்பானியர் களிடம் ‘நீங்கள் ஆயுதம் கொடுத்து உதவுங்கள், எங்கள் படையைக் கொண்டு இந்திய விடுதலைக்குப் போராடுகிறேன்’ என்றார். பர்மாவைக் கைப்பற்ற அவுங்சான் தலைமையில் பர்மீய இளைஞர்கள் உதவிய மாதிரி இந்தியாவைக் கைப்பற்ற போஸ் கிடைத்திருக்கிறார் என்று ஜப்பானியர்கள் மகிழ்ந் தார்கள், போஸின் திட்டத்திற்குச் சம்மதித்தார்கள். அதாவது, ஜப்பானியப் படையும் இந்தியப் படையும் இணைந்து பிரிட்டிஷ்–இந்தியாவைத் தாக்கும். ஆங்கிலேயர்களை வெளியேற்றிய பிறகு சுதந்திர இந்தியாவை ஜப்பான் இந்தியர் களிடம் ஒப்படைக்கும். இதற்கு எல்லா இந்திய ராணுவத் தலைவர்களும் சம்மதிக்கவில்லை. சிலர் ‘நாங்கள் பிரிட்டி ஷாரிடம் சத்தியப் பிரமாணம் செய்து கொடுத்துள்ளோம். அதனால் அவர்களை எதிர்க்கமாட்டோம், அவர்களுக் காகவே போரிட்டு மடிவோம்’, என்று சொல்லி விட்டார்கள்.

முக்கியமான மூன்று தளபதிகள் – ஷா நவாஸ், பி.கே. ஷைஹால், தில்லன் ஆகியோர் ஒத்துழைக்க ஒப்புக்கொண் டனர். இந்தச் சமயத்தில் அனைவருடைய கருத்தும் இனி பிரிட்டன் யுத்தத்தில் ஜெயிக்க முடியாது என்பதாகவே இருந்தது. ஜெர்மனி–ஜப்பானே ஜெயிக்கும். ஏற்கனவே பிரான்ஸ் வீழ்ந்துவிட்டது, அதனால் எந்த நேரமும் பிரிட்டன் கைப்பற்றப்படும் என்ற கருத்தே அனைவருக்கும் இருந்தது.

யுத்தத்தில் தீவிரமாக ஈடுபட, இந்தியாவிற்கு வெளியே தமது அமைப்பிற்கு ஓர் அரசாங்கம் வேண்டும் என்று கருதி னார் போஸ். பல யுத்தங்களைக் கவனித்திருந்ததாலும், பல வெளிநாட்டு ஆட்சிமுறைகளைப் பார்த்ததாலும், நல்ல கல்வியறிவு இருந்ததாலும், ஒரு தனி அரசாங்க அமைப்பு தேவை என்று நினைத்தார். 1943இல் *The Provisional Government of Free India*, அதாவது விடுதலை இந்தியாவின் தற்காலிக அரசை நிறுவி, அதன் தலைமைப் பொறுப்பை ஏற்றார். என்றாலும் அரசாங்கத்திற்குச் சொந்தமாக பூமி வேண்டாமா? ஜப்பானியரின் வசம் இருந்த, இந்தியாவிற்குச் சொந்தமான அந்தமான் தீவினைக் கேட்டார். ஜப்பான்

இணங்கியது. 1943 டிசம்பர் 29ஆம் தேதி அந்தமான் நிக்கோபார் தீவுகளின் தலைமைக் கமிஷனராக கர்னல் ஏ.டி. லோகநாதன் என்பவர் நியமிக்கப்பட்டார். அந்தமான் தீவுகளுக்கு ஷாகித் தீவு (தியாகிகள் தீவு) என்றும், நிக்கோபார் தீவுகளுக்கு ஸ்வராஜ் தீவு (சுயாட்சி தீவு) என்றும் பெயர்களை மாற்றியமைத்தார். போஸ் இந்தத் தீவுகளை, விடுதலை இந்தியா என்று பிரகடனப்படுத்தி, கவர்னர் மாளிகையில் மூவண்ண தேசியக் கொடியை ஏற்றி வைத்தார். சுபாஷ் சந்திர போஸ் சுதந்திர இந்தியாவை அந்தமானில் உருவாக்கியவுடன், ராஷ் பிஹாரி போஸ் அவருக்கு "நேத்தாஜி" என்ற பட்டமளித்தார். நேத்தாஜி என்றால் வடமொழியில் பெரும் தலைவர் என்று பொருள்.

அண்டையில் நடக்குது அந்தமான் அரசாட்சி
அமர்ந்திட்டார் லோகநாதன் அதுவே அத்தாட்சி
ஜண்டாவை ஏற்றி வைத்தார் தலைவர் நேத்தாஜி
ஜாயேங்கே டெல்லி என்றே சங்கு ஊதுங்கள்
சலோ சலோ டெல்லி என்றே சங்கு ஊதுங்கள்

என்கிற பாடல் அப்போது கிழக்காசியாவில் வாழ்ந்த தமிழர்களிடையே வெகு பிரபலமாக இருந்தது. இதை இயற்றியவர் வேலுச்சாமிப் பாவலர்.

நேத்தாஜி கூட்டங்களில் ஆவேசமாகப் பேசுவார். "இந்திய மக்களே! கடல் கடந்து வாழும் இந்திய சகோதரர்களே! நேரம் வந்துவிட்டது. நம் நாடு விடுதலை பெற வேண்டிய நேரம் வந்துவிட்டது. சுதந்திரம் சும்மா கிடைக்காது. வெறும் பேச்சால் கிடைக்காது. சுதந்திரத்துக்கு ஒரு விலை உண்டு. விடுதலை பெற வேண்டுமானால் அதற்குரிய விலை கொடுக்க வேண்டும். விடுதலைக்கு விலை – இரத்தம். நீங்கள் இரத்த ஸ்நானம் *(Blood Bath)* செய்ய வேண்டும். போர் புரிய வேண்டும். போருக்காகச் சர்வ சக்திகளையும் சேகரிக்க வேண்டும் *(Total Mobilisation)*. வாலிபர்களும் திடகாத்திரமுள்ளவர்களும் இந்திய தேசிய ராணுவத்தில் சேருங்கள். மெல்லியலார்கள் – மாதர்கள் ஜான்ஸி ராணிப் படையில் சேருங்கள். சிறுவர்கள் பாலசேனாவில் சேருங்கள். வசதி படைத்தவர்கள் நிதியளித்து உதவுங்கள்" என்று கிழக்காசியா நெடுகிலும் வசித்த இந்திய மக்களுக்கு வேண்டுகோள் விடுத்தார்.

நேத்தாஜி பர்மாவில் பல கூட்டங்களில் பேசியிருக்கிறார். கூட்டங்களைப் பற்றி முறையான அறிவிப்பு இராது. அப்போது வானொலியில் பாடல்கள் ஒலிபரப்புவார்கள். இதற்கு அவர்களுக்குத் தமிழ் இசைத் தட்டுகளும் வேண்டியிருந்தது. காசி விஸ்வநாதன், மீனாட்சி சுந்தரம் என்கிற நண்பர்கள்

சாப்பாட்டுக் கடை வைத்திருந்தார்கள். தங்கள் கடையில் கிராமபோன் பெட்டியின் மூலம் இசைத் தட்டுகள் போடு வார்கள். அப்போது சாமிநாதன் என்கிற நண்பர் வானொலி யில் பணியாற்றினார். இவர் சாப்பாட்டுக் கடை நண்பர் களிடம் இசைத்தட்டுகள் இரவல் வாங்குவார். வானொலியில் வேலை பார்த்தவர்களுக்கு நேத்தாஜியின் கூட்டங்களைப் பற்றித் தெரிந்திருக்கும். சாமிநாதன் இவர்களிடம் இன்றைய தினம், இன்ன நேரத்தில், இந்த இடத்தில் நேத்தாஜி பேசு கிறார் என்று சொல்லி விடுவார். தவிர, இந்திய சுதந்திர லீக்கின் மூலமும் எனக்கு ரகசியமாகயத் தகவல் கிடைத்து விடும். நேத்தாஜி ஆங்கிலம் அல்லது இந்தியில் பேசுவார். நண்பர்கள் மொழிபெயர்த்துச் சொல்வதற்காக எனக்குத் தெரியப்படுத்துவார்கள். கூட்டத்திற்கு வராதவர்களும் நேத்தாஜி என்ன பேசினார் என்று தெரிந்து கொள்வதில் ஆர்வமாக இருப்பார்கள். கூட்டங்களுக்குப் போவது, அங்கேயே மொழி பெயர்த்துச் சொல்வது, பிற்பாடு நண்பர்களிடமும் பெரியவர் களிடமும் நேத்தாஜி பேசியதன் சாராம்சத்தைச் சொல்வது – எல்லாம் எனக்கு மிகவும் விருப்பமுள்ள வேலைகளாக இருந்தன.

பல கூட்டங்களில் நேத்தாஜியின் பேச்சை கரீம் கனி அவர்கள் நேரடியாகத் தமிழில் மொழி பெயர்த்துச் சொல்லு வார். ஆங்கிலேயர் ஆட்சியில் 1937 முதல் 1941 டிசம்பர் வரை, கரீம் கனியும் அழகப்பச் செட்டியார் என்பவரும் சட்டமன்ற உறுப்பினர்களாக இருந்தனர். இந்தியர்களில் இவர்கள் இரண்டு பேர் மட்டுமே சட்டமன்ற உறுப்பினர் களாக இருந்தனர். அப்போது இருந்த சட்டமன்ற உறுப்பினர் களில் அழகாக உடை அணிபவர் அழகப்பச் செட்டியார் மட்டுமே. ஜப்பானியர் ஆட்சியில் அழகப்பச் செட்டியார் இந்தியாவுக்குச் சென்றுவிட்டார். யுத்தம் முடிந்தபின் பர்மாவுக்கு வந்தார். ரங்கூனில் அவர் சுட்டுக் கொல்லப்பட்டு விட்டார். கரீம் கனி மிகவும் எளிமையானவர். அவர் ஒரு சூஃபி, மிகுந்த தெய்வ பக்தி உடையவர்.

டாக்டர் பாமா பிரதம மந்திரியானபோது, கரீம் கனியைச் சட்டமன்றச் செயலாளராக நியமித்தார். ராஷ் பிகாரி போஸ், கிழக்காசிய இந்திய விடுதலை இயக்கத்திலும் கரீம் கனிக்கு முக்கியப் பொறுப்புகளை அளித்தார். கரீம் கனியின் மீது நேத்தாஜிக்கு மிகவும் நம்பிக்கையிருந்தது, தமது தற்காலிக அரசாங்கத்தில் கரீம் கனிக்கு அமைச்சர் பதவி அளித்தார். கரீம் கனியோடு எனக்கு நல்ல பரிச்சயம் இருந்தது.

நேத்தாஜியின் கூட்டங்கள் அதிகம் பகிரங்கப் படுத்தப் படுவதில்லை. கூட்டத்திற்கு பிரிட்டிஷ் உளவாளிகள் வரு

வதைத் தடுக்க வேண்டும் என்பதுதான் நோக்கம். ஐந்தாம் படை என்று அழைக்கப்பட்ட இந்த உளவாளிகள், காலாட் படை, விமானப்படை போன்றவற்றுக்கு சமமானவர்களாகக் கருதப்பட்டார்கள். ஒருமுறை நேத்தாஜியின் கூட்டம் பகதூர் ஷாவின் கல்லறையில் நடந்தது. சக்கரவர்த்தி பகதூர் ஷா இந்தியாவின் கடைசி முகலாய அரசர், 1857 சிப்பாய் புரட்சியை முன்னிருந்து நடத்தியவர். புரட்சி முறியடிக்கப்பட் டதும் ஆங்கிலேயர்கள் மன்னரைக் கைது செய்து ரங்கூன் சிறையில் அடைத்தார்கள். ஐந்தாண்டுகளுக்குப் பிறகு சிறைவாசத்திலேயே தனது 87ஆம் வயதில் இறந்து போனார். அவரது கல்லறை ரங்கூனில் இருக்கிறது. நேத்தாஜியின் கூட்டம் இந்தக் கல்லறையில் ஏற்பாடாகியிருந்தது.

எப்போதும்போல் கூட்டத்திற்குப் போயிருந்தேன். கூட்டம் முடிந்த பிறகு, கல்லறையை அழகுபடுத்திச் சீரமைத்துக் கட்ட வேண்டும் என்ற ஆலோசனைகள் வழங்கிவிட்டு, நேத்தாஜி காரில் ஏறிப் போய்விட்டார். சில நிமிடங்களுக்குள் பிரிட்டிஷார் அந்த இடத்தின்மீது குண்டு வீசினார்கள். உளவாளிகள் மூலம் அவர்களுக்குத் தகவல் தெரிந்திருந்தது. எல்லோரும் ஆளுக்கொரு பக்கமாக ஓடினார்கள். நான் ஒரு கால்வாய்க்குள் போய் பதுங்கியிருந்தேன். ஆனால் இந்தக் குண்டுகளுக்கு பயந்து அடுத்தமுறை கூட்டங்களுக்குச் செல்லாமல் ஒதுங்கிவிட மாட்டேன். நான் பெரிய வீரன் என்று காட்டிக் கொள்ள வேண்டும் என்பதற்காக இல்லை. என்னை மதித்து பலரும் அரசியல் கருத்துகளைப் பேசுவார் கள். நேத்தாஜியின் கூட்டங்களைப் பற்றி சிறியவர்களும் பெரியவர்களும் என்னிடம் கேட்பார்கள். அவர்களிடத்தில் ‘சகலமும் தெரிந்த சங்கராச்சாரியன்’ என்று காட்டிக் கொள்வதில் எனக்கு மிகவும் விருப்பம் இருந்தது.

இந்திய சுதந்திர லீக்கின் எங்கள் ஊர் கிளைக்கு நான் செயலாளராக இருந்தேன். அப்போது மலேயா இந்தியர்கள் நல்ல நிலையில் இருந்தார்கள். நேத்தாஜியின் இந்திய சுதந்திர லீக்கிலும் இந்திய தேசீய இராணுவத்திலும் முக்கியப் பொறுப்புகளில் மலேயா இந்தியர்கள் இருந்தார்கள். இவர் களில் ஒருவர்தான் கண்ணம்பிள்ளி. இவரை பர்மாவிற்கு வரவழைத்தார் நேத்தாஜி. நான் இருந்த கிளை உள்பட, அந்தப் பகுதியில் இருந்த பல கிளைகளுக்கும் கண்ணம்பிள்ளி தான் பொறுப்பு. என்னிடத்தில் மிகவும் அன்புடன் இருந்தார். இவரது ஆங்கிலம் பிரமிப்பு ஊட்டக் கூடியது. நம் எல்லோருக் கும் ஒன்றோ இரண்டோ அதற்கு மேற்பட்ட மொழிகளோ தெரிந்திருக்கிறது. ஆனால் எத்தனை பேரால் சரியான இடத்தில் சரியான வார்த்தைகளை, அளவாகப் பயன்படுத்த

முடிகிறது? கண்ணம்பிள்ளி இதில் கைதேர்ந்தவராக இருந்தார். அவர்தான் இந்திய சுதந்திர லீக்கின் பல சுற்றறிக்கைகளையும் அறிவிப்புகளையும் தயாரித்தவர். உறுப்பினர்களிடம் அவருக்கு நல்ல உறவு இருந்தது. ஏதாவது வேண்டுமென்றால் என்னிடத் தில்தான் கேட்பார். அவர் மலையாளி, கேரளத் தமிழில் பேசுவார். 'என் பெண்ஜாதி பச்சையைப் பாக்கணும்னு சொல்றாப்பா' என்பார். 'அதுக்கென்ன பார்த்தா போச்சு' என்பேன். அடுத்த நாள் ஏதாவது ரம்மியமான கிராமப்புறப் புல்வெளிக்குச் சாப்பாடு கட்டி எடுத்துக்கொண்டு போவோம். மாலை வரை இருந்துவிட்டு வீட்டுக்குத் திரும்புவோம். கண்ணம்பிள்ளி பிற்பாடு டாக்டர் ஜாகீர் உசைன் ஜனாதிபதி யாக இருந்தபோது, அவரது தனிச் செயலாளராக இருந்தார்.

1966இல் நான் பர்மாவிலிருந்து வெளியேறி ஹாங்காங் போகிற வழியில் பாங்காங்கில் தங்கினேன். அப்போது, ஜனாதிபதி டாக்டர் ஜாகீர் உசைன் பாங்காங்கிற்கு விஜயம் செய்திருந்தார். பர்மாவிலிருந்து போனவர்கள் சில பேர் அங்கே இருந்தார்கள். எல்லோருமாக ஜனாதிபதியைப் பார்க்கப் போனோம். அப்போது கண்ணம்பிள்ளியும் இருந் தார். என்னைப் பார்த்ததும் அவருக்கு சந்தோசமாகிவிட்டது. நான் பர்மாவிலிருந்து ஹாங்காங் போகிறேன் என்று சொன் னேன். 'நீ ஏனப்பா அங்கே இங்கே போற? நேரா டில்லிக்கு எங்கிட்ட வந்திடு' என்றார். நேத்தாஜியின் செயலாளராக இருந்தபோது எப்படிப் பிரியத்தோடு இருந்தாரோ, அதே பிரியத்தோடு பேசினார். இப்போது எங்கே இருக்கிறாரோ?

நேத்தாஜி மலேயாவிலிருந்து அழைத்துக் கொண்டு வந்த இன்னொரு முக்கியமான நபர் டாக்டர் லட்சுமி பாய். இவரும் மலையாளி. நேத்தாஜி, பெண்களின் படைப் பிரிவு ஒன்றைத் தொடங்கினார். இதற்கு ஜான்ஸி ராணிப் படை என்று பெயர். இதற்கு லட்சுமிபாய் தலைவியாக இருந்தார்.

நான் ஜப்பான் ராணுவம் மற்றும் இந்திய தேசீய ராணுவம் இரண்டின் உளவுத்துறைகளிலும் இருந்தேன். உளவுத்துறையில் இருப்பது யாருக்கும் தெரியக் கூடாது. உளவறிந்து நடப்புகளைச் சொல்ல வேண்டும். ஜப்பானிய ராணுவத்திற்கு மட்டும் தனியாகப் பல உளவாளிகள் இருந்தனர். ஜப்பானியர்களுக்குத் தெரியாமல் அப்போது பர்மாவில் ஒன்றும் நடந்துவிட முடியாது.

உளவுத்துறையில் வேலை செய்வதற்கு முன்னால், நான் நேத்தாஜி நிதிக்கு (*Nethaji Fund*) பொருள் திரட்டியிருக்கிறேன். எங்கள் ஊரில் இந்த நிதிக் குழுவிற்கு நான் செயலாளராக இருந்தேன். டாக்டர் கன்னையா என்பவர் தலைவராக

இருந்தார். ஊரில் அவருக்கு மதிப்பு அதிகம். நேத்தாஜி நிதிக்கு கிராமம் கிராமமாகப் போய் பொருள் சேர்த்தோம். ருக்மணி அம்மாளின் தந்தை ஷியாம்சிங் ஐயா, உறங்காம் பட்டி சோலை கணக்குப் பிள்ளை போன்ற பலபேர் இதற் காகப் பாடுபட்டு பொருள் சேர்த்தோம். நேத்தாஜியின் எடைக்கு எடை பொன் கொடுக்க வேண்டும் என்று பணம் சேர்த்தோம். இவையெல்லாம் பிற்பாடு, ஆங்கிலேயர்கள் மீண்டும் ஆட்சிக்கு வந்தபிறகு, விசாரணைக்கு வந்தது.

ருக்மணி அம்மாளுக்கு இப்பொழுது 85 வயது இருக்கும், சென்னை வியாசர்பாடியில் வசிக்கிறார். இந்திய தேசீய ராணுவத்தின் ஜான்ஸி ராணிப் படையில் ருக்மணி அம்மாள் தீவிரமாக இருந்தார். அவரது கணவர் ராமச்சந்திரன் – இவரும் நேத்தாஜியின் இயக்கத்தில் பாடுபட்டவர், சமீபத்தில்தான் காலமானார். தம்பதிகளை நான் இந்தியா போனபொழுது பார்க்கப் போனேன். ருக்மணி அம்மாள் என்னைப் பார்த்த தும் உணர்ச்சி வசப்பட்டார். என்னை வணங்க வந்தார். நான் பதறிப் போனேன். தம்பதிகளுக்குப் பிள்ளைகளில்லை. நாட்டிற்காகத் தங்கள் வாழ்க்கையையே அர்ப்பணித்தவர்கள்.

நேத்தாஜி நிதிக்கு கிழக்காசியாவின் எல்லாப் பகுதிகளிலு மிருந்து பொருள் குவிந்தது. ஒரு கூட்டத்தில் நிதி வேண்டும் என்று நேத்தாஜி பேசினார். அங்கே ஹபீப் என்ற செல்வந்தர் இருந்தார். பாண்ட்ஸ், குடிகூரா போன்ற முகப்பூச்சுப் பொருட்கள் தயாரிக்கும் தொழிலதிபர். தின் ரூ ரூ என்பது அவரது நிறுவனத்தின் பெயர். அவர் ஒரு கோடி ரூபாய்க்கு மேல் மதிப்புள்ள தன் சொத்துக்களை – அந்தக் கால ஒரு கோடி ரூபாய் – நேத்தாஜி நிதிக்கு நன்கொடையாக அளித்தார். நேத்தாஜி அவரை மிகவும் பாராட்டி, ‘சேவக் – ஏ – ஹிந்த்’ என்ற பட்டத்தை வழங்கினார். “அச்சம் அழிய வேண்டுமா, உள்ளத்துடிப்பு ஓட வேண்டுமா, உபாதை ஒழிய வேண்டுமா, ஹபீப் மருந்தை அருந்துங்கள்” என்று ஒவ்வொரு இந்திய னுக்கும் உபதேசம் செய்தார் நேத்தாஜி. பேட்டாய் எனும் சிந்திச் செல்வந்தரும், பிச்சை எனும் தமிழரும் தங்கள் சொத்துக் கள் அனைத்தையும் நேத்தாஜி நிதிக்கு வழங்கினார்கள். கிழக்காசியா நெடுகிலும் இருந்த பல இந்தியச் செல்வந்தர்கள் நேத்தாஜி நிதிக்கு வாரி வழங்கினார்கள்.

நேத்தாஜியின் இயக்கத்திற்கு ஒரு தற்காலிக அரசாங்க மும் அச்சு நாடுகளின் அங்கீகாரமும் கிடைத்தது. பொருளும் சேர்ந்தது. இவற்றை முறைப்படுத்திப் பராமரிக்க ஒரு வங்கி வேண்டும் என்று பொருளாதார வல்லுநர்கள் நேத்தாஜிக்கு ஆலோசனை கூறினார்கள். 1943ஆம் ஆண்டு ரங்கூனில்

ஆஸாத் ஹிந்த் பாங்க் (*Azad Hind Bank*) ஆரம்பிக்கப்பட்டது. ஜப்பானியப் பணமே இந்த வங்கியில் புழங்கியது. தற்காலிக அரசு, அப்போது இந்தியப் பணம் எதையும் அச்சிடவில்லை. இந்தியாவில் நுழைந்து இம்பாலை பிடித்த பிறகு வெளியிடும் என்று ஒரு பேச்சு இருந்தது.

ஆனால் இம்பாலைப் பிடிப்பது அத்தனை எளிதாக இருக்கவில்லை. 1943குள் இந்தியாவிற்குள் நுழைவோம் என்று நேத்தாஜி சொல்லி வந்தார். ஆனால் போரில் நேரடியாக ஈடுபடாமல் தாமதித்தார். பல மாதங்களுக்குப் பிறகு, 1944இல் இந்திய தேசீய ராணுவம் இந்தியா–பர்மா எல்லையைக் கடந்து இம்பால், கோஹிமா போன்ற இடங்களில் போரிட்டது. இந்த ராணுவத்தில் பல தமிழர்கள் இருந்தனர். ஒரு கவிஞர் இப்படிப் பாடினார்:

மாராழத்திலே பள்ளந்தோண்டி மறைந்திருந்தார்கள்
பாராங்கல்லிலே நெஞ்சுறுத்தப் படுத்திருந்தார்கள்
ஏராளமாய் எண்ணற்றோர்கள் ஆவி துறந்தார்கள்
தாராளமாய் தாயகத்துக்கு வாரித் தந்தார்கள்

தேர்ச்சி பெற்ற பிரிட்டிஷ் துருப்புகளுக்கு முன்னால் பயிற்சி குறைந்த இந்திய தேசீய ராணுவத்தால் ஈடு கொடுக்க முடியவில்லை. அதனால் ஐந்தாறு மாதம் போரிட்ட பிறகு, அவர்கள் திரும்பும்படியானது.

நேதாஜியின் அந்தரங்கம்

இந்தக் காலகட்டத்தில் நண்பர்களும் பெரியவர்களும் நேத்தாஜியின் போராட்டத்தைப் பற்றியும் அவரது நோக்கத்தைப் பற்றியும் எங்களுக்குள் பேசிக் கொள்வோம். சவுட்டான் இந்திய சுதந்திர லீக்கின் தலைவராக இருந்த டாக்டர் கன்னையாவும் எனது தகப்பனாரும் சமவயதினர். ஆங்கிலேயர்களின் சட்ட திட்டங்களிலும் நடைமுறைகளிலும் அபிமானம் உள்ளவர்கள். இவர்களைப் போல பலபேர், குறிப்பாக வழக்கறிஞர்கள் இருந்தார்கள். ஆனால் தங்கள் விசுவாசத்தை வெளியே காட்டிக் கொள்ள மாட்டார்கள். இப்படிப்பட்ட பலரும் அவ்வப்போது நேத்தாஜியின் இயக்கத்தைப் பற்றி ரகசியமாகப் பேசிக்கொள் வோம். சிலபேர் நேத்தாஜி ஜப்பானியர்களோடு சேர்ந்து கொண்டு, இந்தியாவிற்குத் துரோகம் செய்கிறார் என்று சொல்வார்கள். இன்னும் சிலர் அதை ஒப்புக் கொள்ளமாட்டார்கள். அதற்குப் பல காரணங்கள் இருந்தன.

1941இல் ஹிட்லரின் நாஜி கட்சியில் துணைத் தலைவராக இருந்த ருடோல்ப் ஹெஸ் என்பவர் ஜெர்மனியிலிருந்து தனியாக விமானத்தில் பறந்து போய் பிரிட்டனில் உள்ள

கிளாஸ்கோ என்கிற நகரத்தில் பாராசூட்டில் குதித்தார். அப்போது தன் காலையும் உடைத்துக் கொண்டார். அவரைக் காப்பாற்றிய ஆங்கிலேயர்களிடம் ஹாமில்டன் பிரபுவைச் சந்திக்கவேண்டும் என்று சொல்லியிருக்கிறார். ஹாமில்டன் பிரபு வந்ததும் ஹெஸ் அவரிடம் ஜெர்மனிக்கும் பிரிட்டனுக்கும் சமாதானம் ஏற்படுத்துவதுதான் தனது நோக்கமென்றும், சர்ச்சிலைச் சந்திக்க வேண்டுமென்றும் தெரிவித்திருக்கிறார். சர்ச்சில் ஹெஸ்ஸை சந்திக்கவில்லை, அவரைச் சிறையிலடைக்கச் சொல்லிவிட்டார். இந்தச் சமயத்தில் பல ஊகங்களும் வதந்திகளும் உலவின. எல்லோரும் நினைப்பதுபோல் ஜெர்மனி பலமாக இல்லை, உள்ளேயே விரிசல் இருக்கிறது என்று சில யுத்த நிபுணர்கள் கருதினார்கள். இவையெல்லாம் அப்போது பெர்லினில் இருந்த நேத்தாஜிக்குத் தெரிந்திருக்கும். ஜெர்மனிதான் யுத்தத்தில் வெல்லும் என்ற பொதுவான நம்பிக்கையை நேத்தாஜி சந்தேகத்துடன்தான் அணுகியிருப்பார்.

தொடர்ந்து, ஜெர்மனிக்கும் ரஷ்யாவுக்கும் நடந்த கொடூரமான யுத்தத்தில் கோடிக்கணக்கான மக்கள் ஈவு இரக்கமின்றி கொல்லப்படுவதையும் அவர் பார்த்திருக்கிறார். ஜப்பானியர்கள் இந்தியாவிற்குள் நுழைந்தால் இப்படி ஓர் இரத்த ஆறு இந்தியாவிலும் ஓடும் என்பது நேத்தாஜிக்குத் தெரிந்திருக்கும். நேத்தாஜியைப் போன்ற தேசாபிமானியால் அதை எப்படிச் சகித்துக் கொண்டிருக்க முடியும்?

நேத்தாஜி அவுங் சான் குழுவினருக்கு நேர்ந்த கதியையும் நேரடியாகப் பார்த்தார். ஜப்பானியர்கள் வாக்களித்ததுபோல் அவுங் சான் குழுவினருக்கு அதிகாரத்தைக் கொடுக்கவில்லை. ஜப்பானியர்களின் ஆதிக்கம்தான் இருந்தது. கடுமையான கட்டுப்பாடுகள் நிலவின. இவர்களை இந்தியாவிற்கு அழைத்துக் கொண்டு போனாலும் இதுதான் நிலைமை என்பதில் நேத்தாஜிக்குச் சந்தேகம் இருந்திருக்க முடியாது.

நேத்தாஜி அந்தமான்–நிக்கோபார் தீவுகளைக் கேட்டுப் பெற்று, அங்கே தனது தற்காலிக அரசை நிறுவியது மிகப் பெரிய ராஜதந்திரம். அந்தக் காலத்தில் ஆங்கிலேயர்களுக்கு அடுத்தபடியாக ஜப்பானியர்களின் கடற்படை மிக வலிமையானதாக விளங்கியது. அவர்களால் அந்தமானிலிருந்து கொழும்பு, சென்னை, விசாகப்பட்டினம் போன்ற துறைமுகப் பட்டினங்களைச் சுலபமாகக் கைப்பற்றியிருக்க முடியும். நேத்தாஜி தனது சாதுரியத்தால் அதைத் தடுத்தார் என்றுதான் சொல்லவேண்டும்.

*1943*குள் இந்தியாவிற்குள் நுழைவோம் என்று நேத்தாஜி சொல்லி வந்தார். ஆனால் சொன்ன தேதியில் அவரது படை இந்தியாவின் வடகிழக்கு எல்லைக்குச் செல்லவில்லை. பல

மாதங்கள் தாமதத்திற்குப் பிறகுதான் சென்றது. அதுவும் ஜப்பானிய அதிகாரிகளின் கட்டாயத்தினால்தான் சென்றிருக்க வேண்டும். இந்தப் படையெடுப்பும் வெற்றி பெறவில்லை.

எல்லாவற்றையும் கூட்டிக் கழித்துப் பார்த்தால், நேத்தாஜியின் அந்தரங்கம் புரியும். ஜப்பானியர்களைக் கூட்டிக்கொண்டு இந்தியாவிற்குள் நுழைவோம் என்று அவர் ஆடியது ஒரு நாடகம்தான். இதற்கு அவரது வாய்மொழி ஆதாரங்கள் எதுவும் இல்லை. ஆனால் இதுதான் அவரது அந்தரங்கம் என்று எங்களில் பலர் அப்போது கருதினோம். இப்போதும் அதுதான் எனது கருத்து.

ஜப்பானியர் ஆட்சி

1942 மார்ச் முதல் 1945 ஜூலை வரை பர்மாவில் ஜப்பானியர்களின் ஆட்சி நடைபெற்றது. எங்களுக்கு பர்மாவிற்கு வெளியே என்ன நடக்கிறது என்று தெரியவில்லை. அனைத்து பத்திரிகைகளும் மூடப்பட்டன. செய்தி இருட்டடிப்பில் வாழ்ந்து வந்தோம். ஜப்பானியர்களால் வெளியிடப்பட்ட ஆங்கிலப் பத்திரிகை ஒன்று வந்தது. பொன்னையா பிள்ளை என்று பர்மாவில் புகழ் வாய்ந்த தமிழர் 'ரசிக ரஞ்சினி" என்ற பத்திரிகை நடத்தி வந்தார். ஜப்பானியர்களின் ஆட்சிக் காலத்தில் இது 'சுதந்திர இந்தியா' என்ற பெயரில் வந்தது. இதிலும் குறிப்பிடும்படியான செய்திகள் வராது. இந்திய விடுதலையை ஆதரித்து கட்டுரைகள் வரும். அவ்வளவுதான்.

அன்றைய காலகட்டத்தில் எவரேனும் சக்தி வாய்ந்த வானொலியைக் கொண்டு வெளிநாட்டுச் செய்திகளைக் கேட்டால், ஜப்பானியர்கள் அதைக் கண்டுபிடித்து அவரைத் தீர்த்துக் கட்டிவிடுவார்கள். ஐரோப்பாவில், ஜெர்மெனி தோல்விக்கு முகம் கொடுக்கத் தொடங்கிவிட்டது என்பது எங்களுக்கு அப்போது தெரிந்திருக்கவில்லை.

1944ஆம் வருடம் ஜூன் மாதம் 6ஆம் தேதி ஆங்கிலேயர்கள் பிரான்ஸில் உள்ள நார்மண்டி என்கிற துறைமுகப் பட்டினத்தைக் கைப்பற்றினார்கள். சர்ச்சில் அதற்கு முன் தினம் இரவு படுக்கப்போகுமுன் தன் மனைவியிடம், "நாளை நான் 20,000 வீரர்களைப் பலியிடப் போகிறேன்" என்றாராம். காரணம், அன்று பெரும் புயல் அடித்தது. அன்று பௌர்ணமி என்பதால் அந்த தினத்தைத் தாக்குதலுக்கு தேர்ந்தெடுத்திருந்தார்கள். அப்போது வெளிச்சமும் இருக்கும், கடல் ஆழமாகவும் இருக்கும். ஆனால் எதிர்பாராத விதமாக பெரும் புயல் அடித்தது. என்றாலும் திட்டமிட்டபடி தாக்குவது என்று முடிவெடுத்தார்கள். இதற்கு இரண்டு காரணங்கள்: நார்மண்டிக்கு பிரிட்டிஷார்

வரமாட்டார்கள் என்று ஜெர்மானியர்கள் நம்பியிருந்தார்கள். மேலும், இந்தப் புயலில் எதிரிப்படைகள் வரமுடியாது என்று ஜெர்மானியர்கள் எச்சரிக்கைக் குறைவாக இருப்பார்கள். இரண்டையும் பயன்படுத்திக்கொள்ள வேண்டும் என்று பிரிட்டிஷார் துணிந்தனர். அவர்களது கப்பல்கள் நார்மண்டியை நோக்கி முன்னேறின. புயலிலேயே பலர் உயிரிழந்தார்கள். நார்மண்டியை நெருங்கியதும், ஜெர்மன் விமானப் படையினரின் தாக்குதலிலும் பெரும் சேதம் உண்டாயிற்று. என்றாலும் பிரிட்டிஷ்காரர்கள் எதிர்பார்த்த அளவு உயிரிழப்பு ஏற்படவில்லை. காரணம், நார்மண்டியில் ஜெர்மனிய வீரர்கள் குறைவாகவே இருந்தனர். என்றாலும் அவர்கள் மூர்க்கமாக எதிர்த்தார்கள். கடைசியில், பெரும் உயிரிழப்பிற்குப் பிறகு பிரிட்டிஷார் நார்மண்டியைக் கைப்பற்றினார்கள். நார்மண்டி வீழ்ந்ததும் இனி ஜெர்மனியால் தாக்குப்பிடிக்க முடியாது என்று யுத்த நிபுணர்கள் சொல்லி விட்டார்கள். இரண்டாம் உலக யுத்தத்தின் போக்கையே இது மாற்றியமைத்தது.

நார்மண்டி வீழ்ந்தது இந்தியாவில் உள்ளவர்களுக்குத் தெரிந்திருந்தது. ஆனால் அது பர்மாவில் வாழ்ந்த எங்களுக்கு அப்போது தெரியவில்லை. அக் காலகட்டத்தில் யுத்தத்தைப் பற்றிப் பேசுவது குற்றம். ‘என்ன வெள்ளையான் செட்டியார் வரப் போறாராமே’ என்று ஒருவர் கேட்பார். ‘குள்ளன் செட்டியார் அவ்வளவு சீக்கிரம் விட்டுக் கொடுத்திருவாரா’ என்று அடுத்தவர் பதில் சொல்வார். வெள்ளையன் செட்டியார் என்பது ஆங்கிலேயரையும் குள்ளன் செட்டியார் என்பது ஜப்பானியரையும் குறிக்கும். இப்படிப் பூடகமாகத்தான் பேசிக் கொள்வார்கள்.

இந்த நிலையில், பர்மாவில் ஜப்பானியர்களுக்குப் போதுமான உள் நாட்டு ஆதரவு இல்லை. மக்கள் மிகவும் கஷ்டப்பட்டார்கள். ஒரு கட்டத்தில் இந்தச் சிரமம் அவர்களுக்குப் பழகிவிட்டது. பண்டங்களின் விலை என்னவாக இருந்தாலும், வேறு வழியில்லாமல் வாங்கும்படி ஆனது. ஜப்பானியர் சிங்கப்பூரைக் கைப்பற்றி எந்த நேரமும் பர்மாவைப் பிடித்து விடுவார்கள் என்ற நிலைமை இருந்தபோது, வசதி உள்ளவர்கள் முன்னெச்சரிக்கையோடு பல பொருள்களை வாங்கிச் சேர்க்க ஆரம்பித்து விட்டார்கள். அப்போது பலசரக்குக் கடைகளில் ஒரு வீசை உப்பு காலையில் இரண்டணா என்றிருக்கும், ஒரு மணி நேரத்தில் மூன்றணா ஆகும். பகல் சாப்பாட்டு நேரத்தில் நான்கணா, பிறகு கடையில் உப்பே கிடைக்காது. அரிசி, சர்க்கரை, எண்ணை எல்லாவற்றுக்கும் கட்டுப்பாடு வந்தது. மக்கள் இருப்பதைச் சாப்பிடப் பழகிக் கொண்டார்கள். பல வீடுகளில் தீப்பெட்டி இருக்காது.

இரவில் விளக்கேற்ற, நெருப்புக் கங்குகளைச் சாம்பலுக்குள் வைத்திருப்பவர்களிடமிருந்து வாங்கி வர வேண்டும். பர்மாவில் நாணயத்தின் மதிப்பு கீழ் நோக்கிப் போய்க் கொண்டிருந்தது. ஜப்பானியர்கள் வெளியிட்ட பணத்திற்கு உத்திரவாதம் இல்லாமல் இருந்தது.

ஜப்பானியர் பின்னடைவு

இந்த நிலையில் அவுங்சானும் அவரது ஆதரவாளர்களும் ஜப்பானியர்கள் மீது மிகுந்த மனக்கசப்பில் இருந்தார்கள். அவுங்சான் தனது ராணுவத்திற்கு பர்மா சுதந்திர சேனை *(Burma Independence Army -BIA)* என்று பெயர் வைத்திருந்தார். ஜப்பானியர்களுடன் கருத்து வேறுபாடு ஏற்பட்டவுடன் இதை பர்மா பாதுகாப்பு சேனை *(Burma Defence Army -BDA)* என்று பெயர் மாற்றம் செய்தார். இவர்களுக்கு ஆங்கிலேயர்கள் இந்திய எல்லையைத் தாண்டி பர்மாவிற்குள் நுழைந்து விட்டனர் என்பது தெரிந்தவுடன், ஒரு புதிய யுக்தியைக் கையாண்டனர். 'ஆங்கிலேயர்களுடைய கை ஓங்கும்போது, நாமும் ஜப்பானியர்களைத் தாக்குவோம். இருமுனைத் தாக்குதலில் ஜப்பானியர்கள் தோல்வி அடைவார்கள். பிறகு ஆங்கிலேயர்களுடன் சமரசமாகப் பேசி பர்மாவிற்கு விடுதலை வாங்கி விடலாம். ஜப்பானியர்களுக்கு ஆங்கிலேயர்கள் பல மடங்கு மேல்.' – இதுதான் அவுங்சானின் திட்டம். மௌண்ட் பாட்டன் பிரபு ஒரு பெரிய ராஜதந்திரி. அவர் அவுங்சானின் சமிக்ஞையை ஏற்றுக் கொண்டார். அவர் தனது சகாக்களிடம் 'நம்மால் சுலபமாகப் பர்மாவைக் கைப்பற்றி விட முடியும். இருப்பினும் *BDA*–வினர் உதவ முன்வரும்போது நாம் ஏன் மறுக்க வேண்டும்? இதனால் அவர்களோடு நட்பு பாராட்டிய தோரணையும் உண்டாகும்' என்று சொன்னாராம்.

1945 ஏப்ரல்–மே மாதங்களில் பர்மிய ராணுவம் ஜப்பானியரை எதிர்க்க ஆரம்பித்தது. இது ஆங்கிலேயர்கள் பர்மாவுக்குள் வருவதற்கான வழியை சுலபமாக்கியது. ஏனெனில், ஜப்பானிய வீரர்களின் எதிர்ப்பு மிக வன்மையாக இருக்கும், கடைசிவரை போராடுவார்கள், சரணடையவே மாட்டார்கள். ஒவ்வொரு ஜப்பானிய வீரனும் பல வேலைகள் அறிந்தவனாக இருப்பான். எல்லோருக்கும் பொறியியல் உள்பட எல்லா முக்கியமான வேலைகளும் தொழில் நுட்பங்களும் தெரிந்திருந்தது. அத்யாவசியத்திற்கு ஆயுதங்களைப் பழுது பார்ப்பது, தற்காலிகப் பாலங்கள் அமைப்பது என்று ராணுவ வேலைகள் எல்லாவாற்றிலும் அவர்களுக்குப் பயிற்சி இருந்தது. மற்ற ராணுவங்களில் ஒவ்வொரு குறிப்பிட்ட வேலைக்கும் சிறப்புப் பயிற்சி பெற்றவர்கள் வரவேண்டும். என்றாலும், ஜப்பானிய

வீரர்களின் எதிர்ப்பை மீறி ஆங்கிலேயர்களுக்கு இந்த முறை வெற்றி கிடைத்தது.

சகாப்தத்தின் முடிவு

பர்மாவில் ஜப்பானியர்களின் பின்னடைவைத் தொடர்ந்து ஏப்ரல் கடைசியில் நேத்தாஜி பர்மாவிலிருந்து சிங்கப்பூருக்குச் செல்லும்படியாகி விட்டது. ஜூலை–ஆகஸ்ட் மாதங்களில் ஜப்பானியர்கள் கிழக்காசியாவிலிருந்தே பின்வாங்க வேண்டிய நிலைமை ஏற்பட்டது. அப்படிப் பின்வாங்கும்போது நேத்தாஜியையும் கரீம்கனி போன்றவர்களையும் ஒரு சிறிய போர் விமானத்தில் அழைத்துச் சென்றார்கள். சிறிய விமானம் என்பதால் பலமுறை கீழே இறங்கி எண்ணை நிரப்பிக் கொண்டு போக வேண்டும். முதலில் எண்ணைக்காக பாங்காக்கில் இறங்கியது. பிறகு மலேயாவில் இறங்கியது. அப்போது கரீம் கனி நோய் வாய்ப்பட்டார். அதனால் அவரை அங்கேயே இறக்கி விட்டார்கள். நேத்தாஜியோடு அவரது மெய்க்காப்பாளரான ஹபிபுர் ரஹ்மான் இருந்தார்.

ஜப்பானியர்கள் தாங்களே உயிருக்குப் போராடிக் கொண்டிருக்கும் பொழுது எதற்காக நேத்தாஜியை கூட்டிக் கொண்டு செல்லவேண்டும் என்ற சந்தேகம் எங்களில் பலருக்கும் எழுந்தது. இதனால் அவரைக் காப்பாற்ற கூட்டிச் செல்லவில்லை, அழிக்கவே கூட்டிச் சென்றனர் என்ற சந்தேகம் பலருக்கு உண்டு. ஏனென்றால், ஜப்பான் ராணுவத்தில் கமிகாஜே (*Kamikaze*) என்ற தற்கொலைப் படைப்பிரிவு உண்டு. இந்த கமிகாஜே விமானிகள் விமானத்துடன் இலக்கின் மீது விழுந்து, தாங்களும் அழிந்து, இலக்கையும் அழித்து விடுவார்கள். கமி என்றால் கடவுள், காஜே என்றால் புயல். கமிகாஜே என்றால் கடவுள்–புயல். ஜப்பானியர்கள் பலநூறு ஆண்டுகளுக்கு முன்னே பலமில்லாதவர்களாக இருந்தபோது, வெளிநாட்டிலிருந்து எதிரிகள் கப்பல்களில் ஜப்பானைத் தாக்கிக் கைப்பற்ற வந்தார்கள். செய்வதறியாத நிலையில் இருந்த ஜப்பானியர் தம்மைக் காப்பாற்றும்படி கடவுளை வேண்டி நின்றார்கள். அந்த நேரத்தில் பெரும்புயல் வந்தது. வெளிநாட்டுக் கப்பல்கள் அனைத்தும் அழிந்தன. எதிரிகளிடமிருந்து ஜப்பான் காப்பாற்றப்பட்டது. இதைக் கடவுள் அனுப்பிய புயல், கமிகாஜே என்று பெயரிட்டார்கள்.

ஜப்பானியர்கள் இந்த கமிகாஜே என்ற பெயரில் தம் நாட்டைக் காப்பாற்றுவதற்காக ஒரு விமானப்படைப் பிரிவை ஏற்படுத்தினார்கள். இந்த கமிகாஜே விமானத்தில் இலக்கிற்கு போகத் தேவையான அளவே எண்ணை நிரப்புவார்கள்; போய்த் திரும்பி வரும் அளவிற்கு அல்ல. போனால் திரும்பி

வரக்கூடாது. உயிரைக் கொடுக்கவேண்டும். அளவில் சிறிய இதைப் போன்ற ஆயிரம் போர் விமானங்களுக்கு ஈடானது ஒரு போர்க் கப்பல். இந்த கமிகாஜே படையினர் போர்க் கப்பல்களின் மீது விமானத்தோடு விழுந்து போர்க்கப்பலை அழிக்க வேண்டும். சிங்கப்பூரில் நிறுத்தி வைக்கப்பட்டு இருந்த *'Prince of Wales'* மற்றும் *'Repulse'* ஆகிய கப்பல்களை இந்த கமிகாஜே தற்கொலைப் படையினர்தான் அழித்ததாகச் சொல்வார்கள்.

அந்த கமிகாஜே படையினரை நேத்தாஜியைக் கொல்ல அனுப்பியிருக்க வேண்டும் என்ற சந்தேகமுள்ளது. 1945 ஆகஸ்ட் 19ஆம் தேதி, பார்மோஸா தீவில் இறங்கினார்கள், பிறகு விமானம் புறப்பட்டபோது விபத்து ஏற்பட்டது. நேத்தாஜி இறந்து போனார் என்கிறார்கள். அவர் இறந்தது உண்மை. ஆனால் அவர் விபத்தில் இறந்தாரா அல்லது ஜப்பானியர்கள் கொன்றார்களா என்பது கடவுளுக்கே வெளிச்சம். நேத்தாஜி யின் மீதான சந்தேகம் ஜப்பானியர்களுக்கு பிற்பாடே ஏற்பட் டிருக்க வேண்டும். முதலிலேயே சந்தேகம் இருந்திருந்தால், ஜப்பானியர்கள் இந்தியாவிற்குள் நுழைந்திருப்பார்கள். அந்த மான் தீவையும் நேத்தாஜிக்கு கொடுத்திருக்கமாட்டார்கள்.

நேத்தாஜியின் முடிவு விதிவசமா, அல்லது ஜப்பானியர் களின் சூழ்ச்சியா என்று தீர்மானமாகச் சொல்ல முடியாது. ஏனென்றால் இதற்கு உறுதியான சாட்சியங்கள், ஆதாரங்கள் இல்லை. சந்தர்ப்ப சாட்சியங்களை வைத்துத்தான் பார்க்க வேண்டியிருக்கிறது. விமான விபத்து நடந்த பிறகு பலரும் நேத்தாஜி இறந்து போயிருக்க முடியாது என்று சொன்னார் கள். பார்வாடு பிளாக் கட்சியும் அப்படித்தான் சொன்னது. யுத்தத்தில் அச்சு நாடுகள் தோற்றுப் போனதால், நேத்தாஜி தலைமறைவாக இருக்கிறார் என்று பலர் நினைத்தார்கள். 'இல்லை, நேத்தாஜி மறைந்து விட்டார்' என்று அவருடைய மெய்க்காப்பாளர் ஹபிபுர் ரஹ்மான், அந்த விமானத்திலேயே விழுந்து காயப்பட்டவர், எல்லோரிடத்திலும் சொன்னார். சரி, எப்படியானாலும் இத்தனை ஆண்டுகளுக்குப் பிறகு அவரது ஆயுள் முடிந்திருக்கும்.

நேத்தாஜி மாபெரும் வீரர். இந்தியாவிற்குப் பெரும் நன்மை புரிந்தவர். இந்தியாவில் இரத்த ஆறு ஓடுவதைத் தடுத்தார். அதற்காக ஜப்பானியர்களிடம் நாடகமாடினார். இதுதான் எனது கருத்து. அவரது காலத்தில் வாழ்ந்ததையும் அவரைத் தரிசிக்க வாய்ப்பு கிடைத்ததிலும் அவரது இயக்கத் திற்கு சிறிய உதவிகள் செய்ய முடிந்ததிலும் நான் பெருமைப் படுகிறேன்.

8

இந்திய விடுதலை இயக்கம்

வெளிநாட்டில் வாழ்ந்த இந்தியர்கள் அதிலும் குறிப்பாக கிழக்காசியாவில் வாழ்ந்தவர்கள், இந்திய விடுதலை இயக்கத்தை வெகுவாக ஆதரித்தார்கள். 1943இல் நேத்தாஜி கிழக்காசியாவிற்கு வந்தது முதல், 1945இல் அவர் மர்மமான முறையில் மறைந்தது வரை, அவரது களமாகக் கிழக்காசியா விளங்கியது. என்றாலும் அதற்கு முன்னாலும் பின்னாலும், ஏன் நேத்தாஜியின் இயக்கம் மும்முரமாக இருந்த கால கட்டத்திலும்கூட காந்தியடிகள் மீதும் காங்கிரஸ் இயக்கத்தின் மீதும் கிழக்காசிய இந்தியர்கள் மிகுந்த பற்றுக் கொண்டிருந்தார்கள்.

காந்தியடிகளின் வழிமுறைகளில் உடன்பாடில்லாத போதும் நேத்தாஜி காந்தியடிகளின் மீது வைத்திருந்த மதிப்பு உயர்வானது. நேத்தாஜி கிழக்காசியாவிலிருந்து வானொலி மூலம் காந்தியடிகளிடம் ஆசி கோரி வேண்டுகோள் விடுத்தார்.

“அகிம்சா வழியில் வெள்ளையரை வெளியேற்ற முடியும் என்ற நம்பிக்கை இருந்திருந்தால், மகாத்மா! இந்தியாவை விட்டு நான் வெளியேறி இருக்க மாட்டேன். மரியாதைக்கும் மதிப்புக்கும் பாத்திரமான எங்கள் நாட்டுத் தந்தையே! உங்களுடைய ஆசியை, நல்வாழ்த்தை எங்களுக்குத் தாருங்கள். கிழக்காசியாவில் உள்ள இந்தியர்கள் போரிட்டு அந்நியர்களிடமிருந்து நம் நாட்டை விடுவிப்பார்கள்” என்று பேசினார் நேத்தாஜி.

காந்தியடிகளை பர்மீய இந்தியர்கள் மிகவும் மதித்தார்கள். பர்மாவில் அரசியல் விழிப்புணர்வு ஏற்படுவதற்கே காந்தியடிகள்தான் காரணம் என்று சொல்வார்கள். காந்தியடிகள் அந்நியப் பொருட்களைப் புறக்கணிக்க வேண்டும் என்று சொன்னபோது, பர்மீய அரசியல்வாதிகளும் அதை எதிரொலித்தார்கள். நான் ஆரம்பப் பள்ளி மாணவனாக இருந்தபோது, அரசியல் எல்லாம் விளங்குவதற்கு முன்னால் பார்த்திருக்கிறேன். காங்கிரஸ்காரர்கள் எளிமையாக இருப்பார்கள். தூய்மையான வெள்ளைக் கதராடையை அணிந்திருப்பார்கள். வெளிநாட்டுத் துணியைப் புறக்கணிக்க வேண்டும் என்று சொல்வார்கள்.

காந்தியடிகள் இந்திய அரசியலில் முக்கியமாக எடுத்துக் கொண்டவை என்று மூன்று கருத்துகளைச் சொல்லலாம். அவை: கதர் அணிய வேண்டும், மதுவை ஒழிக்க வேண்டும், தீண்டாமையை ஒழிக்க வேண்டும். இந்தியா விடுதலை அடைவதற்கு முன்னால், அரசியல் மாற்றம் வருவதற்கு முன்னால், சமூக அளவில் மக்கள் மனமாற்றம் அடைய வேண்டும் என்று காந்தியடிகள் கருதினார்.

காந்தியடிகள் வந்த பிறகுதான் இந்திய அரசியலில் உயிர் உண்டானது. அவர் சட்டம் படித்தவர். பாரிஸ்டர். அவர் தென்னாப்பிரிக்காவுக்கு அரசியல்வாதியாகப் போகவில்லை. வழக்கறிஞராகத்தான் போனார். ஆனால் அங்கே அவருக்கு நேரிட்ட நிறவெறி அவரை அரசியலுக்குக் கொண்டு வந்தது. அவர் இந்தியாவிற்கு வந்தபோது அவருக்கு தலைமைப் பதவி காத்துக்கொண்டு இருந்தது. என்றாலும் எடுத்த எடுப்பிலேயே அவர் அரசியலில் தீவிரமாக இறங்கவில்லை. இந்தியாவில் கிராமம் கிராமமாகப் போனார். இங்கே நிலவிய தீண்டாமை தென்னாப்பிரிக்காவில் இருந்த நிறவெறியை விட மோசமானது என்று கருதினார். அதைப் போக்க வேண்டும், அதற்கு மக்கள் முதலில் பக்குவமடைய வேண்டும், நம்மிடையே இருக்கும் குறைகளை நாம் முதலில் புரிந்துகொள்ள வேண்டும், அப்போதுதான் அவற்றைக் களைய முடியும் என்று நம்பினார். கடவுளே மனிதனைப் படைத்ததும், அவனுக்கு எல்லாவற்றையும் கொடுத்து விடவில்லை. மனிதன் பக்குவமடைந்ததும்தான் ஒவ்வொன்றாகக் கொடுத்தார். காந்தியடிகளும் இந்திய மக்கள் பக்குவமடைந்தால்தான் அவர்களுக்கு சுதந்திரத்தின் மதிப்புத் தெரியும் என்று கருதினார். 1942இல் 'வெள்ளையனே வெளியேறு' என்று காந்தியடிகள் குரல் கொடுத்தார். 1932இல் இதைச் சொல்லியிருந்தால் மக்களுக்குப் போய்ச் சேர்ந்திருக்குமா என்பது சந்தேகம்தான்.

தீண்டாமை என்பது நமது சமூகத்தின் மிகப்பெரிய சாபக்கேடு. தாழ்த்தப்பட்டவர்களின் வாழ்க்கை துயரம்மிக்கது. ஒரு கிராமத்தில் வண்ணாரக் குடும்பம் இருக்கும். அவர்களிடத்தில் துணியைக் கொடுத்துவிட்டு காசு கொடுக்க மாட்டார்கள். அடிதான் கொடுப்பார்கள். 'அடிப்பாருக்கு வெளுப்பான் ஜாதி வண்ணான்' என்று வேறு சொல்லிக் கொள்வார்கள். பர்மீயர்கள் மத்தியில் அவர்களது புத்த மதத்தில் சாதிகள் இல்லை. என்றாலும் அவர்களிடத்திலேயும் பிச்சைக்காரர்கள், வெட்டியான்கள், சவப்பெட்டி செய்கிறவர்கள் ஆகியோர் தீண்டத்தகாதவர்களாகக் கருதப்பட்டார்கள். என்றாலும் நம்முடைய சமூகம்போல் தீண்டாமை ஆழமாக இருந்ததில்லை. பர்மாவில் வாழ்ந்த இந்தியர்களிடையே சாதி–மத வித்தியாசங்கள் பாராட்டுவது மிகவும் குறைவாகவே இருந்தது. பல சாதியினரும் சமத்துவமாகத்தான் வாழ்ந்தார்கள். ஆனாலும் பர்மாவிலும் தாழ்த்தப்பட்ட சாதிகளைச் சேர்ந்தவர்கள் சமமாக நடத்தப்படவில்லை. பர்மாவிலேயே கோயில்களுக்குள் தாழ்த்தப்பட்டவர்கள் போகமுடியாத நிலைதான் முதலில் இருந்தது. கோயில்களுக்குள் தாழ்த்தப்பட்டவர்களை அனுமதிக்க வேண்டும் என்று காங்கிரஸ்காரர்கள் இந்தியாவில் வலியுறுத்தியபோது, அதன் பாதிப்பு பர்மாவிலும் இருந்தது. தாழ்த்தப்பட்டவர்கள் கோயிலுக்குள் போக முடிந்தது. இதற்கு காந்தியடிகளும் காங்கிரசும்தான் காரணம்.

அப்போது திரைப்படங்களிலும் தீண்டாமை ஒழிப்புக்கு ஆதரவாக பிரச்சாரம் செய்தார்கள். 'சிந்தாமணி', தியாகராஜ பாகவதரின் புகழ்பெற்ற படம். அதில் கிருஷ்ணர் பூலோகத்திற்கு வருவார். தாழ்த்தப்பட்ட இனத்தைச் சேர்ந்தவன் சாப்பிட்டுக் கொண்டிருப்பான். கிருஷ்ணருக்கோ பசி. அவனிடத்திலே உணவைக் கேட்பார். அவன், 'நான் தீண்டத்தகாதவன், என்னிடமிருந்து வாங்கி நீங்கள் சாப்பிடக் கூடாது' என்பான். கிருஷ்ணர் அவனிடமிருந்து பறித்துச் சாப்பிட்டுவிட்டுப் பாடுவார்:

ஜாதி மத உயர்வு தாழ்வெனும் தீது
சமரச ஞான மகான்களுக்கு ஏது
ஏது ஜாதி மதம், ஏது ஜாதி மதம்
சமரச ஞான மகான்களுக்கு ஏது

இதைப் போலவே காந்தியடிகள் மதுவை எதிர்த்தும் போராடினார். மதுவினால் ஏழை எளிய மக்கள் அடைந்த பாதிப்பு அதிகம். வீட்டில் அரிசி இராது, விளக்கிற்கு எண்ணெய் இராது, நல்ல துணிமணி இராது. கூலி வேலை

செய்வான், வீட்டிற்குக் காசு கொண்டுவருவான் என்று மனைவியும் பிள்ளைகளும் காத்திருப்பார்கள். இவன் அதைக் கள்ளுக் கடையில் கொடுத்துவிட்டு வருவான்.

அப்போது நாமக்கல் கவிஞர் இராமலிங்கம் பிள்ளையின் பிரபலமான பாடல் ஒன்று இருந்தது.

கூலியைத் தொலைப்பதும் தாலியை இழுப்பதும்
கூசிட ஏசிடப் பேசுவதும்
சாலையில் உருண்டொரு சவமெனக் கிடப்பதும்
சந்தி சிரிப்பதும் இனியில்லை!

அழுதிடும் மக்களும் தொழுதிடும் மனைவியும்
ஐயோ! பசியுடன் காத்திருக்க,
பொழுதுக்கும் உழைத்தது முழுவதும் கூலியைப்
போதையில் இழப்பதும் இனியில்லை!

விட்டது சனியன் விட்டது சனியன்
விட்டது நம்மை விட்டதடா!
கொட்டுக முரசு கொம்பெடுத் தூது
கொடும்பாவி கள்ளைக் கொளுத்திவிட்டோம்!

பிள்ளைகள் இந்தப் பாடலை பாடியபடி முன்னால் போவோம். பெரியவர்கள் மதுவிற்கு எதிராகப் பிரச்சாரம் செய்வார்கள். 1937இல் இராஜாஜி சென்னை ராஜதானியின் முதல் அமைச்சராக இருந்தபோது, தான் பிறந்த சேலம் மாவட்டத்தில் மட்டும் மதுவிலக்கைக் கொண்டு வந்தார். ராஜாஜி மதுவிலக்கை அமல்படுத்திய தேதியை வரலாற்றில் குறித்து வைக்க வேண்டுமென்று ஒரு கவிஞருக்குத் தோன்றியிருக்கிறது.

ஈஸ்வர வருஷம் புரட்டாசியில்
இங்கிலீஷ் 1–10–37–இல்
சாஸ்வதமாக நம்மைப்
பிடித்து ஆட்டிய
கள்ளுக்கடையை மூடிவிட்டார்

என்ற பாடலை அப்போது பர்மாவில் கூட்டங்களில், நாடகங்களில் எல்லாம் பாடுவார்கள். 'கள் இறக்கும் தலையைக் கொய்து விட்டோமே' என்பது நாடகங்களில் பாடப்பட்ட இன்னொரு பாடல்.

அப்போது நடந்த நாடகங்கள் எல்லாம் புராண இதிகாச நாடகங்கள்தான். என்றாலும் அவற்றில் சுதந்திரப் போராட்டக் கொள்கைகளையும் கருத்துகளையும் வைத்துப் பாடல்கள் பாடுவார்கள். இதற்கு முன்னோடியாக இருந்தவர் என்று விஸ்வநாத தாஸைச் சொல்லுவார்கள். இவர் ரங்கூனில்

நாடகங்கள் நடத்தியிருக்கிறார். அப்போது எனக்குச் சிறு பிராயம். தெளிவாக நினைவு இல்லை. எனது தந்தையாரும் ஊரில் உள்ள மற்ற பெரியவர்களும் விஸ்வநாத தாஸின் நாடகங்களைப் பற்றியும் அதில் இடம் பெற்ற பாடல்களைப் பற்றியும் வெகுவாய்ப் பாராட்டிப் பேசுவார்கள். பிற்பாடு பர்மீயத் தமிழர்களின் நாடகக் குழுக்கள் நடத்திய நாடகங்களிலும் விஸ்வநாத தாஸை விமரிசையாகப் பாராட்டுவார்கள். எனது தந்தையார் சொல்லுவார், "விஸ்வநாத தாஸைப் போன்ற நடிகனைப் பார்க்க முடியாது. அவர் பாடுகிற சுதியிலேயே பேசுவார், பேசுகிற சுதியிலேயே பாடுவார்" என்று. அப்போது வெகு பிரபலமான பாடல் ஒன்று இருந்தது:

கதர்க் கப்பல் கொடி தோணுதே
கரம் சந்திர மோகன தாஸ்
காந்தியின் வழியினிலே
கதர்க் கப்பல் கொடி தோணுதே.

இதை விஸ்வநாத தாஸ் ஒரே நாடகத்தில் ரசிகர்களின் வேண்டுகோளுக்கு இணங்க பலமுறை பாடுவார் என்று சொல்லுவார்கள். அவர் நாடகத்தில் வருகிற வேலனும் இந்தப் பாட்டைப் பாடுவான், கோவலனும் இந்தப் பாட்டைப் பாடுவான். விஸ்வநாத தாஸைத் தொடர்ந்து பர்மீய நாடகக் குழுக்களின் நாடகங்களிலும் புராணக் கதாபாத்திரங்கள் இந்திய சுதந்திரத்தைப் பற்றி பாடினார்கள். அப்போதைய பிரபலமான பாடல்களைச் சேர்த்துக் கொள்வார்கள். விஸ்வநாத தாஸின் நாடகங்களில் சுதந்திரப் பிரச்சாரம் முழு மூச்சில் இருக்கும்.

இராட்டினமே காந்தி கை பாணம்
நம்மைக் காத்திடும் பிரமாணம்

என்று வேடன் பாடுவான்.

வெட்கம் கெட்ட வெள்ளைக் கொக்குகளா
விரட்டியடித்தாலும் வாரீகளா

என்று தினைப்புனம் காக்கும் வள்ளி பாடுவாள்.

வள்ளித் திருமணம்(1933) படத்திலும் வள்ளி இந்தப் பாடலைப் பாடுவாள். இவையெல்லாம் மதுரகவி பாஸ்கர தாஸ் எழுதிய பாடல்கள்.

இனித்த "பாஸ்கரன்"
தமிழ் முறை வீதம்
ஜெனித்த குல முறை
திணைக்காவல் கீதம்

என்று அவரின் முத்திரையும் பாடலின் இறுதியில் அமைந்திருக்கும். பாஸ்கரதாஸ் ஏராளமான பாடல்கள் எழுதியிருக்கிறார். 'கொக்குபறக்குதடி பாப்பா', 'காந்தியோ பரம ஏழை சன்னியாசி' போன்றவை வெகு பிரபலமான பாடல்கள். இவற்றை யெல்லாம் நாடகக் கலைஞர்கள் மேடைகளில் உணர்ச்சி பொங்கப் பாடுவார்கள்.

விஸ்வநாத தாஸை போலிஸ் பலமுறை சிறையிலடைத்தது. அதனாலெல்லாம் அவர் தளர்வடையவில்லை. 1941இல் சென்னையில் மயிலின் மீது அமர்ந்து வேலனாக நடித்துக் கொண்டிருந்தபோதே அவர் உயிர் பிரிந்தது. அதற்குப் பிறகு பர்மாவில் நடந்த தமிழ் நாடகங்களில் அவர் மீது அனுதாப கீதம் பாடுவார்கள்:

மனம் துணியார்
போலிஸ் தடையைத்
துரும்பென மதித்து

புகுந்தார் சிறைதனிலே–
எங்கள் ராஜா
புகுந்தார் சிறைதனிலே.

வேஷம் போட்டாலும்
கதர் உடையன்றி
வேறு உடையணியார்

மாய உலகம்
என்றதேயல்லால்
மறுமொழி சொல்லவே!

விஸ்வநாத தாஸ் தனது நாடகங்களில் வேடன், கோவலன், அரிச்சந்திரன் என்று எந்தப் பாத்திரமானாலும் கதர்தான் உடுத்தி நடித்தார். அதனால்தான் அப்படிப் பாடினார்கள்.

நாடகங்களுக்கு இடையே அனுதாபகீதம் பாடுவது அப்போது வழக்கமாக இருந்தது. முக்கியமான தலைவர்கள், கலைஞர்கள் இறந்தால் அவர்களுக்காக அனுதாப கீதம் பாடுவார்கள். 'ஞான பண்டிதர் மோதிலால் நம்மைப் பிரிந்தார்' என்று பாடுவார்கள். இதுவும் பாஸ்கரதாஸ் எழுதிய பாடல் தான். இதைப் போல பகத் சிங்கிற்காக பர்மாவில் தமிழ் நாடகக் கலைஞர்கள் ஓர் அஞ்சலிப் பாடல் பாடுவார்கள்.

பருவமோ இளமை
திருமணமில்லா குணவிஜயன்
பல கலைகளை ஆய்ந்திட்டவன்
பவளமணி மாடங்கள் ஒளி வீசும் லாகூரில்
பாங்குடன் பிறந்திட்டவன்

உருவமோ மதன் போல
உத்தியோகம் அதை வெறுத்து
உண்மை கடைப் பிடித்திட்டவன்
உலகமதில் இந்தியர்கள் வாழ
தன் உயிரையே கொடுத்திட்டவன்.

பர்மாவிலிருந்த அறிஞர் கரீம் கனிக்கு குருவைப் போன்றவர்கள் மவுலானா முஹம்மது அலி மற்றும் சவுகத் அலி. இதில் முஹம்மது அலி வட்டமேசை மாநாட்டிற்கு லண்டனுக்குப் போனபோது காலமாகி விட்டார். இதற்காக அப்போது நாடகங்களில் அனுதாப கீதம் பாடினார்கள். பலருக்கு முஹம்மது அலி மறைந்ததே அப்போதுதான் தெரிய வந்தது. அந்தக் காலங்களில் பத்திரிகைகள் குறைவு, அவற்றைப் படிப்பவர்கள் அதிலும் குறைவு. பலருக்கு நாட்டு நடப்பை நாடகங்கள்தான் தெரிவித்தன. காந்தியடிகள் உண்ணாவிரதம் இருந்தால், கைதானால், போராட்டம் நடத்தினால், உடனே அதைப் பாடலாகப் பாடிவிடுவார்கள். உப்புச் சத்தியாக்கிரகம், வட்ட மேசை மாநாடு என்று அப்போதைய நடப்புகளை நாடகங்களுக்கிடையில் பாடுவார்கள்.

சுதந்திரப் போராட்டத்திலும், காந்தியடிகளின் கதர், மதுவிலக்கு, தீண்டாமை ஆகிய கொள்கைகளிலும் உள்நாட்டில் இருந்தவர்களைப் போலவே, பர்மாவில் வசித்த இந்தியர்களும் மிகுந்த ஈடுபாடு கொண்டிருந்தார்கள்.

9

இந்திய–பர்மீய விடுதலை

ஆங்கிலேயருக்கு நெருக்கடி

எந்த ஒரு வல்லரசும் தான் ஆக்கிரமித்து ஆட்சி செய்துவரும் நாட்டை, சாமான்யமாக விட்டுக்கொடுக்க முன்வராது. பெரும்புரட்சி, போராட்டத்துக்குப் பின்புதான் விடுதலை பெற முடியும். ஆனால், நூறாண்டுகளுக்கும் மேலாக இந்தியாவை ஆண்டு அனுபவித்து ஆதாயம் அடைந்துவந்த ஆங்கிலேயர்கள், உலக மகாயுத்தம் முடிந்த பிறகு, கூடிய விரைவில் இந்தியாவிற்கு விடுதலை வழங்கிவிட வேண்டுமென்று நினைத்தார்கள். ஏன்? இரண்டாம் உலக யுத்தத்திற்குப் பின் அவர்களுக்கு ஏற்பட்ட நெருக்கடியும், விடுதலை வேண்டும் என்கிற உணர்ச்சி இந்தியாவில் அதிகமானதும்தான் அதற்குக் காரணங்கள்.

காங்கிரசிலிருந்த சோசலிச ஆதரவாளர்களான ஜெயப்பிரகாஷ் நாராயண், அசோக் மேத்தா, டாக்டர் ராம்மனோகர் லோகியா போன்றவர்கள் – பிற்பாடு சோசலிசக் கட்சியைத் தொடங்கியவர்கள் – புரட்சி செய்தாவது சுதந்திரத்தைப் பெறவேண்டும் என்று சொன்னார்கள். தமிழ்நாட்டிலிருந்தும் நிறையப்பேர் புரட்சி செய்தார்கள். நேத்தாஜியின் இந்திய தேசீய ராணுவம் இந்திய வடகிழக்கு எல்லையில், இம்பாலில், பிரிட்டிஷ் ராணுவத்துடன் போராடியது. இவை எல்லாம் இந்திய இளைஞர்களுக்கு உற்சாகமூட்டியது. அகிம்சை முறைகளில் நடக்கா

விட்டால் புரட்சி செய்தாவது சுதந்திரத்தைப் பெற்றுவிட வேண்டும் என்கிற எண்ணம் வளர்ந்து வந்தது.

1942 மார்ச் முதல், ஆங்கிலேயர்கள் மீண்டும் பர்மாவைக் கைப்பற்றும் 1945 மே மாதம் வரை, பர்மாவில் வசித்தவர் களுக்கு உலகம் இருட்டாகவே இருந்தது. வானொலி மூலமாகக் கூட செய்திகள் கிடைக்கப் பெறாமல் இருந்தோம். நார்மண் டியைத் தாக்கி நேசப்படைகள் கைப்பற்றியதோ, இத்தாலியின் வீழ்ச்சியோ, ஏன் ஜெர்மனியின் தோல்வியோ எதுவும் எங்களுக்குத் தெரியவில்லை. பின்னாளில்தான் செய்திகள் அறிந்து கொண்டோம். ஆனாலும், “வெள்ளையனே வெளியேறு” என்று காந்தியடிகள் சொல்லிவிட்டார் என்பது எங்களுக்கு அப்போதே தெரிந்திருந்தது.

இதற்கிடையில், ஜெர்மனி தோற்றுக் கொண்டிருந்த போது, ஜெர்மனியின் ஆக்கிரமிப்பில் இருந்த கிழக்கு ஐரோப் பிய நாடுகளான செக்கோஸ்லாவேக்கியா, யுகோஸ்லாவியா, லாட்வியா, லிதுவேனியா, ருமேனியா, போலந்து போன்ற நாடுகளை ரஷ்யா கைப்பற்றத் தொடங்கியது. சில நாடுகளில் பொம்மை அரசாங்கம் அமைத்தது. இத்தோடு மட்டுமல்லா மல் ரஷ்யா கிழக்கு ஜெர்மனியையும் கைப்பற்றிக் கொண்டது. தொடர்ந்து கிழக்கே ஜப்பானையும் ஆக்கிரமிக்கத் தொடங் கியது. ரஷ்யாவின் இந்த வேகத்தை மட்டுப்படுத்த வேண்டும், அதற்குப் போரை விரைவில் முடிக்க வேண்டும் என்று நேசநாடுகளான பிரிட்டனும் அமெரிக்காவும் முடிவு செய்தன. போரை உடனடியாக முடிவுக்குக் கொண்டுவர அமெரிக்கா தேர்ந்தெடுத்த வழிதான் அணுக்குண்டை வீசுவது. அமெரிக்கா என்ன நினைத்தது? அணுக்குண்டை வீசுவதால் பெரிய அழிவு ஏற்படும்; ஆனால் போர் உடனே முடியும். இப்படி அல்லாமல் பாரம்பரிய முறையில் போரைத் தொடர்ந்தால், அப்போதும் அழிவு என்னவோ குறையாது, அதே அளவு அழிவு ஏற்படும். ஆனால் அந்த அழிவு நிகழும் காலம் அதிகமாக இருக்கும். சிறிது சிறிதாக அழிவு ஏற்படும். இந்தக் காலகட்டத்தில் ரஷ்யாவும் ஜப்பானில் பெரும் பகுதியை கைப்பற்றிக்கொண்டுவிடும். ஆக, ரஷ்யாவைக் கிழக்கே வராமல் தடுத்து நிறுத்தவும், போரைத் துரிதமாக முடிக்கவும் வேண்டி அமெரிக்கா, 1945 ஆகஸ்ட் மாதம் அடுத்தடுத்து இரண்டு ஜப்பான் நகரங்கள் மீது அணுகுண்டு வீசியது. ஒரு வாரத்திற்குள் ஜப்பான் சரணடைந்தது.

சரி, அந்த மகா யுத்தத்தில் எவ்வளவு செலவழித்திருப் பார்கள்? செலவழித்ததன் பலன் என்ன? மக்களைக் கொன் றிருக்கிறார்கள். கணக்கிட்டால், ஒவ்வொரு மனிதனைக் கொல்வதற்காகவும் பல இலட்சம் ரூபாய் செலவழித்திருப்

பார்கள். இவ்வளவெல்லாம் செலவழித்துவிட்டு, இப்போது யுத்தம் முடிந்தவுடன், அவர்களிடத்தில் மிச்சம் இருந்தது என்ன? ராணுவமும், ராணுவத் தளவாடங்களும்தான். ராணுவ வீரர்களையெல்லாம் 24 மணி நேர முன்னறிவிப்புக் கொடுத்து, வீட்டுக்குப் போகச் சொல்லமுடியாது. அப்படிச் சொன்னால் அவன் என்னாவான்? ஒவ்வொரு நாட்டிலேயும் அவன் ஒரு கலகக்காரனாகவோ கொள்ளைக்காரனாகவோ தான் மாறுவான். அவனுக்கு வேலை கொடுத்தாகவேண்டும். ராணுவத்தில் உள்ளவனுக்கு ராணுவ வேலை கொடுத்தாக வேண்டும். அவர்களிடத்தில் இருந்ததில், இந்திய ராணுவம் தான் ஆகப் பெரியது. இந்திய ராணுவம் முழுவதையும் அவர்கள் பொறுப்பில் வைத்துக்கொண்டு, பராமரிக்க வேண்டும் என்றால், அதற்கான நிதி வேண்டும். அந்த அளவிற்கு வரி விதிக்கவேண்டும். வேறு வகையில் அரசாங்கத் திற்கு வருகிற வருமானத்தை, ராணுவத்திற்குச் செலவிட வேண்டும். ஆனால், அந்தந்த நாட்டிற்குச் சுதந்திரத்தைக் கொடுத்தால், அவர்கள் தங்களது ராணுவத்தைப் பராமரிக்கிற பொறுப்பையும் எடுத்துக் கொள்வார்கள். மேலும், இந்தியா வில் புரட்சி மனப்பான்மை ஏற்பட்டுவிட்டது, முன்போல் ஆட்சி செய்து ஆதாயம் பெற இயலாது. இவர்களுடைய நட்பைப் பெற்றுத் தங்களது செல்வாக்கை தொடர்ந்து தக்கவைத்துக் கொள்ளலாம் என்கிற முடிவிற்கு ஆங்கிலேயர் கள் வந்துவிட்டார்கள்.

யுத்தம் முடிந்ததும், பிரிட்டிஷ் அரசாங்கத்தின் பொருளா தார அமைச்சர் ஸர் ஸ்டாபோர்ட் கிரிப்ஸ், அயல்நாட்டு அமைச்சர் பெத்திக் லாரன்ஸ், காமன்வெல்த் அமைச்சர் அலெக்ஸாண்டர் ஆகிய மூவர் அடங்கிய தூதுக்குழு இந்தியா விற்கு வந்து மூன்று மாதங்கள் தங்கியது. இந்த ஆங்கிலேய அமைச்சர்கள் காங்கிரஸ், முஸ்லிம் லீக் மற்றும் பல அரசியல் கட்சித் தலைவர்களைச் சந்தித்து, சுதந்திரம் அளிப்பதற்கான வழி வகைகளை விவாதித்தனர். இம்மாதிரி ஒரு சம்பவம் வேறு எப்போதும் எந்த நாட்டிலும் நடைபெற்றிராது. காங்கிர சுக்கும் முஸ்லிம் லீக்கிற்கும் இடையில் இருந்த கருத்து வேறு பாடுகளால் இவர்களது திட்டம் உடனடியாக ஏற்கப்பட வில்லை. முஸ்லிம் லீக்கை பொறுத்தவரை தங்களுக்குத் தனி நாடு வேண்டும் என்பதில் அவர்கள் விடாப்பிடியாக இருந்தார்கள். கடைசியாக தூதுக்குழுவினர் ஒரு திட்டம் வகுத்து வைஸிராய் வேவல் பிரபுவிடம் கொடுத்து தொடர்ந்து முயற்சி செய்யும்படி கேட்டுக்கொண்டு திரும்பி விட்டனர்.

வேவல் பிரபுவின் முயற்சியில் காங்கிரசும் முஸ்லிம் லீக்கும் கூட்டாக ஓர் இடைக்கால அரசாங்கம் அமைத்தனர்.

ஒரு பட்ஜெட்டும் தாக்கல் செய்தனர். ஆனால், தொடர்ந்து ஒத்துழைத்து அவர்களால் அரசாங்கத்தை நடத்த முடிய வில்லை. இதற்கிடையில் வேவல் பிரபுவைத் திரும்ப அழைத்துக் கொண்டு, மவுண்ட் பேட்டன் பிரபுவை வைஸிராயாக அனுப்பி வைத்தது ஆங்கிலேய அரசு. மவுண்ட் பேட்டன் பிரபுவின் அணுகுமுறை இந்தியாவுக்குச் சுதந்திரத்தை விரைவில் கொண்டு வந்தது.

இந்தியாவும் பாகிஸ்தானும் பிரிவது என்று முடிவாகியது. இதற்காக ஓட்டெடுப்பும் நடந்தது. பஞ்சாபில் சீக்கியர்களும் இந்துக்களும் அதிகம் இருந்த கிழக்குப் பகுதியினர் இந்தியா வுடன் சேர்ந்திருக்க வேண்டுமென்று ஓட்டளித்தார்கள். அதேபோல அஸ்ஸாம், மேற்கு வங்காள மக்களும் இந்தியா வோடு சேர்ந்திருக்க ஓட்டளித்தார்கள். சிந்து, வடமேற்குப் பிராந்தியம், மேற்கு பஞ்சாப் மற்றும் கிழக்கு வங்காளம் ஆகிய பகுதிகள் சேர்ந்து பாகிஸ்தானாகியது.

இந்தியா சுதந்திரம் அடைந்த பின்பும் இந்தியாவின் நட்பைப் பெரிதும் விரும்பியது பிரிட்டன். இதனால் 1950–இல் தலைசிறந்த அரசியல் சாசனத்துடன் குடியரசு (*Republic*) நாடாகும் வரை இந்தியாவைத் தனது குடியேற்ற நாடாக (*Dominion Status*) வைத்து இருந்தது.

பர்மீய விடுதலை

பர்மாவிலும் சுதந்திரத்திற்கு முன்னதாக இடைக்கால அரசாங்கம் அமைக்கப்பட்டது. பர்மா ஜப்பானின் ஆக்கிரமிப் பில் இருந்தபோதே, அவுங்சானும் அவரது தோழர்களும் ரகசியமாக ஒரு இயக்கத்தை ஆரம்பித்தார்கள். அதன் பெயர் *Anti-Fascist People Freedom League (AFPFL)*- அதாவது பாசிசத்தை எதிர்க்கும் மக்களின் சுதந்திர இயக்கம். பர்மீயச் சொற்களின் முதல் எழுத்துக்களைச் சேர்த்து ப ச பா லா என்று சொல்வார்கள். ஜப்பானியர்கள் வெளியேறி பிரிட்டிஷ் ஆட்சி வந்தபோது, ப ச பா லா வெளிப்படையான அரசியல் கட்சியாக மாறியது, கட்சிக்கு மக்களின் ஆதரவும் இருந்தது. 1947இன் தொடக்கத்தில் பிரிட்டிஷ் அரசு ப ச பா லா–வை பேச்சுவார்த்தைக்கு அழைத்தது. காமன்வெல்த் நாடு களின் கீழ் வருகிற குடியேற்ற நாடு என்ற அந்தஸ்து இல்லா மல், முழுமையான குடியரசு அந்தஸ்து தங்களுக்கு வேண்டும் என்று அவுங்சான் கேட்டார். பர்மாவில் கரீன், ஷான், கச்சின், சின் என்று நிறைய சிறுபான்மையினர் வசிக்கிறார்கள். இவர் களில் பலரும் பெரும்பான்மை பர்மீயருடன் சேர்ந்து வாழ் வதை விரும்பவில்லை. என்றாலும் அவுங்சான் ஒன்றிணைந்த பர்மா வேண்டுமென்று பிரிட்டாஷாரிடம் வலியுறுத்தினார்.

பேச்சு வார்த்தைகளின் முடிவில் ஓர் ஒப்பந்தம் கையெழுத்தாகியது. 'கலூன்' ஊ சோ போன்ற பழைய அரசியல்வாதிகள் ஒப்பந்தத்தை ஆதரிக்கவில்லை.

சில மாதங்களில் இடைக்கால அரசாங்கம் அமைப்பதற்கான தேர்தல் நடந்தது. ப ச பா லா அமோக வெற்றி பெற்றது. ஊ சோவை மந்திரிசபையில் சேருமாறு அவுங்சான் அழைப்பு விடுத்தார். ஊ சோ அதை ஏற்கவில்லை. ஊ சோ ஒரு காலத்தில் பிரதமராக இருந்தவர். ஊ சோவின் கண்களுக்கு அவுங் சான் சிறு பையனாகத்தான் தெரிந்தார். அவுங்சானுக்கு கிடைக்கிற அங்கீகாரத்தை அவரால் ஏற்றுக் கொள்ள முடியவில்லை. அவரிடம் வேறு திட்டங்கள் இருந்தன.

1947 ஜூலை 19ஆம் தேதி மந்திரிசபைக் கூட்டம் நடந்து கொண்டிருந்தது. ஊ சோவின் ஆட்கள் ராணுவ உடையில் துப்பாக்கிகளுடன் ஒரு ஜீப்பில் வந்து இறங்கினார்கள். கூட்டம் நடக்கிற அறைக்குள் அதிரடியாகப் புகுந்து, சரமாரியாகச் சுட்டார்கள். போஜோ அவுங்சான், 6 மந்திரிகள், 1 செயலாளர், 1 மெய்க்காப்பாளர் – ஆக 9 பேர் அந்த இடத்திலேயே மடிந்து போனார்கள். இறந்துபோன மந்திரிகளுள் ஊ ரஜாக் எனும் பர்மீய முஸ்லிமும் இருந்தார். மந்திரிசபையில் அங்கம் வகித்த ஊ நு அன்று கூட்டத்தில் கலந்து கொள்ளவில்லை, செயலகத்தில் தனது அறையில் வேலையாக இருந்தார். அதனால் உயிர் தப்பினார். பிரிட்டிஷ் கவர்னர் உடனடியாக ஊ நுவை புதிய மந்திரிசபை அமைக்குமாறு அழைத்தார். அப்போது, அவுங்சான் அமைப்பினரின் ராணுவம், பர்மீய தேசிய ராணுவம் என்றழைக்கப்பட்டது. அதன் தளபதியாக இருந்தவர் நே வின். அவர் ஊ நுவிற்கு முழு ஒத்துழைப்பு அளித்தார். இந்த அரசியல் படுகொலைச் சம்பவத்திற்குப் பிறகு, பிரிட்டிஷார் பர்மாவிற்கு விரைவில் சுதந்திரம் அளிக்க வேண்டுமென்று முடிவு செய்துவிட்டார்கள்.

1948ஆம் வருடம் ஜனவரி 4ஆம் தேதி பர்மா சுதந்திர நாடாகியது. அவர்கள் கேட்டது போலவே முழுமையான குடியரசு அந்தஸ்தைப் பெற்றார்கள். பர்மாவின் சுதந்திர விழாவில் கலந்து கொள்வதற்காக இந்தியாவிலிருந்து பாபு ராஜேந்திர பிரசாத் வந்தார்.

பர்மாவிலிருந்து லண்டன் போய்ப் படித்துவிட்டு வந்த சட்ட நிபுணர்களைக் கொண்டு தங்களது நாட்டிற்கு ஓர் அரசியல் சாசனத்தை எழுதினார்கள். அதைச் சரி பார்ப்பதற்கு உதவியாக இந்தியாவிலிருந்து ஒருவரை அனுப்பும்படி ஊ நு நேருஜியைக் கேட்டுக் கொண்டார். இதற்காக இந்திய

ரிசர்வ் வங்கியின் கவர்னராக இருந்த பெனகல் நரசிம்ம ராவ் (பி.என்.ராவ்) ரங்கூனுக்கு அனுப்பப்பட்டார்.

புதிய இந்தியா

பொதுவாக சுதந்திரப் போராட்டக் காலத்தில், இந்திய அரசியல்வாதிகள் உலகம் முழுவதும் அறியப்பட்டிருந்தார்கள். குறிப்பாக நேருஜியின் மீது பர்மீய அரசியல்வாதிகளுக்கு நல்ல மதிப்பு இருந்தது. இந்தியாவை, அதைச் சுற்றி இருந்த இலங்கை, பர்மா, மலேசியா போன்ற நாடுகளும், ஆப்பிரிக்காவிலிருந்த சில நாடுகளும் தங்களுடைய குருவாக, வழிகாட்டியாக ஏற்றுக் கொண்டிருந்தன. இந்தியாவில் ஆட்சியில் இருப்பவர்கள் நல்லவர்களாக, சட்டம் தெரிந்தவர்களாக, உலக விஷயம் தெரிந்தவர்களாக, சமாதனத்திற்காகப் பாடுபடக் கூடியவர்களாக மதிப்பும் மரியாதையும் மிக்கவர்களாக இருக்கிறார்கள் என்கிற நம்பிக்கை அவர்களிடத்தில் இருந்தது. பர்மியப் பிரதிநிதிகள் ஐக்கிய நாடுகள் சபையில் இந்திய பிரதிநிதிகளுக்கு முழு ஆதரவு கொடுப்பார்கள். ஐ.நா சபைக்குச் செல்லும் பர்மியப் பிரதிநிதிகளுக்கு உத்தரவே 'நீங்கள் எதுவும் பேச வேண்டாம்; இந்தியப் பிரதிநிதிகள் என்ன சொல்கிறார்களோ அதற்கு ஆதரவு கொடுத்தால் போதும்' என்கிற வகையிலேதான் இருந்தது.

கூட்டுச் சேரா நாடுகள் அமைப்பை இந்தியாதான் ஆரம்பித்தது. எந்தவொரு நாட்டில் பிரச்சனை ஏற்பட்டாலும் முதலில் நேருஜியுடைய கருத்துதான் வரும். தங்களுக்கு உதவி செய்யும் நாடு, செய்யாத நாடு என்ற பாகுபாடு எல்லாம் அவருக்குக் கிடையாது. அவர்கள் செய்தது சரி அல்லது தவறு, இதற்கு தீர்வு என்ன, என்பது போன்ற தனது கருத்துகளை ஒளிவு மறைவில்லாமல் சொல்லிவிடுவார்.

நேருஜிக்கு டாக்டர் பட்டம் கொடுக்கவில்லை என்றால் நமது பல்கலைக்கழகத்திற்கு பெருமை இல்லை என்று கருதி, ஒவ்வொரு நாடும் அவரை அழைத்து பட்டம் கொடுத்துப் பெருமைப் படுத்தியது. பல நாடுகள் அவரைத் தங்கள் நாட்டின் கௌரவப் பிரஜையாக அறிவித்தன. நேருஜி சவுதி அரேபியாவிற்கு போனபோது, உலகத்திலே அது வரை யாருக்கும் கொடுக்காத பட்டத்தைக் கொடுத்தார்கள் – 'ரசூலே சலாம்'. சமாதானத்தின் தூதர் என்று பொருள். நபியை ரசூலுல்லா என்பார்கள். அல்லாவின் தூதர் என்று பொருள். சில இஸ்லாமிய அறிஞர்கள், 'நேருஜிக்கு இப்படி பட்டம் கொடுத்தது தவறு, ரசூல் என்று முஹம்மது நபியை மட்டும்தான் சொல்லவேண்டும்' என்று சொன்னார்கள். ஆனால் பல மார்க்க அறிஞர்கள், நேருஜி சமாதானத்தின் தூதர் என்று

அழைக்கப்பட எல்லாத் தகுதியும் உள்ளவர்தான் என்று சொல்லிவிட்டார்கள்.

நேருஜி பர்மா விஜயம்

நேருஜி பர்மாவிற்கு மூன்று முறை வருகை தந்தார். சுதந்திரம் கிடைக்கும் முன், 1938ஆம் வருடம் முதல் முறை வந்தார். அப்போது நேருஜி பகதூர்ஷாவின் கல்லறைக்குப் போய் அஞ்சலி செலுத்தினார். அவர் அஞ்சலி செலுத்தியதைப் பத்திரிகைகள் எல்லாம் தலைப்புச் செய்தியாக வெளியிட்டன. அதற்குப் பிறகு, அந்தக் கல்லறைக்கு ஒரு மரியாதை வந்தது. பலரும் அங்கே போக ஆரம்பித்தார்கள். 1945இல் இரண்டாம் முறையாக நேருஜி பர்மா வந்தார். 1942இல் நடந்த வெள்ளையனே வெளியேறு போராட்டத்தின்போது சிறை வைக்கப்பட்ட தேசியத் தலைவர்கள்–நேருஜி உள்பட–1945இல் விடுதலை செய்யப்பட்டார்கள். அப்போது சிங்கப்பூருக்கும் ரங்கூனுக்கும் ஒரு நாள் வந்து சென்றார். அப்போது இந்திராவும் ரங்கூன் வந்தார்.

பர்மாவுக்குச் சுதந்திரம் கிடைத்தபின் நேரு ஒருமுறை பர்மாவிற்கு வந்தார். 1950இல் நேருஜிக்கு டாக்டர் பட்டம் கொடுப்பதற்காக ரங்கூன் பல்கலைக்கழகத்தில் அழைத்திருந்தார்கள். இந்திராவும், ராஜீவும் உடன் வந்திருந்தனர். ராஜீவுக்குச் சின்ன வயது. பேசிக்கொண்டே சிறுநீர் கழித்துவிட்டார். அதைப் புகைப்படமாக எடுத்துப் பத்திரிகைகளில் போட்டுவிட்டார்கள்.

அந்த முறை, இந்தியர்கள் சார்பாக அவரைச் சந்தித்த குழுவில் நானும் இருந்தேன். அவரை முதலில் பார்த்த உடனே நான் அசந்து போய்விட்டேன். அவருடைய கோட், நிறம், ரோஜாப்பூ, சிரிப்பு . . . யாரையும் கவர்ந்து இழுக்கக்கூடிய வசீகரமான தோற்றம் நேருஜிக்கு இருந்தது. பர்மாவில் வாழும் இந்தியர்களின் சிரமங்களைப் பற்றி, பர்மீயர்களின் சட்டங்கள் இங்கு வாழும் இந்தியர்களை எப்படிப் பாதிக்கிறது என்பதைப் பற்றி விளக்கி, ஒரு மகஜரைக் கொண்டு போய்க் கொடுத்தோம். அப்போதெல்லாம் எங்கு சென்றாலும் என்னையும் அழைத்துச் செல்வார்கள். எனக்கு இளம் வயது. முன்பின் யோசிக்காமல், சொன்னது எதையும் எடுத்துச் சொல்வான் என்கிற முறையிலே கூட்டிப் போயிருப்பார்கள் என்று நினைக்கிறேன்.

சுடர் அணைந்தது

1964ஆம் வருடம், மே 27–ஆம் நாள் நேருஜி இறந்துவிட்டார் என்ற செய்தி வந்தது. எங்களுக்குப் பெரிய

அதிர்ச்சி. சமாதானத் தூதர், உலகில் எல்லா அரசியல்வாதிகளும் மதிக்கக்கூடிய திறமையான தலைவர். வெளிநாட்டில் வாழும் இந்தியர்களுக்கு ஓர் அரண்போல இருந்தவர்.

அப்போது எங்கள் குடும்பம் ரங்கூனில் இருந்தது. அங்கு தகப்பனார், தாயார், சிறிய தாயார், குழந்தைகள், சகோதரர்கள், சகோதரிகள் எல்லோரும் ஒன்றாக இருந்தோம். பல வீடுகளில் அடுத்தடுத்துக் குடியிருந்தோம். மணம் முடித்த சகோதரிகள் என்றாலும் அவர்களும் எங்கள் குடும்பத்துடனேயே இருந்தார்கள்.

நேருஜி இறந்து சில வாரங்களுக்குப் பின் எங்கள் தகப்பனார்–அப்போது சுமார் 70 வயது இருக்கும் – ரங்கூனிலிருந்து எங்கள் சொந்த ஊரான சவுட்டானுக்குச் சென்றார். சவுட்டானில் எங்களுக்கு விவசாய நிலம் இருந்தது. ஆள் வைத்து, பண்ணை வேலை பார்த்துக்கொண்டு இருந்தோம். 'நல்ல நாளாகப் பார்த்து ஏர் கட்டிவிட்டு வருகிறேன்' என்று சொல்லி விட்டுப் போனார்.

நாம் என்ன நினைக்கிறோம்? நேருஜி மாதிரி, காந்தியடிகள் மாதிரி தலைவர்களை மரணம் சமீபிக்காது என்றே நினைக்கிறோம். எங்கள் தகப்பனாருக்கு நேருஜி மீது மிகுந்த அபிமானம் உண்டு. சவுட்டானில் உள்ள நண்பர்களிடம் நேருஜியைப் பற்றி நீண்ட நேரம் உணர்ச்சிகரமாய்ப் பேசிக்கொண்டு இருந்திருக்கிறார். 1964ஆம் வருடம், ஜுன் மாதம் 26ஆம் நாள், அன்று இரவு சுமார் 12 மணி அளவில் அவருக்கு நெஞ்சு வலி வந்திருக்கிறது. கடைசி நேரத்தில் கூட இருந்தது எங்கள் கடைசித் தம்பியும் எனக்கு நேர் இளைய தம்பியும் எனது தமக்கையாரும். அதிகாலையில் எங்களுக்குச் செய்தி வந்தது. அப்போதெல்லாம் துரிதமாகத் தகவல் தெரிவிக்க முடியாது. காலை 8 மணிக்கு கிளம்பினோம். கப்பலில் அரை மணி நேரம், காரில் அரை மணி நேரம் பயணம் செய்து சவுட்டானை அடைந்தோம். அங்கேயே அடக்கம் செய்தோம்.

நேருஜி இறந்த செய்தியைக் கேட்டு உலகம் முழுவதும் கண்ணீர் வடித்தது. எங்களுக்காகப் பேச யார் இருக்கிறார்கள் என்று வெளிநாட்டு இந்தியர்கள் பரிதவித்தார்கள். அனுதாபச் செய்திகள் குவிந்தன. கென்னடிக்குப் பிறகு அமெரிக்க ஜனாதிபதியாக இருந்த ஜான்சன், 'நேருஜிக்கு நினைவுச் சின்னம் எழுப்ப வேண்டுமென்றால், யுத்தமே இல்லாத ஓர் உலகத்தைப் படைக்க வேண்டும், அதுவே அவருக்கு நினைவுச் சின்னமாக இருக்கும்' என்று சொன்னார். அப்படி ஒரு சமாதானத் தூதுவராக நேருஜி இருந்தார்.

பர்மா-சீனா நட்பு

நேருஜியின் மறைவிற்குப் பிறகு பர்மா இந்தியாவிடமிருந்து விலகிப் போக ஆரம்பித்தது. இந்தப் போக்கு 1962லேயே ஆரம்பித்துவிட்டது. 1962இல் இந்தியாவிற்கும் சீனாவிற்கும் நடந்த யுத்தத்திற்கு பிற்பாடு 'இந்தி சீனி பாய் பாய்' போன்ற கோஷங்களுக்கு அர்த்தமில்லாமல் போனது. இந்த யுத்தம் சீனாவையும் பர்மாவையும் நெருங்கி வரச் செய்தது. சீனா கடந்த 30–40 ஆண்டுகளாக தொழில் துறையில் மிக வேகமாக முன்னேறி வருகிறது. ஒரு காலத்தில் சீனப் பொருட்கள் தரம் குறைந்தவை என்று கருத்து இருந்தது– இப்போது அதெல்லாம் மாறிவிட்டது. சீனா அதன் அண்டை நாடுகளுடன் நல்ல உறவை வளர்த்துக்கொள்ள ஆரம்பித்தது. மேலும், ஆப்பிரிக்கா உள்பட பல பின்தங்கிய நாடுகளுக்கு சீனா உதவி வருகிறது. 1962இல் பர்மாவில் ஏற்பட்ட ராணுவ ஆட்சியும் சீனாவின் நட்பை விரும்பியது, அதேவேளையில் இந்தியாவிடமிருந்து விலகி நிற்க ஆரம்பித்தது. சீனா பர்மாவிற்குக் கடனாக, உதவியாக, இனாமாக நிறையச் செய்தது. ராணுவ ஆட்சிக்கு எதிராக பர்மாவில் இரண்டுமுறை புரட்சிகள் நடந்தன. ராணுவ ஆட்சியை எதிர்த்து சீனா எதுவும் சொல்லவில்லை. அது பர்மாவின் உள்நாட்டு விவகாரம் என்று சொல்லிவிட்டது. போகப்போக பர்மா சீனாவிடம் நெருங்கி வந்தது, இந்தியாவிடமிருந்து விலகி நின்றது.

பர்மீய அரசின் இந்த நிலை, பர்மாவில் வசித்த இந்தியர்களுக்கு எதிரான போக்கிற்கு மேலும் துணை செய்தது. 1962இல் வந்த ராணுவ ஆட்சியும் இந்தியர்களுக்கு எதிராகவே இருந்தது. ஆனால் இந்தியர்களின் துயரம் பர்மா சுதந்திரம் அடைந்த பிறகு குடியுரிமை பெறுவதிலிருந்தே ஆரம்பமாகிவிட்டது.

10

வாழ்க்கைக் கல்வி

நான் ஏழாம் வகுப்புப் படித்துக் கொண்டிருக்கிற போது, இரண்டாம் உலக மகா யுத்தம் உக்கிரமாக இருந்தது. 1941இல் பெர்ள் துறை முகத்தை ஜப்பானியர் தாக்கியவுடன், பர்மாவில் எல்லாப் பள்ளிக்கூடங்களையும் கல்லூரிகளையும் மூடச்சொல்லி உத்தரவு போட்டுவிட்டார்கள்.

பள்ளிக்கூடத்திற்குப் போவது நின்று போன போது, நான் கிடைக்கிற பத்திரிகைகளைப் படித்துக் கொண்டிருந்தேன். நான் படித்த *Anglo Vernacular* பள்ளியில் ஆசிரியர் பொன்னுச்சாமி நாடாருக்குப் பிறகு ஆசிரியராக வந்தவர் குருசாமிப் பிள்ளை. இவரும் மரக்கடை வைத்திருந்த பொன்னையா நாடார் என்பவரும் நண்பர்கள். இவர்கள் இருவருக்கும் மாலை நேரமானால், செய்தித்தாள் படிக்கிற வேலை என்னுடையது. அது எனக்கும் மிகவும் பிடித்தமானது. உலக மகா யுத்தம் தொடர்பான செய்திகளை ஆவலுடன் படிப்போம். உடனுக்குடன் உலக வரைபடத்தை வைத்துக்கொண்டு எந்த ஊர் எங்கே இருக்கிறது என்றும் பார்த்துக் கொள்வோம். குருசாமிப் பிள்ளை ராணுவ ஆட்சியின்போது இந்தியாவிற்குத் திரும்பிவிட்டார். இப்போது காலமாகி இருப்பார் என்று நினைக்கிறேன். மரக்கடைப் பொன்னையா நாடார் 1948இல் காலமாகி விட்டார். இவர்கள் இருவருமே புத்தகங்கள் படிப்பதில் ஆர்வமுள்ளவர்கள். பல வரலாற்றுப் புத்தகங்களை நான் வாசிப்பதற்கு வாய்ப்பளித்தவர்கள்.

என் தகப்பனாரும் ரங்கூன் போகும்போது கதைப்புத்தகங்கள், சஞ்சிகைகள் என்று வாங்கிவருவார். அப்போது டாக்டர் மாசிலாமணி முதலியார் நடத்திய 'தமிழரசு' என்ற சஞ்சிகை வந்து கொண்டிருந்தது. ஆனந்த விகடனும் வாங்கி வருவார். வை.மு. கோதைநாயகி அம்மாளின் 'ஜகன் மோகினி' யும் அப்போது பிரபலமாக இருந்தது. குடும்ப உறவுகள், அவர்களுக்குள் ஏற்படும் மனத்தாங்கல், பொறாமை போன்றவை கோதைநாயகி அம்மாளின் கதைகளில் தூக்கலாக இருக்கும். பெண்கள் இவரது கதையை விரும்பிப் படித்தார்கள். மூன்று, நான்கு இதழ்கள் வாங்கினால் ஒரு நாவல் முடிந்துவிடும். ஜகன் மோகினியின் 50ஆவது இதழில் வெளிவந்த கதையான ஆத்மநாதன், இப்போதும் எனது நினைவிலிருக்கிறது.

முதலில் ஆனந்த விகடன் மாதம் ஒருமுறை தான் வந்தது. அமரர் கல்கியின் "கள்வனின் காதலி" தொடர்கதை வரத் தொடங்கியபோது, 1937–38 வாக்கில் வாரப் பத்திரிகையாக மாறியது. ஆனந்த விகடன் பிரபலமானதும் தமிழரசு, ஆனந்த போதினி, ஜகன்மோகினி போன்ற பத்திரிகைகளின் விற்பனை பாதிக்கப்பட்டது.

ஆல்பர்ட் பெர்னாண்டோ என்பவர் ஆசிரியராக இருந்த 'தமிழ்மணி' என்ற பத்திரிகையும் வந்து கொண்டிருந்தது. இவற்றைத் தவிர 'ஹனுமான்', 'ஹிந்துஸ்தான்' என்று இரண்டு பத்திரிகைகள் வெளிவந்தன. ஹனுமானில் சினிமா சம்பந்தமான குண்டூசி கேள்வி–பதில் என்று ஒரு பகுதி வந்தது. 'எம்.கே தியாகராஜ பாகவதரின் வீட்டு விலாசம் என்ன?'. 'டி.பி. ராஜலெட்சுமியின் அடுத்த படம் என்ன?' போன்ற கேள்விகளுக்குப் பதில் சொல்வார்கள். பிற்பாடு 'குண்டூசி' என்றே ஒரு சினிமா சஞ்சிகை வந்தது. பின்னாளில் 'பேசும் படம்' என்ற சஞ்சிகையும் வந்தது.

தமிழ் வாசிப்பதில் எனக்கு ஈடுபாடு ஏற்பட, அமரர் கல்கிதான் காரணம். எங்கள் ஊரில் 'சித.மு.நா' என்று ஒரு வட்டிக்கடை இருந்தது. இந்தக் கடை ஆத்தங்குடிச் செட்டியார் ஒருவருக்குச் சொந்தமானது. இதில் ராமையா என்பவர் கணக்குப் பிள்ளையாக வேலை பார்த்தார். படிப்பதில் மிகுந்த ஆர்வம் உடையவர். 1937இல் ஆனந்த விகடனில் தொடராக வந்த நாவல் 'கள்வனின் காதலி'. மொத்தம் 54 அத்தியாயங்கள். இதை பத்திரிகையில் இருந்து கிழித்து,கனத்த அட்டை இட்டு, தைத்து நூலாகச் செய்து வைத்திருந்தார். "பூங்குளம் என்று அந்தக் கிராமத்துக்கு பொருத்தமாய்த்தான் பெயர் அமைந்திருந்தது" என்று கதை ஆரம்பிக்கும். நாவலை எடுத்தால் கீழே வைக்க முடியாது. "கள்வனின் காதலி கடவுளின்

காதலி ஆனாள்" என்று கதை முடியும். கல்கியின் கதை சொல்லும் பாணியும் அவரது தமிழ் நடையும் என் மனதைக் கொள்ளை கொண்டன. எத்தனை முறை படித்திருப்பேன் என்று தெரியாது. 1939இல் 'தியாகபூமி' ஆனந்த விகடனில் தொடராக வந்தபோது, ஆனந்த விகடனுக்குச் சந்தா கட்டி வரவழைக்கலானேன். தொடர்ந்து பார்த்திபன் கனவு, மகுடபதி, சிவகாமியின் சபதம் என்று அவர் எழுதின நாவல்களைப் படித்து வந்தேன். பார்த்திபன் கனவிற்கு முன்னால் தமிழில் யாரும் சரித்திர நாவல்கள் எழுதியிருக்கிறார்களா என்று தெரியவில்லை.

கல்கியின் கதைகளுக்காக ஆனந்த விகடன் வாங்கிப் படித்தபோது, அதில் எனக்குக் கிடைத்த இன்னொரு பொக்கிஷம் – பி. ஸ்ரீ. ஆச்சார்யா எழுதி வந்த ராமாயணம். யுத்த காலத்தில் – சுமார் மூன்று வருடங்கள் ஆனந்த விகடன் கிடைக்கவில்லை. மீண்டும் ஆனந்த விகடன் வரத் தொடங்கியபோது– பி.ஸ்ரீ. அதில் சித்திர ராமாயணம் எழுதிக் கொண்டிருந்தார். அது முடிந்தவுடன் மகாபாரதக் கதைகளை எழுதினார். மகாபாரதம் மனித வாழ்க்கையின் எல்லா அம்சங்களையும் உள்ளடக்கி இருக்கிறது என்று சொல்வேன். பி.ஸ்ரீ. உள்பட மூன்று பேர் எழுதிய மகாபாரதம் படித்திருக்கிறேன். மற்றவை, ராஜாஜியின் 'வியாச பாரதம்' மற்றும் சில ஆண்டுகளுக்கு முன்னால் சோ எழுதிய 'மகாபாரதம்'. மூன்று பேருமே மகாபாரதத்தை ஆழ்ந்து கற்றுச் சிறப்பாக எழுதியிருக்கிறார்கள்.

ஆனந்த விகடனில் என்னைக் கவர்ந்த இன்னொரு பகுதி பெங்களூர் சுந்தரம் எழுதிய யோகாசனம் தொடர்பான கட்டுரைத் தொடர்கள். வலிவும் வனப்பும், ஆரோக்கிய உணவு, ஆனந்த ரகசியம், யோக சிகிச்சை போன்ற கட்டுரைகளைப் பயின்றும் பழகியும் பயனடையச் சந்தர்ப்பம் கிடைத்தது.

கல்கியின் நாவல்களைப் படித்துக்கொண்டிருந்த கால கட்டத்தில்தான் வங்க எழுத்தாளர் பங்கிம் சந்திரரின் 'விஷ விருட்சம்' என்ற நாவலைப் படித்தேன். இதை வங்க மொழியிலிருந்து நேரடியாகத் தமிழில் மொழி பெயர்த்தவர் த.நா. குமாரஸ்வாமி (தண்டலம் நாராயணசாஸ்திரி குமாரஸ்வாமி). சரத் சந்திரர், ரவீந்திரநாத் தாகூர் போன்றவர்களது படைப்புகளையும் வங்கத்திலிருந்து தமிழுக்குத் தந்தவர் த.நா. குமாரஸ்வாமி. குருசாமி, தங்கம்மாள் போன்றவர்களும் வங்காள மொழியிலிருந்து தமிழுக்கு மொழி பெயர்த்தார்கள்.

யுத்த காலத்தில் தமிழ் சஞ்சிகைகளும் புத்தகங்களும் பர்மாவில் கிடைக்கவில்லை. யுத்தம் முடிந்த பிறகு, 1946இல் என் கையில் கிடைத்த முதல் புத்தகம் 'சுகம் எங்கே'?.

அந்த எழுத்தில் நான் மயங்கிப் போனேன். அது ஒரு மராத்தி நாவல். எழுதியவர் வி.ஸ.காண்டேகர். தமிழில் மொழி பெயர்த்தவர் யார் என்பதைச் சொல்லவும் வேண்டுமா? கா.ஸ்ரீ.ஸ்ரீ (கா.ஸ்ரீ. ஸ்ரீனிவாசாச்சார்யா). வி.ஸ.காண்டேகரின் நாவல்களுக்கு மராத்தி மொழியை விடத் தமிழில்தான் வாசகர்கள் அதிகம் என்று சொல்வார்கள். காண்டேகரின் பல நாவல்களும் சிறுகதைகளும் பாத்திரங்களின் பெயர்கள் உள்பட எனக்கு இப்போதும் நினைவிருக்கிறது.

அவரது கதைகளில் என் நெஞ்சைவிட்டு நீங்காத சிறுகதை 'ஓடும் ரயிலிலே'. ஒரு டாக்டர் ரயிலில் பயணம் செய்கிறார். அவர் ஒரு இந்து, கடவுள் மீதும் தொழிலின் மீதும் காந்தியடிகளின் மீதும் மிகுந்த பக்தி உள்ளவர். நாட்டுப் பிரிவினையின்போது நடந்த வன்முறையில் டாக்டரின் குடும்பத்தினர் கொல்லப்பட்டு விடுகிறார்கள். அதனால் டாக்டரின் மனம் பாதிக்கப்பட்டிருக்கிறது. ஒரு நிலையத்தில் ரயில் நிற்கிறது. காந்தியடிகளை யாரோ சுட்டுக் கொன்றுவிட்டார்கள் என்று பேச்சாக இருக்கிறது. சுட்டது ஒரு முஸ்லிம் என்று வதந்தியும் உலவுகிறது. டாக்டரும் அப்படித்தான் இருக்குமென்று நினைக்கிறார். ரயில் புறப்பட்டு விடுகிறது. அப்போது ரயிலில் பயணம் செய்யும் ஒரு குழந்தைக்கு உடல் நிலை மோசமாக இருக்கிறது. டாக்டர் யாராவது இருக்கிறார்களா என்று அந்தக் குடும்பத்தினர் தேடுகிறார்கள். அது ஒரு முஸ்லிம் குடும்பம். ஆகவே டாக்டர் பேசாமல் இருந்து விடுகிறார். முஸ்லிம்களின் மீது அவருக்கு ஆத்திரமாக வருகிறது. ஆனால் அவர் உள்மனம் அவரைக் கேள்வி கேட்டுக் கொண்டே இருக்கிறது. காந்தியடிகளே தனது செயலை ஒப்புக்கொள்ள மாட்டார் என்று அவருக்குத் தோன்றுகிறது. அடுத்த ரயில் நிலையம் வந்ததும் குழந்தை இருக்கும் பெட்டியை நோக்கி டாக்டர் ஓடுகிறார் என்பதோடு கதை முடியும். 1948இல் வந்த கதை. இப்போதும் எனக்கு நினைவில் இருக்கிறது என்றால் அதற்குக் காரணம் காண்டேகரின் எழுத்துகள்.

நான் அப்போது விரும்பிப் படித்த இன்னொரு மொழி பெயர்ப்பாளர் கவியோகி சுத்தானந்த பாரதியார். பிரெஞ்சு மொழியின் பேரிலக்கியமான விக்டர் ஹ்யூகோவின் 'லே மிசரபிள்' என்ற நாவலைத் தமிழில் 'ஏழை படும் பாடு' என்று மொழி பெயர்த்திருக்கிறார் சுத்தானந்த பாரதியார். இந்த நாவலை நான் ஆங்கிலத்திலும் படித்திருக்கிறேன். என்றாலும் தமிழ் வடிவம்தான் மனதில் நிற்கிறது. ஏழை படும் பாடு 1950 வாக்கில் திரைப்படமாகவும் வந்தது. முதலில் கந்தன் என்ற ஏழையாகவும், பிற்பாடு அம்பலவாணன்

என்ற செல்வந்தராகவும் நடித்தவர் வி. நாகையா. லலிதா– பத்மினி சகோதரிகள் திரைப்படத்திலும் சகோதரிகளாக நடித்த முதல் படம் இதுதான். கந்தனைப் பிடிக்கிற கடமை தவறாத இன்ஸ்பெக்டர் ஜாவர் பாத்திரத்தில் அற்புதமாக நடித்ததால்தான் சீதாராமன், 'ஜாவர்' சீதாராமன் ஆனார்.

கா.ஸ்ரீ.ஸ்ரீ, த.நா.குமாரஸ்வாமி, சுத்தானந்த பாரதியார்– இவர்களது மொழிபெயர்ப்பையெல்லாம் படித்தால் ஏதோ தமிழ் நாவலையோ, சிறுகதையையோ படிப்பது மாதிரிதான் இருக்கும். கதாபாத்திரங்களின் பெயர்களும் ஊர்களின் பெயர்களும்தான் இவை மொழிபெயர்ப்பு என்று நினைவு படுத்தும்.

எனக்குப் பள்ளி நாட்களிலேயே வாசிக்கக் கிடைத்த பத்திரிகை ஈ.வெ.ரா பெரியார் நடத்திய 'குடியரசு'. எனது பள்ளி ஆசிரியர் பொன்னுச்சாமி நாடார் இந்தப் பத்திரிகையை சந்தா கட்டி வரவழைத்தார். சில கட்டுரைகளை மாணவர் களைப் படிக்கச் சொல்வார். குடியரசு மூலம்தான் எனக்கு அறிஞர் அண்ணாவின் எழுத்துகளில் ஈடுபாடு உண்டானது.

'தமிழ் கடல்' ராய. சொக்கலிங்கம் செட்டிநாட்டில் இருந்து நடத்திய 'ஊழியன்', மற்றும் சுயமரியாதை இயக்கத்தைச் சேர்ந்த சொ. முருகப்பாவின் துணைவியார் மரகதவல்லி அம்மையார் நடத்திய 'மாதர் மறுமணம்' போன்ற பத்திரிகை களும் எனக்குக் கிடைத்தன. இவை கடைகளில் கிடைக்காது. சவுட்டானில் வட்டிக்கடை நடத்திவந்த செட்டியார்களில் சிலருக்கு, இவை காரைக்குடியிலிருந்து நேரடியாக வரும். அவர்கள் எனக்குத் தருவார்கள். எல்லா இதழ்களும் கிடைக்காது. நல்ல செய்திகள் இருக்கும். அப்போது காந்தியடிகள் பால்ய விவாகத்திற்கு எதிராகவும் விதவா விவாகத்திற்கு ஆதர வாகவும் பிரச்சாரம் செய்து கொண்டிருந்தார். 'மாதர் மறுமணம்' பத்திரிகையில் இதைப்பற்றி விரிவாக எழுதுவார்கள். பர்மாவில் பீகார் மாநிலத்தைச் சேர்ந்தவர்கள், கரும்பு விவசாயிகளாக இருந்தார்கள். சர்க்கரையும் காய்ச்சுவார்கள். அந்த ஊருக்கு ஜீயவாடி என்று பெயர். அங்கே 15 வயதுப் பெண் கையில் ஒரு குழந்தையோடு வரும், 10–12 வயதில் திருமணம் ஆகிவிடும். இவையெல்லாம் காந்தியடிகளின் பிரச்சாரத்தால்தான் பெருமளவிற்குக் குறைந்தது.

ரங்கூனில் இருந்த 'நவீன கதா புத்தகசாலை'யில் எல்லாப் பிரபலமான தமிழ் சஞ்சிகைகளும் தமிழ்ப் புத்தகங்களும் கிடைத்து வந்தன. நவீன கதா புத்தகசாலையினரே ஒரு பத்திரிகை வெளியிட்டார்கள். 'கல்வி' என்று பெயர். இதற்கு ஆசிரியராக இருந்தவர் தனது பெயரையே கல்வித் தேவர்

என்று வைத்துக் கொண்டார். நவீன கதா புத்தகசாலையின் உரிமையாளர் இஸிம் ஷா, ஜப்பானியர்கள் குண்டு போட்ட போது பர்மாவிலிருந்து போய்விட்டார். வெ. சாமிநாத சர்மா, ஏ.கே.செட்டியார், வி.ஹெச்.டேவிட் முதலிய பல தமிழ்ப் பிரமுகர்கள் அப்போது நாட்டைவிட்டுப் போனார்கள். வி.ஹெச்.டேவிட், பர்மாவில் ஆங்கிலேயர் ஆட்சிக்கு வந்ததும் திரும்ப வந்தார். பலர் வரவில்லை. இஸிம் ஷா ரங்கூனை விட்டுப் போனதும் நவீன கதா புத்தகசாலையை கல்வித்தேவர் கொஞ்ச காலம் நடத்தினார். பல புத்தகங்களைக் கிடைத்த விலைக்கு விற்றார். யுத்தகாலத்தில் சஞ்சிகைகள் வருவதும் நின்று போனது. அவரால் கடையை நீண்ட நாள் நடத்த முடியவில்லை.

யுத்தத்திற்குப் பிறகு ஆரம்பிக்கப்பட்டது வேதம் அண்ட் கோ. இதன் உரிமையாளர் வேதம், தஞ்சாவூர் மஞ்சக்குப்பத்தைச் சேர்ந்தவர். இங்கே பல தமிழ் சஞ்சிகைகள் வந்து கொண்டிருந்தன. பிற்பாடு ஊ நுவின் ஆட்சியில் நாணய மாற்றுக் கட்டுப்பாடு (*Exchange control*) அதிகமானதால் அவரால் தொடர்ந்து நடத்தமுடியவில்லை. 1950களின் ஆரம்பத்தில் என்று நினைக்கிறேன், குமுதம் ஆசிரியர் எஸ்.ஏ.பி. அண்ணாமலை ரங்கூன் வந்திருந்தார். வேதம் அண்ட் கோ குமுதத்தின் ஏஜண்டாக இருந்ததால், அந்தத் தொடர்பில் வந்திருந்தார். அப்போது இந்தியன் ஓவர்ஸீஸ் வங்கியில் முதன்மைக் காசாளராக இருந்தவர் என் நண்பர். அவர் என்னை அழைத்து எஸ்.ஏ.பி.க்கு அறிமுகப்படுத்தினார். என்னால் குமுதம் ஏஜன்ஸி எடுத்து நடத்த முடியுமா என்று கேட்டார்கள். முதலில், எனக்கு இந்தத் துறையில் அனுபவம் இல்லை. மேலும், அப்போது நாணய மாற்றுக் கெடுபிடி அதிகமாயிருந்தது. ஒவ்வொரு முறை இந்தியாவிற்குப் பணம் அனுப்பும்போதும் நாம் கள்ளத்தனமாக அவர்களது நாணயத்தைக் கடத்துகிறோமா என்று சோதிப்பார்கள். ஆகவே என்னால் முடியாது என்று சொன்னேன்.

வேலை

யுத்தம் முடிந்து, பர்மாவும் சுதந்திரம் அடைந்த பிறகு, பள்ளிக்கூடங்களை மீண்டும் திறந்தார்கள். ஆனால் கல்வித் திட்டத்தை மாற்றி விட்டார்கள். எல்லாப் பாடங்களையும் பர்மீய மொழியில் படிக்க வேண்டும். பர்மீய மொழியில் நுழைவுத் தேர்வு எழுதித்தான் புதிய வகுப்புகளில் சேர வேண்டும். நான் பள்ளியில் மீண்டும் சேரவில்லை. தவிர, அப்போது எனக்குப் பள்ளிக்கூடத்தில் படிக்கிற வயதெல்லாம் தாண்டிவிட்டது.

ஏதாவது வேலையில் சேர்ந்திருக்கலாம். எனது தமையனார் பர்மா ரயில்வேயில் வேலை பார்த்தார். என்னுடைய ஒரு தம்பி தாய்லாந்து சர்வதேச ஏர்வேஸிலும், இன்னொரு தம்பி சாட்டர்ட் வங்கியிலும், அடுத்த தம்பி இந்தியன் ஏர்லைன்சிலும் வேலை பார்த்தார்கள். எனக்கும் அப்போது 60–70 ரூபாய் சம்பளத்தில் வேலை கிடைத்திருக்கும். எனக்கென்னவோ உத்தியோகம் பார்ப்பதில் ஈடுபாடு இல்லை. தகப்பனார் நடத்திக் கொண்டிருந்த பலசரக்குக் கடை, யுத்த காலத்தில் நின்று போய்விட்டது. சவுட்டானில் விவசாய நிலங்கள் இருந்தன. அதைப் பார்த்துக் கொள்ள வேண்டியிருந்தது. கூடவே ஏதேனும் தொழில் செய்யலாம் என்று ரங்கூனுக்கு வந்தேன்.

1942 முதல் நான் மட்டும் ரங்கூன் போவதும் வருவதுமாக இருந்தேன், 1945 வாக்கில் குடும்பத்தினர் எல்லோரும் ரங்கூனுக்குக் குடி பெயர்ந்தோம். முதலில் சொற்ப முதல் போட்டு, ஒரு ட்ராவல் ஏஜென்ஸி ஆரம்பித்தேன். இந்த ஏஜென்ஸி நன்றாகவே நடந்தது. இந்தியாவிற்கு டிக்கெட் வாங்குவதற்கு, P-Form, D-Form, வருமான வரிச் சான்றிதழ் என்று ஏகப்பட்ட கெடுபிடிகள் இருந்தன. ரிசர்வ் வங்கி, குடிவரவுத்துறை, வருமான வரித்துறை என்று பலரிடம் போக வேண்டும். ஒவ்வொரு விண்ணப்பத்தின் பின்னாலும் போய், தள்ளி விட்டால்தான் அவை நகரும். இவைகளை வாங்கிக் கொடுப்பதற்கும் உதவியாக இருந்தேன். பிற்பாடு ஒரு மருந்துக் கடை நடத்தினேன். இதுவும் நன்றாகவே நடந்தது.

அச்சுதன் நாயர் என்கிற நண்பருடன் சேர்ந்து ஒரு சாப்பாட்டுக் கடை நடத்தினேன். பெயர்: பாரத் கபே. நன்றாக நடந்தது. ரங்கூன் நகரில் நம்மவர்களின் சாப்பாட்டுக் கடைகள் நிறைய இருந்தன. மாதவன் நாயரின் 'நேரு கபே', சுந்தர ஐயரின் 'சீத்தாராம விலாஸ்', சண்முகத் தேவரின் 'தேவர் சிற்றுண்டிச் சாலை' போன்றவை பிரபலமானவை. பாம்பே ரெஸ்டாரண்ட், பிரெண்ட்ஸ் ரெஸ்டாரண்ட், தாடிவாலா ரெஸ்டாரண்ட் போன்றவை அசைவ உணவகங்கள்; வட இந்திய முஸ்லிம்கள் நடத்தினார்கள். தென்னிந்திய முஸ்லிம்களின் புஹாரி ரெஸ்டாரண்ட், பாக்தாத் ரெஸ்டாரண்ட் போன்றவையும் பிரபலமானவை.

திருமணம்

எனக்கும் வாலிபப் பருவம் வந்தது. வீட்டில் எல்லோரும் 'கல்யாணம் செய்து கொள்' என்று சொல்லிக் கொண்டிருந்தார்கள். நான்தான் ஒத்தி வைத்துக்கொண்டே இருந்தேன்.

என் தங்கை ஒருத்திக்கு கல்யாணம் ஆக வேண்டியிருந்தது. என் தாயார் பெண் பார்த்துக் கொண்டு இருந்தார்கள். அப்போது சொந்தக்காரர் ஒருவர் என் தாயாரிடம், 'இன்ன இடத்தில் ஒரு பெண் இருக்கிறாள், உன் மகனுக்குப் பொருத்த மாக இருக்கும்' என்று சொன்னார். பெண் என் தாயாருக்குத் தூரத்து உறவுதான். போய்ப் பார்த்தார்கள். எங்கள் குடும்பத் தோடு ஒப்பிடுகிறபோது, அவர்களுக்கு வசதி குறைவுதான். என்றாலும் என் தாயாருக்குப் பெண்ணைப் பிடித்திருந்தது. என் சிறிய தாயாருக்கு எப்போதும் முக்கியத்துவம் கொடுப் போம். அவர்களைப் போய் பார்த்து வரச் சொன்னேன். என் உடன்பிறந்தவர்களும் கூடப் போனார்கள். எல்லோருக் கும் பிடித்திருந்தது.

1949ஆம் ஆண்டு ஜூன் மாதம் 9ஆம் தேதி எனது திருமணம் நடந்தது. மனைவி பெயர்: பாத்திமுத்து ஜொஹரா. அன்றைக்கே வலது காலை எடுத்து வைத்து எங்கள் வீட்டிற்கு வந்தாள். அன்றிலிருந்து 2007ஆம் ஆண்டு ஜூலை மாதம் 3ஆம் தேதி மாரடைப்பால் காலமாகிற வரை, 58 ஆண்டுகள், ஒரு குறையும் இல்லாமல் வாழ்ந்தோம். என்.எஸ். கிருஷ்ணன்– டி.ஏ.மதுரம் நடித்த படங்களைப் பார்த்திருப்பீர்கள். நாங்களும் அப்படித்தான் அந்நியோன்யமாக இருப்போம். கடவுள் என்மீது உள்ள எல்லையற்ற கருணையால்தான் இப்படி ஒரு துணைவியை எனக்குக் கொடுத்தார் என்று நினைத்துக் கொள்வேன்.

எனக்குப் பல நண்பர்கள். அவர்கள் அனைவரோடும் அவர்கள் குடும்பத்தினரோடும் மிகவும் அன்பாகப் பழகு வாள். அவர்கள் அனைவரும் இவளோடு அதேபோல் அன்பு செலுத்துவார்கள். கருப்பையா எனது நண்பர்களுள் ஒருவர். எனக்குத் தம்பியைப் போன்றவர். நாங்கள் அப்படித்தான் பழகி வந்தோம். என் மனைவி முதன்முதலாக கர்ப்பமாக இருந்தபோது, கருப்பையாவும் அவரது மனைவியும், அவளுக்குப் பிரமாதமாக வளைகாப்பு நடத்தினார்கள். தங்க நகைகளெல் லாம் போட்டு அனுப்பினார்கள். அப்போதுமுதல் என் மனைவியும், எங்கள் உறவில், நட்பில், யார் கர்ப்பமாக இருந்தாலும், அவர்களை அழைத்து விருந்து கொடுப்பதையும், எங்கள் சமூகத்தில் இல்லாத வளைகாப்பை நடத்துவதையும் பழக்கமாக வைத்துக் கொண்டாள்.

எங்கள் வீட்டிற்கு யார் வந்தாலும், தன்னுடைய உறவினர் கள் மாதிரி கௌரவிப்பாள். தாயில்லாப் பிள்ளைகள், தந்தை யில்லாத பிள்ளைகள், வேறு உதவி கேட்டு வரும் பிள்ளைகள் நிறைய இருப்பார்கள். பர்மாவில் நாங்கள் இருந்தது பழைய

வீடுதான். என்றாலும் பெரிய வீடு. எத்தனை பேர் வந்தாலும் தங்குவது தெரியாது. நல்ல கிணறு. வசதியான சமையல் கூடம். எப்போதும் இரண்டு பேர், நாலு பேர் வீட்டில் இருப்பார்கள். இங்கே, ஹாங்காங்கிற்கு வந்தபிறகும் கூட, பெற்றவர்களை விட்டுவிட்டு வேலை தேடிவந்த பிள்ளைகள், எங்கள் வீட்டில் தங்கிக் கொள்வார்கள், சிலர் வெளியே தங்கிக்கொண்டு எங்கள் வீட்டில் சாப்பிட்டுக் கொள்வார்கள். எல்லோரையும் தன்னுடைய பிள்ளைகள்போல அன்போடு அணைத்துச் செல்வாள். அவர்களெல்லாம் இன்றைக்கும் எனக்கு மரியாதை செய்கிறார்கள்.

எனக்கு ஒரு மகன், இரண்டு மகள்கள். எல்லோரும் பர்மாவிலேயே பிறந்து விட்டார்கள். மகன் என்னுடனே இருக்கிறான், என்னுடைய தொழிலை கவனித்துக் கொள் கிறான். மகள்கள் இரண்டு பேரும் மணமாகி, ஆளுக்கு மூன்று குழந்தைகளோடு நன்றாக இருக்கிறார்கள்

11

சங்கங்கள்

நானறிந்த வரையில் பர்மீயத் தமிழர்கள் அமைத்த முதல் சங்கமென்று 'சோலியா முஸ்லிம் அசோசிய'னைச் சொல்லலாம். 150 ஆண்டுகளுக்கு முந்தையது. தமிழ் முஸ்லிம்கள்தான் சோலியா முஸ்லிம் என்று அழைக்கப்பட்டார்கள். அதனால், அந்தப் பெயரிலேயே சங்கம் அமைத்தார்கள். அப்போதைய பிரபலமான வர்த்தகர் வி.எம் அப்துல் ரஹ்மான் என்பவரின் முன்முயற்சியில் சங்கம் நிறுவப்பட்டது. சங்கத்திற்குப் பெரிய நூலகம் ஒன்று இருந்தது. அப்போதே என்சைக்ளோபீடியாவின் எல்லாத் தொகுதிகளும் நூலகத்தில் இருந்தன. ஜப்பானியர்களின் குண்டு வீச்சின் போது நூலகம் தகர்ந்து போய்விட்டது. சங்கம், ரங்கூனில் நடத்தி வந்த சோலியா முஸ்லிம் பள்ளி புகழ் பெற்றது. மேலும், மத்திய ரங்கூனில் *Muslim Free Hospital* என்கிற ஓர் இலவச மருத்துவமனையையும் சங்கம் நடத்தி வந்தது. ராணுவ ஆட்சியின்போது, மற்ற பல சங்கங்களைப் போலவே, சோலியா முஸ்லிம் அசோசியனும் கலைக்கப்பட்டது. ஆனாலும் மருத்துவமனை இப்போதும் இயங்கி வருகிறது.

கிழக்கு ரங்கூனில் நடந்து வந்த 'ஹிந்து சபா'வும் மிகவும் பழமையானது. உறுப்பினர்கள் டென்னிஸ், பாட்மிண்டன் போன்ற விளையாட்டுகளில் ஆர்வத்தோடு ஈடுபடுவார்கள். சமயம், சமூகம் சார்ந்த நடவடிக்கைகளும் இருக்கும். ஆனால் அரசியலில் தலையிடமாட்டார்கள்.

ராமகிருஷ்ண மிஷனும் பழைய சங்கங்களில் ஒன்று. பல சமூகத் தொண்டுகளைச் செய்து வந்தது. மிஷன் நடத்தி வந்த இலவச மருத்துவமனை, நல்ல சிகிச்சை அளித்து வந்தது. தாதிகளுடன் சாதுக்களும் நோயாளிகளுக்குச் சேவை செய்வார்கள். ராணுவ ஆட்சியின்போது மருத்துவமனையை தேசீயமயமாக்கிவிட்டு, சாதுக்களையெல்லாம் வெளியேற்றி விட்டார்கள். ரங்கூனில் சீக்கியர்கள் நடத்தி வந்த குருநானக் இலவச கண் மருத்துவமனை செய்து வந்த தொண்டு மகத்தானது. பர்மாவில் பல ஆன்மீகச் சங்கங்களும் இருந்தன. அருட்பெருஞ்ஜோதி ராமலிங்க சுவாமிகள் சங்கம், சைவ சித்தாந்தக் கழகம், ஆரிய சமாஜம், பிரம்ம சமாஜம் போன்றவை மிகவும் புகழ் பெற்றவை.

அகில பர்மா இந்தியன் காங்கிரஸ்

பர்மா சுதந்திரம் அடையவிருந்தபோது, இந்தியர்களுக்கு உதவியாக இருக்க வேண்டும் என்ற நோக்கத்தில் அகில பர்மா இந்தியன் காங்கிரசை உருவாக்கினார்கள். இதை ஆரம்பித்தவர்களில் பலரும் வக்கீல்கள். மேலும், பட்டப் படிப்பு படித்தவர்களும் வர்த்தகர்களும் இதில் அங்கம் வகித்தார்கள். இவர்களில் பலரும் பர்மீய அரசியல்வாதிகளுட னும் பர்மாவின் முக்கியப் பிரமுகர்களுடனும் கல்லூரிகளில் ஒன்றாகப் படித்தவர்கள்.

பர்மாவின் சுதந்திர தின விழாவில் கலந்து கொள்வதற் காக பின்னாளில் இந்திய ஜனாதிபதியான பாபு ராஜேந்திர பிரசாத் வந்திருந்தார். அவரைக் கொண்டு 1948ஆம் ஆண்டு ஜனவரி மாதம் 3ஆம் நாள் அகில பர்மா இந்தியன் காங்கி ரசைத் தொடங்கினார்கள். சங்கம் தொடக்கத்தில் நன்றாக இயங்கி வந்தது. நான் அதன் செயற்குழுவில் அங்கம் வகித் தேன். படித்தவர்கள்—குறிப்பாக வக்கீல்கள்—அதிகம் இருந்த தால், சங்கத்தில் எப்போதும் வாதமும் தர்க்கமும் இருக்கும்.

டாக்டர் அப்துல் ரஷித் என்பவர் அதன் தலைவராக இருந்தார். பர்மாவில் பிறந்து, பர்மாவில் படித்தவர். பெரிய செல்வாக்கு உள்ளவர். அவருடன் படித்தவர்கள், பின்னாளில் ஆட்சி செய்ய வந்தார்கள். போஜோ அவுங்சான் அவருடன் கல்லூரியில் படித்தவர். பர்மியப் பிரதமர் ஊ நு அவரை மந்திரிசபையில் சேர்ந்துக் கொள்ளுமாறு அழைத்தார். அவர் பர்மியக் குடியுரிமை பெற்று மந்திரியாகி விட்டார். இப்போது ஐந்தாறு ஆண்டுகளுக்கு முன் கனடாவில் காலமானார்.

அகில பர்மா இந்தியன் காங்கிரசால் பொதுமக்களுக்குப் பயன்படும் காரியங்களை அதிகமாகச் செய்ய முடியவில்லை.

அகில பர்மா தமிழர் சங்கம்

இந்த நிலையில்தான் தமிழர்களுக்காக ஒரு சங்கம் ஆரம்பிக்கலாம் என்று யோசனை வந்தது. இதில் முனைப்பாக இருந்தவர்கள் என்று சிலரைச் சொல்ல வேண்டும். இராம லிங்கத் தேவர் – இவர் மீன் வர்த்தகர், காளிமுத்துப் பிள்ளை – இவர் தமிழ்ப் பிரமுகர் வெள்ளைச்சாமி மேஸ்திரியின் மகன், அண்ணன் எஸ். லெட்சுமணன் – 'சாந்தா போட்டோ ஸ்டுடியோ' நடத்தி வந்தார், சாமி சோமசுந்தரம் செட்டியார் – இவர் தமிழ் மொழியின் மீது மிகுந்த பற்றுக் கொண்டவர். மற்றும் பிரமுகர் ஏகாம்பரத்தேவர். இவர்களையெல்லாம்விட நான் வயதில் சிறியவன் என்றாலும் என்னையும் எல்லா வற்றிலும் சேர்த்துக் கொள்வார்கள்.

1955இல் அகில பர்மா தமிழர் சங்கத்தை ஆரம்பித்தோம். 50 பேர் கொண்ட பேரவையும் 20 பேர் கொண்ட செயற்குழு வும் அமைத்தோம். முதலில் தலைவராகப் பொறுப்பேற்றுக் கொண்டவர் இராமலிங்கத் தேவர். தொடர்ந்து ஏகாம்பரத் தேவர், காளிமுத்துப் பிள்ளை, அண்ணன் லெட்சுமணன் ஆகியோர் தலைவர்களாக இருந்தனர். 'பர்மா நாடு' பத்திரிகை யின் ஆசிரியர் வி.ஹெச். டேவிட் செயலாளராக இருந்தார். அண்ணன் ஜெகன்னாதனும் நானும் கூட்டுச் செயலாளர் களாக இருந்தோம்.

பர்மா குடியரசானதும் அந்நியர்கள் தங்களைப் பதிவு செய்துகொள்ள வேண்டும், அதை மூன்று மாதத்திற்குள் செய்ய வேண்டும் என்று கெடுபிடி வந்தபோது சங்கத்தால் உதவி செய்ய முடிந்தது. குடிவரவுத் துறையோடு எப்போதும் தொடர்பில் இருந்து பல தமிழர்கள் இப்படிப் பதிவு செய்து கொள்ளச் சங்கத்தின் மூலமாக உதவினோம். இதனால் உறுப்பினர்கள் எண்ணிக்கை பெருகியது. அவர்களது ஒத்து ழைப்பும் அதிகமானது.

எல்லாச் சங்கங்களையும் போலவே அகில பர்மா தமிழர் சங்கமும் வாடகைக் கட்டிடத்தில்தான் இருந்தது. மூன்று மாடிக் கட்டிடம். அலுவலகம், நூலகம், சிறிய கூட்டங்கள் நடத்தத் தோதான பெரிய சந்திப்பு அறை போன்ற வசதி களைக் கொண்டிருந்தது. கட்டிடத்தின் உரிமையாளர் அதை விற்கப் போவதாகச் சொன்னார். அவர் சொன்ன விலையும் எங்களுக்கு நல்ல விலையாகப்பட்டது. சங்கத்திற்கு இந்தக் கட்டிடத்தை வாங்கிவிடலாம் என்று நினைத்தோம். நிதி வேண்டுமே!

அப்போது பர்மாவில் இராமனாத ரெட்டியார் என்பவர் ஏற்றுமதி–இறக்குமதித் தொழிலில் பயன்படும் சரக்குப்

படகுகளை இயக்கும் நிறுவனத்தை நடத்திக் கொண்டிருந்தார். நல்ல வருவாய், வசதியாக இருந்தார். இப்படி சரக்குப் படகுகளை இயக்கி வந்தவர்களில் கணிசமானவர்கள் இந்தியர்கள். அவர்களது சங்கத்திற்குச் செயலாளராக இருந்தவர் நடராஜப் பிள்ளை என்ற தமிழர்.

இராமனாத ரெட்டியார், பர்மாவின் புகழ்பெற்ற தமிழ்ப் பிரமுகர்களில் ஒருவராகிய சிதம்பர ரெட்டியாரின் மகன். சிதம்பர ரெட்டியார் கூலிக்குத் தொழிலாளிகளை ஏற்பாடு செய்து கொடுக்கும் மேஸ்திரியாக இருந்தவர். 'சிதம்பர ரெட்டியார் மேல் நிலைப் பள்ளி'யை நிறுவினார். ரங்கூனில் ஒரு பெருமாள் கோயிலையும் கட்டினார். இராமனாத ரெட்டியார்தான் அந்தப் பள்ளியையும் கோயிலையும் நிர்வகித்து வந்தார். ரெட்டியாருக்கு இந்தியாவிலும் தொழில் இருந்தது. ஆண்டிற்கு இரண்டு மூன்று மாதங்கள் வந்து ரங்கூனில் இருப்பார்.

சங்கத்தின் பொறுப்பாளர்கள் சேர்ந்து போய் ரெட்டியாரை அணுகினோம். இப்போது சங்கம் வாடகைக்கு இருக்கும் கட்டிடம் நல்ல விலைக்கு வருகிறது, உதவி செய்ய வேண்டும் என்று கேட்டுக் கொண்டோம். கட்டிடத்தில் உள்ள சந்திப்பு அறைக்கு இராமனாத ரெட்டியாரின் பெயரை வைப்பதாகவும் சொன்னோம். ரெட்டியார் எங்கள் கோரிக்கைக்கு சீக்கிரமே சம்மதம் சொல்லி விட்டார்.

அடுத்த பிரச்சனை, 'யார் பெயரில் கட்டிடத்தை வாங்குவது?' என்பது. பர்மீயக் குடியுரிமை உள்ளவர்கள்தான் அசையாத சொத்துக்களை வாங்க முடியும். அவர்கள் நேர்மையானவர்களாகவும் இருக்க வேண்டும். நீண்ட ஆலோசனைகளுக்குப் பிறகு அண்ணன் லெட்சுமணன், டாக்டர் ராஜன், தொழிலதிபர் செபாஸ்டியன் ஆகிய மூவரின் பெயரில் வாங்குவது என்று முடிவு செய்தோம். பிற்பாடு அவர்கள் இந்தக் கட்டிடத்தை சங்கத்திற்குக் கொடுக்க வேண்டும். மூவரும் ஒப்புக் கொண்டார்கள். சொந்தக் கட்டிடம் என்பதால் மராமத்து வேலைகள் செய்து, மேசை, நாற்காலி, புத்தகங்கள் என்று வாங்கி நல்ல முறையில் பயன்படுத்தினோம்.

*1966*இல் நான் பர்மாவில் இருந்து வெளியேறினேன். அதற்குப் பிறகு *1969*இல் ரங்கூன் போனேன். அப்போது *N.L.* இராமனாதன் என்பவர் செயலாளராக இருந்தார். நான் போயிருந்தபோது ஒரு செயற்குழுக்கூட்டத்தைக் கூட்டினார்கள். அப்போதும் அதற்குப் பிறகும் கூட சங்கத்தைத் அங்கிருந்த தமிழர்கள் தொடர்ந்து நடத்திக் கொண்டிருந்தார்கள். பராமரிப்புக் குறைபாட்டினால் சில ஆண்டுகளுக்கு

முன் கட்டிடம் இடிந்து விழுந்துவிட்டதாகக் கேள்விப்பட்டேன். இப்போது, சிலர் அந்த இடத்தில் புதிய கட்டிடம் கட்டுவதற்கு முயற்சி செய்து வருவதாக அறிகிறேன். ஆண்டவன் அருளால் அவர்கள் முயற்சி வெற்றி பெற்று மீண்டும் கட்டிடம் மேலெழும்ப வேண்டும் என்று விரும்புகிறேன்.

ரங்கூனில் உள்ள தமிழர்கள் பலரும் பெரும் செல்வச் செழிப்போடு இல்லை என்றாலும், திருவிழாக்களைச் சிறப்பாகக் கொண்டாடுவார்கள். தைப்பூசம் போன்ற திருநாட்களில் நாட்டுக்கோட்டைச் செட்டியார்கள் தமிழகத்திலிருந்து ஆன்மீக அறிஞர்களை வரவழைப்பார்கள். அவர்கள் நிர்வகிக்கும் முருகன் கோயிலில் இந்த அறிஞர்கள் பேசுவார்கள். நல்ல பேச்சு, நல்ல தமிழாக இருக்கும். அந்தச் சமயங்களில் அகில பர்மா தமிழர் சங்கத்தில், அவர்களைப் பொதுவான பொருள்களில் பேசுவதற்காக அழைப்போம். அப்படித்தான் ‘சிலம்புச் செல்வர்’ ம.பொ.சி, கி.வா. ஜகன்னாதன், ‘தமிழ்க் கடல்’ ராய. சொக்கலிங்கம், பாலகவி வைநாகரம் இராமனாதன் செட்டியார், பேராசிரியர் அ.ச. ஞானசம்பந்தன் போன்றவர்கள் அகில பர்மா தமிழர் சங்கக் கூட்டங்களுக்கு வந்தார்கள். நன்றாகப் பேசினார்கள்.

புதுக்கல்லூரிக்காக நிதி வசூலிக்க வந்த காயிதேமில்லத் இஸ்மாயில் சாஹிப், *SIET* பெண்கள் கல்லூரி தொடங்குவதற்காக நிதிவசூலிக்க வந்த நீதிபதி பஷீர் அஹமது, மீலாது விழாவுக்காக வந்த இறையருட் கவிமணி பேராசிரியர். கா. அப்துல் கபூர், ‘சொல்லின் செல்வர்’ ரவணசமுத்திரம் பீர்முஹம்மது, A.K. அப்துஸ் ஸமது சாஹிப், கேரள அமைச்சர் முஹம்மது கோயா, மதுரை தமிழ்ப்பெரும்புலவர் காதர் முகையதீன் இப்படி பலரும் அகில பர்மா தமிழர் சங்கக் கூட்டங்களில் உரையாற்றியிருக்கிறார்கள்.

அகில பர்மா தமிழர் சங்கத்திற்கு வந்தவர்களில் முத்துராமலிங்கத் தேவர் முக்கியமானவர். அவரது பர்மா விஜயத்தை பல காரணங்களுக்காக எங்களால் மறக்க முடியாது.

தேவரின் பர்மா விஜயம்

தேவர் சமூகத்தைச் சார்ந்த பலர் பர்மாவில் வசதியாக இருந்தார்கள். அவர்கள் அகில பர்மா தமிழர் சங்கத்துடன் சேர்ந்து முத்துராமலிங்கத் தேவரை ரங்கூனிற்கு அழைத்து வந்தார்கள். அவருக்கு வரவேற்பு கொடுக்காத சங்கங்களே இல்லை. அதாவது, சின்னச் சின்ன கிராமங்களைச் சேர்ந்தவர்களுக்கும் அங்கே சங்கங்கள் இருக்கும். கோயம்புத்தூர் சங்கம், அபிராமபுரம் சங்கம், ஈரோடு சங்கம் – இப்படி.

இது மாதிரி இராமனாதபுரம் மாவட்டம் முதுகுளத்தூர் தாலுகாவிலுள்ள சின்னச் சின்ன கிராமங்களைச் சார்ந்தவர்கள். அவர்களுக்குத் தனியே சங்கம் இருந்ததோ இல்லையோ, எல்லாருமே அவருக்கு வரவேற்பளித்து மரியாதை செய்தார்கள்.

முத்துராமலிங்கத் தேவருடைய பேச்சுகளை அப்போது 'தொண்டன்' பத்திரிகையில் கே.எஸ். அப்துல் ரஹ்மான் என்பவர் சிறப்பாக வெளியிட்டார். தமிழ்ப் பிரமுகர்கள் பர்மா வரும்போது இவரும் அவர்கள் கூடவே போவார். அவர்களது பேச்சுகளை எல்லாம் எழுதி எடுத்துக்கொண்டு வந்து அடுத்த நாள் பத்திரிகையில் வெளியிடுவார். அதுபோல 'ரசிக ரஞ்சினி' பத்திரிகையிலும் முத்துராமலிங்கத் தேவருக்கு முக்கியத்துவம் கொடுத்து எழுதி வந்தார்கள்.

ரங்கூனிலிருந்து முக்கால் மணி நேரம் அல்லது ஒரு மணி நேரத்திற்குள் விமானத்தில் செல்லக் கூடிய தூரத்தில் மோல்மேன் என்று ஒரு நகரம் இருந்தது. அங்கே நிறையத் தமிழர்கள் இருந்தார்கள். அவர்களும் தேவரை தங்கள் ஊருக்கு அழைத்தார்கள். மோல்மேன் ஒரு துறைமுகப்பட்டினம். ரங்கூன் துறைமுகத்தை ஆங்கிலேயர்கள் உருவாக்குவதற்கு முன்பு மோல்மேன்தான் பர்மாவின் பிரதான துறைமுகமாயிருந்தது. நாணயங்கள் சாதாரணமாகப் புழக்கத்திற்கு வருவதற்கு முன்னரே, பண்டமாற்று முறை இருந்த காலத்திலேயே மோல்மேனுக்குத் தமிழர்கள் வந்து போயிருக்கிறார்கள். இப்போதும் செட்டிநாட்டுப் பகுதிகளில் மோல்மேன் மரவை (மரத்தாலான, கிண்ணம் போன்ற பாத்திரம்), மோல்மேன் பாய் போன்றவற்றைப் பார்க்கலாம்.

சென்னை, நாகைத் துறைமுகங்களில் இருந்து தமிழர்கள், பத்துப் பதினைந்து பேர் பாய்மரப் படகுகளில் புறப்படுவார்கள். பல ஆயிரம் டன் எடை கொண்ட கப்பல்களெல்லாம் அப்போது கிடையாது. இந்தியாவில் தீப்பெட்டி கிடைக்கும், அதை எடுத்துக்கொண்டு ஒரு வாரம் பத்து நாட்களில் அந்தமான் தீவுகளுக்கு வருவார்கள். அங்குள்ள பழங்குடி மக்கள் இந்தத் தீப்பெட்டிக்காகக் காத்திருப்பார்கள். அங்கு தென்னை மரங்கள் அதிகம். ஒரு தீப்பெட்டிக்கு ஒரு தேங்காய் தருவார்கள். அந்தத் தேங்காய்களை எடுத்துக் கொண்டு மோல்மேன் வந்து சேருவார்கள். மோல்மேனில் தேங்காய்களை இறக்கிவிட்டு, இங்கு பர்மாவில் அதிகமாகக் கிடைக்கிற, அங்கு நமக்கு மிகத் தேவையான, அரிசியை வாங்கிச் செல்வார்கள். இப்படிக் கப்பல் வர்த்தகம் நடத்தி செல்வந்தர் ஆனவர்கள் பலர்.

ஆகவே, மோல்மேனில் தமிழர்கள் கணிசமாக வாழ்ந்தார்கள். அவர்கள் தாங்களும் தேவரை கௌரவிக்க

வேண்டும் என்று எண்ணி அழைத்தார்கள். இதற்காக மோல் மேனில் ஏற்பாடுகள் செய்தவர் ரெங்கசாமி நாடார். இவர் ஏடனில் ஆங்கிலேயரின் கடற்படையில் பணியாற்றி, மோல் மேனில் தொழில் செய்து கொண்டிருந்தார். பர்மாவைவிட்டுச் சென்றபின் பெங்களூரில் குலோத்துங்கன் லாரி சர்வீஸ் நடத்தினார். இப்போது காலமாகிவிட்டார். அவரது ஒரே மகன் பாலா பெங்களூரில் இருக்கிறார். உசிலம்பட்டி அருகேயுள்ள எழுமலை கிராமம் அவர்களது பூர்வீகம்.

அப்போது ஏகாம்பரத் தேவர் அகில பர்மா தமிழர் சங்கத்தின் தலைவராக இருந்தார்; லட்சுமணன் முன்னாள் தலைவர். அப்போது நான் டிராவல் ஏஜென்சி நடத்திக் கொண்டிருந்ததினால் என்னிடத்தில் வந்து, ‘மோல்மேனி லிருந்து தேவரை அழைக்கிறார்கள். எப்படி அழைத்துக் கொண்டு போவது?’ என்று கேட்டார்கள்.

அதற்கு நான் சொன்னேன்: “28 பேர் இருந்தால் ஒரு தனி விமானம் ஏற்பாடு செய்யலாம். 28 பேர் அமர்ந்து செல்லக்கூடிய இரட்டை விசிறிகள் கொண்ட டக்கோட்டா என்கிற தனி விமானத்தை வாடகைக்கு அமர்த்திக் கொள் ளலாம். நான் தயார். இன்னும் 27 பேர் இருந்தால் போகலாம்.”

உடனே எல்லாரும் உற்சாகமாகி, நண்பர்களையெல் லாம் சேர்த்தார்கள். முத்துராமலிங்கத் தேவர், அவருடைய தவசிப் பிள்ளை, ‘தொண்டன்’ பத்திரிகை ஆசிரியர் இப்ராஹிம், இந்தியாவிலிருந்து வந்துகொண்டிருந்த ‘கண்ணகி’ என்ற பத்திரிகையின் ஆசிரியர் சக்தி மோகன், அகில பர்மா தமிழர் சங்கத்தின் முன்னாள்–இந்நாள் தலைவர் களான லெட்சுமணன், ஏகாம்பரத் தேவர், காளிமுத்துப் பிள்ளை, சங்கச் செயலாளர் அண்ணன் ஜெகன்னாதன், தேவர் சமூகத்தின் பிரமுகர்கள் சண்முகத்தேவர் மற்றும் வில்லித்தேவர், பழநிக்கு அருகிலுள்ள மண்டவாடி என்னும் ஊரைச்சேர்ந்த சுண்ணாம்பு வியாபாரி ஆறுமுகம் செட்டி யார், அவரது மகன், புதுக்கோட்டை வரிக்காப்பள்ளம் கிராமத்தைச் சார்ந்த ஏ.கே. கிருஷ்ணசாமி நாயுடு எல்லோரும் சென்றோம். எங்களோடு லட்சுமணனின் இரண்டு மகன் களும் வந்தனர்.

லெட்சுமணனின் பிள்ளைகள் என்னிடத்திலேயே சுற்றிக் கொண்டிருப்பார்கள். லெட்சுமணனும் நானும் உடன்பிறப்பு கள் மாதிரி. அவரது தாயார் பர்மீய மாது. தகப்பனார் இராமனாதபுரம் மாவட்டம், திருப்பத்தூருக்கு அருகேயுள்ள கண்டரமாணிக்கத்திற்குப் பக்கத்தில் உள்ள புதுவளவு என்கிற கிராமத்தைச் சேர்ந்தவர். இலங்கையில் அமைச்சராக இருந்த

தொண்டைமான் இவர்களது உறவினர். லெட்சுமணனின் பையன்களும் வருவோம் என்றார்கள். முதலில் மூத்த பையன் ராஜேந்திரனை மட்டும் கூட்டிக்கொண்டு போகலாம் என்று லெட்சுமணன் சொன்னார். அப்போது சின்னப் பையன் ஜெயப்பிரகாஷ், என்னைக் கட்டிப்பிடித்துக் கொண்டு 'மாமூ மாமூ' என்று அழுதான். அதனால் அவனையும் அழைத்துக் கொண்டு போனோம்.

பத்திரிகை ஆசிரியர் சக்தி மோகன் அப்போது பர்மா வந்திருந்தார். இவரது எழுத்து நடையே தனி பாணியாக இருக்கும். இவர் பர்மாவில் 'ஜெய்ஹிந்த்' என்று ஒரு பத்திரிகை நடத்தினார். அது சரியாகப் போகவில்லை என்பதால் இந்தியா சென்றுவிட்டார். மண்டவாடி ஆறுமுகம் செட்டியார் என்னைவிட மூத்தவர். அவருடைய பிள்ளைகள் என்னுடைய வயதை ஒத்தவர்கள். அவருக்கு என் மேல் மிகவும் அன்பு உண்டு. ஜெகன்னாதன் பர்மாவிலிருந்து போன பிற்பாடு மதுரை தியாகராசர் பொறியியற் கல்லூரியில் பணியாற்றி னார். இப்போது தஞ்சாவூரில் இருக்கிறார். இந்தியா போகும் போது போய்ப் பார்ப்பேன். எப்போதாவது பேசிக் கொள்வோம்.

விமானத்தில் முக்கால் மணி நேரத்தில் போய் விடலாம், செலவும் மிக அதிகம் இல்லை, ரயிலில் சென்றால் 18 மணி நேரம் ஆகும், பாதுகாப்பும் குறைவு. தவிர முத்துராமலிங்கத் தேவரை அழைத்துச் செல்வதால் விமானத்தில் செல்வது பாதுகாப்பாகவும் அவருக்கு அளிக்கிற கௌரவமாகவும் இருக்கும் என்று கருதினோம். எனவே, விமானத்திலேயே சென்றோம்.

புறப்படுவதற்கு முன்னால் நடந்த சில செய்திகளைச் சொன்னால், இப்போது நகைச்சுவையாகக் கூட இருக்கும். ஒரு வாரத்திற்கு முன்னால் ஒவ்வொருவராகத் தங்களுடைய ஜாதகத்தையும் தங்கள் பிள்ளைகளுடைய ஜாதகத்தையும் எடுத்துக் கொண்டு ஏற்றுமதித் தொழிலுடன், ஜாதகமும் பார்த்துவந்த அண்ணன் கிருஷ்ணசாமி நாயுடுவிடம் சென் றார்கள். அவர் என்னிடத்தில் தினசரி சொல்லுவார்; அன்றைய தினம் யார் யார் வந்தார்கள் என்று.

வேறு சிலர் என்னிடம் கேட்டார்கள்: "தம்பி, காரில் முன்னால் உட்கார்ந்தால் ஆடாது அசையாது. பின்னால் உட்கார்ந்தால் தூக்கிப் போடும். பிளேனில் எங்கே உட்கார வேண்டும்?".

நான் பதில் சொன்னேன்: "அண்ணே, பூமியிலே அது கொஞ்ச நேரம்தான் ஓடும். பறக்க ஆரம்பித்துவிட்டால், அப்புறம் ஆடாது... அண்ணே, விமானம்போல் பாதுகாப்பானது

வேறு எதுவும் இல்லை. அவர்கள் அத்தனை முறை பரிசோதித்து விட்டு, தரைப் பொறியாளர் போகலாம் என்று சொன்னால் தான் போவார்கள்... தினசரி சாலைகளில் எத்தனையோ விபத்துகள் நடக்கின்றன. அவை பத்திரிகைகளில் வருவதில்லை. ஆனால் விமான விபத்துகள் பத்திரிகைகளில் பெரிதாக வரும். ஏனென்றால் விமானத்தில் பயணம் செய்பவர்களில் ஒன்றிரண்டு பேராவது முக்கியமானவர்களாக இருப்பார்கள். வேறு ஒன்றுமில்லை. பயப்பட வேண்டாம்...". நானும் கிடைத்த வாய்ப்பைக் கைவிட விரும்பவில்லை. 'சகலமும் தெரிந்த சங்கராச்சாரியார்' மாதிரி என்னைக் காட்டிக்கொண்டு பெருமைப்படுத்திக் கொள்ள நினைத்தேன். "விமானம் நிற்கிற போது ஏதேனும் அபாயம் ஏற்பட்டால் இன்ன இடத்தில் அவசரக்காலக் கதவு இருக்கும், அதைத் திறந்து கொண்டு இறங்கலாம், குதிக்கலாம். ஆனால், பறந்து கொண்டிருக்கு போது அபாயம் ஏற்பட்டால் ஒன்றும் செய்ய முடியாது..." – இப்படியெல்லாம் சொல்லி வைத்திருந்தேன்.

இப்போதெல்லாம் நேரே விமானத்திற்குள்ளே போய்விட முடிகிறது. அப்போதெல்லாம் அப்படி முடியாது. ஒவ்வொரு பயணியையும் எடை போடுவார்கள். நாம் கொண்டு போகிற சாமான்களின் எடை, விமானத்தின் கொள்ளளவு எல்லாம் கணக்குப்பார்த்த பிறகுதான் விமானம் புறப்படும். நான் ஹாங்காங் வந்த காலத்தில்கூட அப்படித்தான் இருந்தது. இந்த ஜெட் விமானங்கள் வந்த பிறகு, சுமார் 25 ஆண்டு காலமாகத்தான் இதெல்லாம் இல்லை.

இப்படியாக, எங்கள் விமானம் புறப்பட்டு விட்டது. என் அருகில்தான் அமர்ந்திருந்தார் ஏகாம்பர அண்ணன். அவர்தான் மிக நுணுக்கமாக எல்லாவற்றையும் விசாரித்தவர். அவர் என்ன செய்தாரென்று தெரியவில்லை. அவசரக்காலக் கதவு திடீரென்று பெரும் சப்தத்துடன் வெளிப்புறமாக விரிந்து திறந்துக் கொண்டது! விமானத்திலிருந்த பலரும் அதிர்ச்சி அடைந்துவிட்டனர். எனக்கும் பெரிய அதிர்ச்சிதான். என்றாலும் நான் உடனே எழுந்து, 'யாரும் பயப்படவேண்டாம், அவசரக்காலக்கதவு திறந்துகொண்டு விட்டது, அதை சரி செய்யச் சொல்லலாம், யாரும் பயப்பட வேண்டாம்' என்று சொன்னேன். எனக்குப் பின்னால்தான் முத்துராமலிங்கத் தேவர் அமர்ந்திருந்தார். ஆடாமல் அசையாமல் அமைதியாக இருந்தார். அவர் எப்படிப்பட்ட உறுதியான தலைவர் என்பதை நான் அன்றைக்கு அருகிலிருந்து பார்த்தேன்.

அன்றையத் தேதி, 1956ஆம் ஆண்டு, ஜனவரி முதல் நாள், விடுமுறை நாள், பணிப்பெண்கள் யாரும் கிடையாது.

அது முக்கால் மணி நேர, தனிவாடகை விமானம். இரண்டு விமானிகள், ஒரு ரேடியோ ஆப்பரேட்டர் ஆக மூன்று பேர் தான் இருந்தார்கள். அவர்களும் கதவை அடைத்துக்கொண்டு உள்ளே இருந்தார்கள். தவிர, ரேடியோ ஆப்பரேட்டர் இயக்கும் டெலக்ஸ் மெஷினும், மற்ற இயந்திரங்களும் மிகவும் ஓசை எழுப்பக் கூடியவை. அவர்களுக்கு வெளியில் நடந்தது எதுவும் தெரியவில்லை. அப்புறம் லேனா – அண்ணன் லெட்சுமணன் – கடுமையாகக் கதவைத் தட்டி இடித்தார். அவர்கள் வெளியில் வந்ததும் விசயத்தைச் சொன்னோம். அவர்களும் அதிர்ச்சி அடைந்தார்கள். முதன்மை விமானியிடம் நான் பர்மிய மொழியில், 'இப்படியே இருக்கட்டுமே, நாம் இப்படியே போய்ச் சேர்ந்து விடலாமே' என்று சொன்னேன். அவர், 'அது கூடாது, விமானம் தரையிறங்கும்போது இதனால் ஏதும் விபத்து ஏற்பட்டு விடலாம். அதனால் கதவைக் கண்டிப்பாக அடைக்க வேண்டும்' என்றார்.

கதவு வெளிப்புறமாகத் திறந்திருக்கிறது. வெளியே கையை நீட்டி அதைப் பிடித்து உள்நோக்கி இழுக்கவேண்டும். நான் முதலில் சாதாரணமாக நினைத்துக் கையை வைத்தால், காற்று ஆளையே இழுக்கிறது. நல்ல காலமாக, ஜெகன்னாதன், விமானி எல்லோரும் சேர்ந்து என்னை உள்ளே இழுத்துவிட்டார்கள். பின்னர் விமானியும், எங்களில் இரண்டு, மூன்று பேருமாக முயற்சி செய்து, மிகுந்த பிரயாசையின் பேரில் 15 நிமிட போராட்டத்திற்குப் பின் திறந்துகிடந்தக் கதவை ஒரு மாதிரி அடைத்துவிட்டோம். இந்த நிகழ்ச்சியைப் பெரிதுபடுத்திவிட வேண்டாம் என்று விமான நிறுவனத்தினர் என்னிடத்தில் கேட்டுக் கொண்டார்கள். பத்திரிகைகளில் இந்தச் செய்தி வந்தால், விமான நிறுவனத்தின் மீதும் விமானப் பயணத்தின் மீதும் மக்களுக்கு நம்பிக்கை குறைந்துவிடும் என்று அவர்கள் பயந்தார்கள். அதற்குச் சில நாட்கள் முன்பாகத்தான் இன்னொரு பர்மீய விமானமும் விபத்துக்கு உள்ளாகியிருந்தது. இதுவும் சேர்ந்து கொண்டால், 'பர்மீய விமானிகள் இன்னும் பக்குவமடையவில்லை' என்றோ 'பழுதான விமானங்களாக இருக்கிறது. இதற்குப் பதில் ரயிலில் போகலாம்' என்றோ பலர் கருதக்கூடும் என்று அவர்கள் அஞ்சினார்கள். சரி என்று நாங்களும் இதை வெளியில் சொல்லவில்லை.

பின்னர், பாதுகாப்பாக மோல்மேன் வந்து சேர்ந்து விட்டோம். அப்போது தலைவராக இருந்த ஏகாம்பரத் தேவரை வில்லித் தேவருக்கும் இன்னும் சிலருக்கும் பிடிக்காது. அவர் ஒரு பாணி, இவர்களெல்லாம் வேறு பாணி. அன்று இரவு ஓய்வாக இருக்கும்பொழுது இந்த நிகழ்ச்சியைப்

பற்றிய பேச்சு வந்துவிட்டது. மண்டவாடி ஆறுமுகம் செட்டியார், "நம்ம யூனூஸ் தம்பிபோல முடியுமா? விமானத்தில் சப்தம் கேட்டவுடனே, எழுந்து நின்று, 'யாரும் பயப்பட வேண்டாம்' என்று சொன்னான். மிக தைரியசாலி, மனோதத்துவம் தெரிந்தவன்" என்கின்ற ரீதியில் என்னைப் புகழ்ந்து பேசிக் கொண்டிருந்தார். அப்போது மது அருந்திவிட்டு வந்த ஒருவர், "அதெல்லாம் ஒன்றும் கிடையாது. ஏகாம்பரம் நம்மையெல்லாம் விமானத்திலிருந்து கவிழ்ப்பதற்காக வேலை செய்தான். இதை மறைக்கத்தான் யூனூஸ் வேசம் போட்டிருக்கிறான்" என்று சொல்லி, ஒரே கலாட்டா ஆகிவிட்டது என்று வையுங்களேன்.

தேவர் ரங்கூன் வருவதற்கு இரண்டாண்டுகளுக்கு முன்னால் பர்மாவிற்கு விஜயம் செய்தார் பெரியார். பெரியாரின் பர்மா விஜயத்தை என்னால் மறக்கமுடியாது.

பெரியாரின் பர்மா விஜயம்

1954இல் புத்தரின் 2500ஆம் பிறந்த தினத்தை அப்போதையப் பர்மீயப் பிரதமர் ஊ நு விமரிசையாகக் கொண்டாடினார். வெளிநாடுகளிலிருந்து பல பார்வையாளர்கள் வந்திருந்தனர். அரசாங்க அழைப்பினை ஏற்று வந்திருந்தவர்களுள் ஈ.வெ.ரா பெரியாரும் ஒருவர். அவருடன் மணியம்மை அவர்களும், பெரியாரின் செயலாளராக இருந்த க. ராஜாராம் அவர்களும் வந்திருந்தனர். திராவிடர் கழகத்தில் மிகுந்த ஈடுபாடு கொண்டிருந்த தம்பி சுல்தான், அவர்கள் தங்குவதற்கு ஏற்பாடு செய்திருந்தார்.

பெரியார் பல கூட்டங்களில் அவருடைய பாணியில் உரையாற்றினார். பெரியாரின் ஆதரவாளர்களும் அனுதாபிகளும் அவரது பேச்சை வரவேற்றனர். எதிர்ப்பாளர்கள் வரவேற்கவில்லை. ரங்கூனிலிருந்து வெளியான தமிழ் நாளிதழ்களில் ஒன்று பெரியாரின் பேச்சை முதல் பக்கத்தில் படங்களுடன் வெளியிட்டது; இன்னொரு நாளிதழ் 'பெரியார் கூட்டங்களில் கலவரம்; கல்லெறி' என்று செய்தி வெளியிட்டது.

பெரியார் வந்து ஒரு வாரம் இருக்கும். தம்பி சுல்தான், பெரியார் என்னைப் பார்க்க விரும்புவதாகச் சொல்லியனுப்பினார். 'ஆஹா, வந்த ஒரு வாரத்திற்குள் பெரியார் நம்மைப் பற்றிக் கேள்விப்பட்டுவிட்டார்; நாம் பெரிய ஆள்தான்' என்று எனக்கு மிதப்பாகிவிட்டது. உடனே போனேன். மணியம்மை அவர்கள்தான் முதலில் பேசினார். "பெரியாரைப் பார்க்க வந்தவர்கள், அவரது பேச்சைக் கேட்க வந்தவர்கள் என்று பலரும் ஒரு ரூபாய், இரண்டு ரூபாய், ஐந்து ரூபாய் என்று

நன்கொடை வழங்கியிருக்கின்றனர். இது ஒரு கணிசமான தொகையாகச் சேர்ந்திருக்கிறது. இதை இந்தியாவிற்குக் கொண்டு போக முடியுமா?" என்று கேட்டார். பலரும் அவர்களுக்குப் பலவிதமான ஆலோசனைகள் வழங்கியிருக்கிறார்கள். அப்போது யாரோ எனக்கு உள்ளூர் நாணயமாற்று விதிகளைப் பற்றி நன்றாகத் தெரியும் என்று சொல்லியிருக்கிறார்கள். ஆகவே என்னை அழைத்திருக்கிறார்கள்.

நான், "பர்மீயக் குடியுரிமை உள்ளவர்களே 100 ரூபாய் வரைதான் கொண்டு போக முடியும். சட்டப்படி நீங்கள் காலணா கூட கொண்டு போக முடியாது. நீங்கள் பணம் எடுத்துக் கொண்டு போவது தெரிய வந்தால், 'புத்தர் மாநாட்டிற்கு சிறப்பு அழைப்பாளராக வந்த இந்தியத் தலைவர் நமது நாட்டின் செல்வத்தை அள்ளிக் கொண்டு போனார்' என்று பர்மீயப் பத்திரிக்கைகளில் எழுதுவார்கள். ஆகவே நீங்கள் பணம் எடுத்துக் கொண்டு போக வேண்டாம்", என்று சொன்னேன். நான் சொன்னதை மணியம்மை பெரியாரின் காதருகில் போய் மீண்டும் ஒருமுறை சொன்னார். பெரியார் அப்போது காது கேட்கும் கருவி ஏதும் வைத்துக் கொள்ள வில்லை. நான் வெளிப்படையாகப் பேசினது பெரியாருக்குப் பிடித்துப் போய்விட்டது. ராஜாராமும், "இவ்வளவு நேரடியாக எங்களிடம் யாரும் விளக்கிச் சொல்லவில்லை" என்று பாராட்டினார். "இப்போது சேர்ந்திருக்கிற தொகையை என்ன செய்வது?" என்று கேட்டார் ராஜராம். "இங்கேயுள்ள புத்த மடாலயங்களுக்கோ தொண்டு நிறுவனங்களுக்கோ அன்பளிப்பாக வழங்கி விடுங்கள். அது உங்களுக்கும் இந்தியாவுக்கும் மிகுந்த கௌரவமாக இருக்கும்" என்று சொன்னேன். மணியம்மையும் "இது நல்ல யோசனை" என்று பாராட்டினார்.

இது நடந்து மூன்று நான்கு தினங்களில் பெரியார் மலேசியா சிங்கப்பூர் ஆகிய நாடுகளில் சுற்றுப்பயணம் செய்துவிட்டு, இந்தியாவிற்குத் திரும்புவதாக இருந்தது. பொதுவாக அந்தக் காலகட்டத்தில் இந்தியாவில் அரசியல் தலைவர்கள் சுற்றுப் பயணம் செய்யும்போது, அவர்கள் எந்த ஊருக்குப் போகிறார்களோ அதற்கு மட்டும்தான் பயணச்சீட்டு வாங்குவார்கள். அந்த ஊரிலிருந்து திரும்புவதற்கோ, அல்லது அங்கிருந்து வேறு இடத்திற்குப் போவதற்கோ, அந்த ஊரைச் சேர்ந்த கட்சி அமைப்பாளர்கள்தான் சீட்டு வாங்கி, பயணத்திற்கு ஏற்பாடு செய்வார்கள். அந்த முறைப்படி ரங்கூனில் உள்ளவர்கள் பயணச்சீட்டிற்கு ஏற்பாடு செய்வார்கள் என்று நினைத்து, திரும்பிப் போவதற்குப் பயணச்சீட்டு வாங்காமல் பெரியார் பர்மா வந்துவிட்டார். பெரியார் ஞாயிற்றுக்கிழமை புறப்படுகிற கப்பலில் செல்வதாக இருந்தது. பெரியாரிடம்

பயணச்சீட்டு இல்லை என்பது சுல்தானுக்கும் நண்பர்களுக்கும் அதற்கு முந்தின தினம்தான் தெரிய வந்தது. இதற்கிடையில் வெள்ளிக்கிழமை வேறொரு துரதிருஷ்டவசமான சம்பவம் நடந்தது. பெரியாரைப் பார்ப்பதற்காக அன்று பெருங்கூட்டம் கூடிவிட்டது. அப்போதெல்லாம் தலைவர்களுக்கு பாதுகாப்பெல்லாம் எதுவும் இராது. வந்தவர்களில் சில விஷமிகளும் இருந்தனர். அவர்கள் பெரியாரின் உடுப்புகளையும் உடைமைகளையும் திருடிக் கொண்டு போய்விட்டனர்.

சுல்தானும் அவரது நண்பரான நாயுடு என்பவரும் சனிக்கிழமை காலையில் என்னிடத்தில் ஓடி வந்தனர். பெரியாரிடம் பயணச் சீட்டு இல்லை என்பதையும், விஷமிகள் அவரது உடமைகளைத் திருடிக்கொண்டு போய்விட்டனர் என்பதையும் கூறினர். ஞாயிற்றுக்கிழமை கப்பலைத் தவற விட்டால், மலேசியா செல்லும் அடுத்த கப்பல், அடுத்த மாதம்தான் வரும். பயணச்சீட்டு வாங்குவதற்கு *P-Form, D-Form* என்று ஏகப்பட்ட கெடுபிடிகள் உள்ளன என்பது எல்லோருக்கும் தெரியும்.

பெரியாரின் உடைமைகளை சில விஷமிகள் திருடிக் கொண்டு போய்விட்டார்கள் என்று போலீஸிடம் உடனடியாகப் புகார் கொடுப்பதென்று முடிவு செய்தோம். நாயுடு அங்கிருந்து நேராகக் காவல் நிலையத்திற்குச் சென்றார். போலீஸாரின் கையொப்பத்தோடு புகாரின் பிரதியை எடுத்துக் கொண்டு *Exchange Controller* – இடம் வருவதாக ஏற்பாடு.

கப்பலில் அப்போதைய இரண்டாம் வகுப்புக் கட்டணம் ரூ.700. மூன்று பேருக்குமாக ரூ.2100. அப்போது அது ஒரு பெரிய தொகைதான். அந்தத் தொகை எப்படி வந்தது என்று நாணயமாற்று அதிகாரியிடம் நிரூபிக்க வேண்டும். அகில பர்மா தமிழர் சங்கம் உதவிக்கு வந்தது. ‘பெரியார் தமிழகத்தின் முக்கியமான தலைவர். அவருக்கு பயணச்சீட்டு வாங்கிக் கொடுப்பதில் எங்கள் சங்கம் பெருமைப்படுகிறது’ என்று ஒரு கடிதம் எழுதி எடுத்துக்கொண்டு அண்ணன் லட்சுமணன் *Exchange Controller* அலுவலகத்திற்கு வந்துவிட்டார். பெரியாரையும் மணியம்மையையும் ராஜராமையும் அழைத்துக் கொண்டு சுல்தானும் அதே அலுவலகத்திற்கு வந்தார். எல்லோருமாகப் போய் அதிகாரியைப் பார்த்தோம். நான் அவரிடம் பர்மீய மொழியில், “பர்மீய அரசாங்கத்தின் அழைப்பை ஏற்று பெரியார் வந்திருக்கிறார். புத்தர் மீது மிகுந்த பற்றுக் கொண்டவர். வந்த இடத்தில் சில விஷமிகள் அவரது உடைமைகளைக் கொள்ளையடித்து விட்டனர். நாளை அவர் ஊர் திரும்ப வேண்டும். அகில பர்மா

தமிழர் சங்கம் பயணச்சீட்டு வாங்குவதற்கு நன்கொடை வழங்கும்” என்று சொன்னேன். அதிகாரி எல்லாவற்றையும் கேட்டுக் கொண்டார். போலிஸில் கொடுத்த புகார், தமிழர் சங்கக் கடிதம் ஆகியவற்றையும் பார்த்தார். முக்கியமாக பெரியாரைப் பார்த்ததும் அந்த அதிகாரிக்கு பெரியார் மீது மிகுந்த மதிப்பு ஏற்பட்டு விட்டது. பயணச்சீட்டு வாங்கு வதற்கு உடனடியாக அனுமதித்தார். பெரியார் அடுத்தநாள் கப்பலில் மலேசியாவிற்குப் புறப்பட்டார்.

க. ராஜாராம் ஊருக்குப் போனதும் எனக்குக் கடிதம் எழுதினார். அதற்குப் பிறகு,எங்களுக்குள் நீண்ட நாள் கடிதத் தொடர்பு இருந்தது.

அடுத்து, அறிஞர் அண்ணாவை வரவேற்க ரங்கூன் விமான நிலையத்திற்குப் போன சம்பவத்தையும் இங்கே சொல்லலாம் என்று நினைக்கிறேன். இந்தச் சம்பவமும் என் வாழ்நாளில் மறக்க முடியாதது.

அறிஞர் அண்ணாவுக்காக ஒரு நாள்

1965ஆம் ஆண்டு. பர்மாவிலிருந்து வெளிவந்து கொண் டிருந்த இரண்டு தமிழ் நாளேடுகளில் ஒன்றில் அறிஞர் அண்ணா, ரங்கூனுக்கு வரப்போவதாக ஒரு செய்தி வெளியாகி யிருந்தது. அமெரிக்காவில் வாழ்ந்து வந்த தமிழர்கள் அண்ணா வுக்கு அழைப்பு விடுத்திருந்தார்கள். அதை ஏற்று, அண்ணா அமெரிக்காவுக்குச் சென்றிருந்தார். அமெரிக்காவிலிருந்து திரும்புகிற வழியில், ஒரு நாள் ரங்கூனில் தங்கிச் செல்வார் என்று நாளிதழ் செய்தி வெளியிட்டிருந்தது. நாளிதழுக்குத் தகவல் தந்த நிருபர், தினந்தோறும் தொடர்ந்து அண்ணாவின் வருகையைப் பற்றி எழுதிவந்தார்.

இந்தச் செய்தியைப் படித்து மிகமகிழ்ந்து, அந்த நாள் என்று வரும் என்று பர்மீயத் தமிழர்கள் அனைவரும் ஆவலுடன் எதிர்பார்த்துக் கொண்டிருந்தோம். அப்போது அறிஞர் அண்ணா நாடாளுமன்றத்தில் அங்கம் வகித்து வந்தார். அது அறிஞர் அண்ணாவின் புகழ் ஓங்கி இருந்த காலம். கேட்டார் பிணிக்கக் கேளாதவரும் வியக்கும் அளவு அண்ணா வின் பேச்சும் எழுத்தும் மக்கள் மனதில் சிறப்பாய் இருந்த காலம். தமிழகத்தில் மட்டுமல்ல, இந்தியாவில் மட்டுமல்ல, கடல் கடந்து வாழ்ந்த தமிழர்களின் உள்ளங்களில் எல்லாம் மிகவும் உயர்வாக வாழ்ந்து கொண்டிருந்தார் அண்ணா. அவரை நேரில் பார்த்திராதத் தமிழர்கள் நிறையப் பேர் பர்மாவில் இருந்தோம். அறிஞர் அண்ணாவை எப்போது சந்திப்போம், எப்போது அவர்தம் தேனினுமினிய தீந்தமிழைச்

செவியாரக் கேட்டு மகிழ்வோம் என்று படித்தவர் முதல் பாமரர் வரையில் எதிர்பார்த்துக் காத்திருந்தோம்.

தம்பி யூசுப், அண்ணாவின்மீது உயிரையே வைத்திருந் தான் என்று சொல்லலாம். ரங்கூனில் அவன் நடத்திவந்த கடைக்கு 'அண்ணா ஸ்டோர்' என்றுதான் பெயர் வைத்திருந் தான். ரங்கூனிலிருந்த திராவிடக் கழகப் பற்றுக் கொண்டிருந்த தோழர்களையெல்லாம் அழைத்து அண்ணாவின் வருகையைச் சிறப்பாகக் கொண்டாட வேண்டும் என்று யூசுப் ஆலோசனை செய்தான். ரங்கூனில், இன்யா லேக்கில் அமைந்திருந்த பெரும் ஹோட்டல் ஒன்றில் இரண்டு மாடிகளில் இருந்த அத்தனை அறைகளையும் குறிப்பிட்ட நாளில் வாடகைக்கு அமர்த்தினான். அண்ணாவும் தானும் தங்குவதற்கு, ஒரு மாடியில் எதிரும் புதிருமாக இரண்டு அறைகளை ஏற்பாடு செய்து கொண்டான். அண்ணாவுடன் வரும் செழியன் அவர் களுக்கும், ரங்கூனிலிருந்த திமுக பிரமுகர்களுக்கும் மற்ற அறைகளைப் பிரித்து ஏற்பாடு செய்தான். அண்ணா தங்கியிருக் கும் 24 மணி நேரத்தையும் சிறிதும் வீணடிக்காமல் பயன்படுத்த வேண்டும் என்று நன்றாக யோசித்து ஏற்பாடுகள் செய்தான்.

உறுதி செய்யப்பட்ட செய்திகளைத் தரும் ரங்கூன் நாளி தழில் செய்தி வந்திருந்தபோதும், எதற்கும் மேலும் உறுதிப்படுத்திக் கொள்ளலாம் என்று, நாங்கள் சில பேர் அண்ணாவின் வருகையைப் பற்றி உறுதியான தகவல் கேட்டு சென்னைக்கு எழுதினோம். மற்றும் அவர் அமெரிக்காவில் பயணிக்கும் ஊர்களில் உள்ள தமிழ்ப் பிரமுகர்களுக்கு எழுதிக் கேட்டோம். அமெரிக்காவிலிருந்து திரும்பும்போது ஓரிரவு ஹாங்காங்கில் தங்கிப் புறப்படுவார் என்பது உறுதியாகத் தெரிந்தது. அப்போது ஹாங்காங்கில் வசித்துவந்த அப்துல் சுக்கூர், புஹாரி ஹாஜி யார், எஹ்யா ஹாஜியார் மற்றும் நண்பர்களுக்கும் கடிதம் எழுதினோம். ஹாங்காங்கிலிருந்து புறப்படும் அண்ணா ரங்கூன் வருவாரா அல்லது நேரே டெல்லிக்குப் போய்விடு வாரா என்ற விவரத்தைத் தெரிவிக்கும் படி கேட்டிருந்தோம். அக்காலத்தில் துரிதகதிச் செய்தி என்றால் தந்தி மட்டும்தான். தொலைநகல், மின்னஞ்சல் எல்லாம் கிடையாது. சில பெரிய நிறுவனங்களில் டெலக்ஸ் வைத்திருப்பார்கள். எங்களுக்கு யாரிடமிருந்தும் தகவல் கிடைக்கவில்லை. நிருபர் மட்டும் தமக்கு அவரது நண்பரிடமிருந்து வந்த கடிதத்தைத் தனது சட்டைப் பையில் வைத்துக்கொண்டு அண்ணா வருவதைத் தொடர்ந்து உறுதிப்படுத்திக் கொண்டிருந்தார்.

அப்போதெல்லாம் உலகைச் சுற்றிவரும் விமானங்கள் குறைவு. பிரிட்டிஷ் ஏர்வேஸ் மற்றும் பான் அமெரிக்கன்

ஏர்வேஸ் ஆகிய இரண்டு விமானங்கள்தான் ரங்கூனுக்கு வந்து போகும். குறிப்பிட்ட நாளன்று பான் அமெரிக்கன் விமானம் இரவு 12 மணிக்கு ரங்கூன் வந்திறங்கும் பயணிகளை இறக்கிவிட்டு விட்டு, அங்கிருந்து புறப்படும் பயணிகள் இருந்தால் ஏற்றிக்கொண்டு, ஒரு மணி நேரத்தில் புறப்பட்டு, இந்தியாவுக்குச் செல்லும். அன்று அந்த ஒரு விமானம் தவிர வேறு விமானம் ஏதும் வருவதாக ஏற்பாடு இல்லை. இந்த விமானம் ஹாங்காங்கிலிருந்து புறப்பட்டு வருவதால், அண்ணா இந்த விமானத்தில்தான் வந்தாகவேண்டும் என்பது உறுதியானது. நாளிதழும் முதல் பக்கத்தில் அண்ணாவின் படம் போட்டு அந்த விமானத்தில்தான் அண்ணா வரப் போவதாக விமரிசையாகச் செய்தி வெளியிட்டது.

அன்றிரவு சுமார் 11 மணியளவில் அகில பர்மா தமிழர் சங்கப் பொறுப்பாளர்கள் அண்ணன் லெட்சுமணன், அண்ணன் ஏகாம்பரம், அண்ணன் ஜெகன்னாதன், அண்ணன் இப்ராஹிம் ஆகியோரும் நானும் ஒரு காரில் புறப்பட்டுச் சென்றோம். நாங்கள் விமான நிலையத்தை அடைந்தபோது கண்ட காட்சி அதிர்ச்சி அளித்தது. அப்படியொரு காட்சியை இதற்கு முன்பு நாங்கள் கண்டதேயில்லை. விமான நிலையத்தில் இருந்த கட்டிடத்தின் இரண்டு மாடிகளும் நிற்க இடமில்லா மல் தமிழர்களால் நிறைந்து வழிந்தன. வழி எல்லாம், சுமார் ஒரு மைல்–இரண்டு மைல் தூரத்துக்கு, கார்களும், மாட்டு வண்டிகளும் நிறுத்தப்பட்டிருந்தன. அங்கே பொது நேரங்களில் மிகவும் குறைவான போலிஸ்காரர்களே கடமை யாற்றுவார்கள். எவ்வளவு பெரிய புகழ்மிக்கவர் வருவதா னாலும் இவ்வளவு கூட்டம் எப்போதும் வந்ததில்லை. அப்படி முக்கியப் பிரமுகர்கள் வந்தால் அரசாங்கத்துக்கும் விவரம் தெரிந்திருக்கும். அறிவிப்பில்லாமல் பெருங்கூட்டம் கூடியது அன்றைய தினத்தில்தான், சற்றும் எதிர்பாராமல் ஆயிரக் கணக்கில் கூட்டம் கூடியதும், என்ன ஏது என்று விவரம் தெரியாமல் போலிஸ்காரர்கள் தலைமைக் காரியால யத்துக்கும் ராணுவத்துக்கும் தகவல் தெரிவித்தார்கள். கூடுதல் போலிஸ்காரர்களும் ராணுவத்தினரும் பாதுகாப்புக்காக அனுப்பப்பட்டனர்.

என் தம்பிகள் இருவர் விமான நிறுவனங்களில் வேலை பார்த்தனர். காலஞ்சென்ற தம்பி அப்துர் ரஹீம் தாய்லாந்து சர்வதேச விமான நிறுவனத்தின் ஸ்டேஷன் மானேஜர். காலஞ்சென்ற தம்பி ஹாஜா முகைதீன் இந்தியன் ஏர்வேஸில் டிராபிக் ஆபீஸராகப் பணிபுரிந்தான். தம்பிகளுக்குப் பான் அமெரிக்கன் உள்பட எல்லா விமான நிறுவனங்களிலும் நல்ல நட்பு இருந்தது. பான் அமெரிக்கன் நிறுவனத்தின்,

விமான நிலைய அலுவகத்தில் டெலக்ஸ் இருந்தது. ஹாங்காங்கிலிருந்து விமானம் புறப்பட்டதும் அதில் பயணம் செய்யும் பயணிகளின் பெயர்கள் டெலக்ஸில் அனுப்பப்படும். எனது தம்பிகள் பான் அமெரிக்கன் விமான நிறுவனத்தின் டெலக்ஸ் செய்தியில் பெயர்களைப் படித்துவிட்டு அதில் அண்ணாவின் பெயர் இல்லை என்று சொன்னார்கள். பயணிகள் பட்டியலில் செழியன் பெயராவது இருக்கிறதா என்றால், அவர் பெயரும் இல்லை, இந்தியர்கள் பெயரே இல்லை என்று சொல்லி விட்டார். இந்தத் தகவலை வெளியே யாரிடமும் சொல்வதற்கு எங்களுக்குத் துணிச்சல் இல்லை.

சரியாக நடுநிசி 12 மணிக்கு விமானம் வந்தது. அந்த விமானத்தில் ரங்கூனில் இறங்குவதற்காக ஒரேயொரு பிரயாணி தான் இருந்தார். அவர் இந்தியரே அல்ல.

அண்ணாவை எதிர்பார்த்துக் காத்திருந்த ஆயிரக்கணக்கான மக்கள் பெருத்த ஏமாற்றமடைந்தனர். ஆத்திரம் அடைந்த பலர் நிருபரைத் தேடினார்கள். அவர் ஓடி ஒளிந்து கொண்டார். போலிஸார் விசாரணை செய்தார்கள். கடுமையாக எச்சரித்து அத்தோடு விட்டு விட்டார்கள். என்ன நடந்தது? அறிஞர் அண்ணா அமெரிக்கா சென்று ஹாங்காங் வழியாக இந்தியாவிற்குத் திரும்புகிற செய்தியைக் கேள்விப்பட்ட ரங்கூன் நாளிதழின் நிருபர், சென்னையில் உள்ள தமது நண்பரிடம் அண்ணாவைப் போய்ச் சந்திக்குமாறு எழுதியிருக்கிறார். அண்ணா ஹாங்காங்கிலிருந்து இந்தியா திரும்புகிற வழியில் ரங்கூனில் ஒருநாள் தங்கிச் செல்லவேண்டும் என்று அண்ணாவைக் கேட்டுக் கொள்ளுமாறும் நண்பருக்கு எழுதியிருக்கிறார். நிருபரின் நண்பரும் செழியனைச் சந்தித்திருக்கிறார். அவர் சந்தித்தபோது அண்ணாவின் பயணத் திட்டம் எல்லாம் முடிவாகிவிட்டது. இனி பயணச்சீட்டை எல்லாம் மாற்ற முடியாது என்று செழியன் சொல்லியிருக்கிறார். என்றாலும் நிருபரின் நண்பர் செழியனிடம் வற்புறுத்தியிருப்பார் போலிருக்கிறது. அவ்வளவுதான். செழியனோ அண்ணாவோ ரங்கூனுக்கு வருவோம் என்று சொல்லவே இல்லை. செழியனைச் சந்தித்த விவரத்தை நண்பர் ரங்கூன் நிருபருக்கு எழுதியிருக்கிறார். அந்தக் கடிதத்தைச் சட்டைப் பையில் வைத்துக் கொண்டுதான், அண்ணா உறுதியாக வருவதாக நிருபர் நாளிதழுக்குச் செய்தி கொடுத்துவிட்டார். நாளிதழும் செய்தியைச் சரி பார்க்காமல் வெளியிட்டு விட்டது.

அண்ணாவைச் சந்திக்க முடியாமல் போய்விட்டதே என்ற ஏக்கம் எனக்குள் இருந்தது. அது ஹாங்காங் வந்ததும் நீங்கியது. 1967ஆம் ஆண்டு ஹாங்காங்கில் தமிழ்ப் பண்பாட்டுக்

கழகம் அமைத்தோம். கழகத்தின் முதல் கூட்டம் அறிஞர் அண்ணாவுக்கு அளிக்கப்பட்ட வரவேற்பு ஆகும். புஹாரி ஹாஜியார் தலைவராகவும் ஏ ஸஹாபுதீன் மற்றும் ஹமீத் ஜலால் ஆகியோர் துணைத் தலைவர்களாகவும் இருந்தனர். பிரபலமான மாண்டரின் ஹோட்டலில் நடந்த அந்தக் கூட்டத்தைக் கழகத்தின் செயலாளனாக இருந்து நடத்தும் வாய்ப்பு எனக்குக் கிடைத்தது. ரங்கூனில் அண்ணா அவர்களை வரவேற்று கௌரவிக்க ஆயிரக்கணக்கானோர் விமான நிலையத்தில் கூடி ஏமாந்த விவரத்தை ஹாங்காங் வந்திருந்த அண்ணாவிடம் கூறினேன். ரங்கூனில் அன்று நடந்த சம்பவத்திற்கு தான் காரணமில்லை என்றாலும், பல பேர் நள்ளிரவில் கூடி ஏமாந்து போகும்படி நேர்ந்ததற்காக வருத்தப்பட்டார்.

தலைவர்கள் வெளிநாடுகளுக்கு வருவதும் கௌரவிக்கப் படுவதும் எல்லாக் காலங்களிலும் நடப்பதுதான். ஆனால் அன்று ரங்கூனில் அண்ணா வருவார் என்று ஆயிரக்கணக்கான தமிழர்கள் கூடியதும் காத்திருந்ததும், உலகெங்கும் வசித்த தமிழர்கள் அண்ணாவின் மீது எவ்வளவு அன்பு செலுத்தினார்கள் என்பதற்கு எடுத்துக்காட்டு ஆகும்.

அரசியல் சங்கங்கள்

அண்ணாவை வரவேற்கக் கூடியிருந்த மக்கள் கூட்டத்திலிருந்து பர்மாவில் திமுக ஆதரவு அமைப்புகள் இருந்திருக்கும் என்பதை ஊகித்திருப்பீர்கள். இருந்தன, அவை எப்போது தொடங்கப்பட்டன? அவற்றுள் ஒற்றுமை இருந்ததா?

அகில பர்மா தமிழர் சங்கம் அரசியலில் ஈடுபட்டதில்லை, தமிழர்களுக்கான பொதுச் சேவை என்பதுதான் சங்கத்தின் நோக்கமாக இருந்தது. வேறு சங்கங்கள் அப்போது இல்லை. சில நண்பர்கள் வந்து 'அண்ணே, திராவிடக் கழகம் ஆரம்பிக்கப் போகிறோம், ஆதரிக்க வேண்டும்' என்று என்னையும் அழைத்தார்கள். நானும் போய்க் கலந்து கொண்டேன். அடுத்த ஆறு மாத காலத்திற்குள் வேறு சில நண்பர்கள் வந்து பர்மா திராவிடர் சங்கம் என்ற புதிய அமைப்பை தொடங்க வேண்டும் என்று அழைத்தார்கள். இவர்கள் எல்லாம் முன்னால் ஆரம்பித்த திராவிடர் கழகத்திலிருந்து பிரிந்து வந்தவர்கள். வங்கிகளிலும் மருத்துவமனைகளிலும் கடைகளிலும் வேலை செய்துகொண்டு இருந்தவர்கள். தமிழில் உள்ள ஆர்வத்தாலும் நாட்டுப் பற்றாலும்தான் இந்தக் கழகங்களை ஆரம்பித்தார்கள். என்றாலும் இவர்களால் அந்த கழகங்களுக்குள்ளே ஒற்றுமையாக இருக்க முடியவில்லை. அடுத்த சில மாதத்தில் அகில பர்மா திராவிடர் கழகம் என்ற இன்னொரு புதிய அமைப்பைத் தொடங்கினார்

கள். ஆக, ஒரே ஆண்டுக்குள் மூன்று திராவிடக் கழகங்களை ஆரம்பித்து விட்டார்கள். அடுத்த ஆண்டு எம்ஜியார் மன்றம் வேறு ஆரம்பித்தார்கள். இவர்கள் எல்லாருமே என்னுடைய நண்பர்கள்தான். எல்லாரும் நல்ல பிள்ளைகள்தான். ஆனால் அமைப்பாகச் செயல்படுவதில் ஒற்றுமை இல்லாமல் இருந்தார்கள். ஒரு வெளிநாட்டில் செயல்படும் அமைப்பு, வாழுகிற நாட்டின் பண்பாட்டையும் கலாச்சாரத்தையும் மனதில் கொண்டு இயங்கவேண்டும் என்பதையும் தமிழர்களின் மொத்த நலனையும் கருத்தில் கொள்ள வேண்டுமென்பதையும் அவர்கள் உணர்ந்திருக்கவில்லை.

சில ஆண்டுகளுக்கு முன்னால் கிழக்காசிய மாநாடு ஒன்றிற்குச் சென்றிருந்தேன். கருத்தரங்கு எல்லாம் முடிந்த பின்னர் சிங்கப்பூர், இந்தோனேசியா, மலேசியாப் பிரதிநிதிகளுடன் மாலை நேரத்தில் அமர்ந்து பேசிக்கொண்டிருக்கும் போது, மலேசியப் பிரதிநிதி சொன்னார்: ‘மலேசியாவிலுள்ள அந்நிய வம்சாவழியினரில் சீனர்கள் பொருளாதாரத்தில் வெகு வேகமாக முன்னேறுகிறார்கள். அவர்கள் அங்குள்ள சட்ட திட்டங்களை சரிவரப் பயன்படுத்திக் கொள்பவர்களாக இருக்கிறார்கள்’ என்றார். நான் இந்தியர்களைப் பற்றிக் கேட்டேன். அவர், ‘இந்தியர்கள் சினிமா ஸ்டார்களின் பெயரில் சங்கங்கள் வைத்துக்கொண்டு இருக்கிறார்கள். ஒருத்தன் சிவாஜி என்கிறான். மற்றவன் எம்ஜியார் என்கிறான். வெளியேயிருந்து வந்து அவர்களோடு யாரும் சண்டைபோட வேண்டியதில்லை. அவர்கள் இந்திய அரசியல் மீதும் இந்திய சினிமாப் படங்களின் மீதுமே கவனம் கொண்டவர்களாக இருக்கிறார்கள். ஏதோ கொஞ்சம் பொருளீட்டிக் கொண்டு போக வேண்டும் என்பதற்கு அப்பால், அவர்கள் சிந்திப்பதில்லை’ என்று சொன்னார்.

பர்மாவிலும் எனக்கு இதையொத்த அனுபவங்கள் இருக்கின்றன. ஒருசமயம் ஒரு சங்கத்தினர் குன்றக்குடி அடிகளாரை அழைக்க விரும்பினார்கள். அவர் சிங்கப்பூர், மலேசியா செல்கின்றார், அங்கு போகும் வழியிலோ அல்லது திரும்பி இந்தியா செல்லும் வழியிலோ ரங்கூன் வந்துபோக வேண்டும் என்று அழைத்தார்கள். அவரும் அழைப்பை ஏற்றுக்கொண்டார். அந்த சமயம் அவர் ஒரு கூட்டத்தில் பேசும்பொழுது புத்தரைப் பற்றி ஏதோ குறிப்பிட்டிருக்கிறார். என்ன பேசினார், பத்திரிகைகளில் என்ன செய்தி வந்தது என்பது தெரியவில்லை. ஆனால் குன்றக்குடி அடிகளார் ரங்கூன் வருவதை விரும்பாத ஒரு குழு இந்தப் பத்திரிகைத் துண்டுகளை எல்லாம் எடுத்து, 'இவர் மத துவேஷி, புத்தரை மரியாதைக் குறைவாகப்

பேசியிருக்கிறார், ரங்கூன் வந்து பேசப் போகிறாராம்' என்று பர்மீய அரசாங்கத்திற்கு எழுதி அனுப்பிவிட்டார்கள். அரசாங்கம் உடனடியாக இந்தியாவில் உள்ள பர்மீயத் தூதரகங்களுக்குச் செய்தி அனுப்பி, அடிகளாருக்கு விசா கொடுக்க வேண்டாம் என்று சொல்லிவிட்டது. அந்தக் காலத்தில் சென்னையிலிருந்தும் பர்மாவிற்கு விசா வழங்குவார்கள். ஏனென்றால் சென்னையிலிருந்து அப்போது கப்பல்கள் பர்மாவிற்கு வரும். அடிகளார் சென்னை அலுவலகத்தில் விண்ணப்பித்திருக்கிறார். அவருக்கு விசா கிடைக்கவில்லை. அவர் சிங்கப்பூர், மலேசியா எல்லாம் போய்விட்டு, இந்தியாவிற்குத் திரும்பிவிட்டார். தன்னை அழைத்தவர்களிடம், 'எனக்கு விசா தர மாட்டேன் என்று சொல்லி விட்டார்கள். என்னால் வர முடியவில்லை' என்றும் தெரிவித்துவிட்டார். கொஞ்ச நாட்களில் இது யாருடைய வேலை என்பதும் தெரிந்துவிட்டது. இடையூறு விளைவித்தவர்களும் சும்மா இருக்க மாட்டார்கள் அல்லவா? அவர்களில் ஒருவர் போதையில், 'பார், நாங்கள் அடிகளார் வருவதை நிறுத்திவிட்டோம்' என்று பேசி, விசயம் தெரிந்து விட்டது.

நம்மவர்களிடம் ஒற்றுமையும் சகிப்புத்தன்மையும் குறைவாக இருக்கிறது. இது பெரிய பலவீனம். நாம் ஒன்றுபட்டு, வாழ்கிற நாட்டினுடைய நிலையை அறிந்து, அந்த நாட்டைச் சார்ந்து வாழ வேண்டும்.

12

குடியுரிமைச் சிக்கல்கள்

அரசியல் சாசனம் எழுதப்பட்ட எல்லா நாடுகளிலும் நடந்த ஒரு தவறு – அந்தச் சாசனம், சொந்த நாட்டு மக்களை, அதிலும் பெரும்பான்மை யினரை மட்டுமே, மனதில் கொண்டு எழுதப்பட் டது. அந்நாட்டில் இருக்கும் அந்நியர்கள், சிறு பான்மை இனத்தவர், அவர்களது நிலை, வாழ்வு முறை, கலாச்சாரம், தேவைகள், சலுகைகள் போன்றவற்றைக் கருத்தில் கொள்ளவில்லை. ஒவ்வொரு நாட்டின் அரசியல் சாசனமும் முதலில் நிர்ணயிப்பது அந்த நாட்டின் குடிமக்கள் யார் என்பதைத்தான். பர்மீய அரசியல் சாசன மும் பர்மீய குடிமக்கள் யார் என்பதை இப்படி வரையறுத்தது:

1. பர்மீயர்கள் – பர்மாவின் குடிமக்கள், பர்மா வின் இயற்கையான இனங்களில் ஒன்றில் பிறந்தவர்கள்;அல்லது

2. பாட்டன்மாரில் ஒருவரேனும் – தாத்தா அல்லது பாட்டி – பர்மீய இனங்களில் ஒன்றைச் சார்ந்தவராக இருக்க வேண்டும்; அல்லது

3. வெளிநாட்டவராக இருந்தாலும் அவர்கள் பர்மாவில் பிறந்திருந்தால், அவர்களது பெற்றோரும் பர்மாவில் பிறந்திருந்தால் அவர்கள் பர்மீயக் குடிமக்கள் ஆவர்; அல்லது

4. ஒரு வெளிநாட்டவர் பர்மாவில் பிறந்திருந்தால், பர்மீய அரசியல் சட்டம் நிறைவேற்றப்பட்ட பொழுது, அவரது பெற்றோர்கள் பர்மாவில் வாழ்ந்து கொண்டிருந்தாலும் அவர்களும் பர்மீயக் குடிமக்கள் ஆவர். அதாவது பெற்றோர்கள் பர்மாவில் பிறந்திருக்க வேண்டுமென்பதில்லை.

இதில் கடைசி விதிப்படி பர்மாவில் அப்போது வாழ்ந்து கொண்டிருந்த பெரும்பான்மையான இந்திய வம்சாவழியினர் பிறப்பிலேயே பர்மீயக் குடிமக்கள் ஆவர். ஆனால் நமது வெளித் தோற்றம் அந்நியமாக இருப்பதால், இதற்காக விண்ணப்பித்து, நிரூபித்து, சான்று பெறவேண்டும். அப்படிக் குடியுரிமை பெறத் தகுதியில்லாதவர்கள் அல்லது விரும்பாதவர்கள் தங்களை அந்நியர்களாகப் பதிவு செய்து கொள்ளவேண்டும்.

இந்தியர்களில் பலர் பர்மீயக் குடியுரிமைப் பெறத் தகுதியிருந்தும் அந்நியர்களாகவே பதிவு செய்து கொண்டார்கள். அதற்கு ஒரு காரணம் நேருஜிக்கு இருந்த பிரபலமும் செல்வாக்கும். கடல் கடந்து வாழும் இந்தியர்களுக்கு நேருஜியை குறித்து மிகவும் பெருமையாக இருந்தது. தங்களுக்கு ஓர் அரணாக – பாதுகாப்பாக – இந்தியா இருக்கும் என்று கருதினார்கள். இதனால் அவர்களில் பலரும் பர்மீயக் குடியுரிமை பெற்றுக் கொள்ளாமல் அந்நியர்களாகப் பதிவு செய்து கொண்டார்கள். தொழில், உத்தியோகம் போன்றவற்றில் அனுகூலம் இருக்கும் என்று நினைத்தவர்கள் மட்டுமே குடியுரிமை பெற்றார்கள். ஆனால் குடியுரிமையும் பெறாமல், அந்நியர்களாகவும் பதிவு செய்து கொள்ளாமல் இருந்தவர்கள்தான் அதிகம். ஏன்? இந்தியர்களில் பலருக்குக் கல்வி அறிவில்லை. மேலும், நாடு முழுதும் பிரபலமான வழிகாட்டக்கூடிய தலைவர்கள் நம்மிடையே இல்லை.

பர்மாவின் தலை முதல் கால் வரை, எல்லாப் பகுதிகளிலும், இந்தியர்கள் வசித்து வந்தார்கள். பலரும் சாதாரண விவசாயிகள் அல்லது தொழிலாளர்கள். அவர்களுக்கு அரசியல் தெரியாது. முறையான கல்வி அறிவு கிடையாது. இரண்டு மூன்று தலைமுறையாக இங்கேயே இருந்துவிட்டதால், ‘இதுதான் நம் நாடு, நம் மண்’ என்று இருந்து விட்டார்கள். குடியுரிமை பெற வேண்டும் அல்லது அந்நியர் என்று பதிவு செய்து கொள்ளவேண்டும் என்பதெல்லாம் அவர்களுக்குத் தெரியவில்லை.

விரைவில், தொழில் செய்யவோ சொத்து வாங்கவோ குடியுரிமை கட்டாயம் ஆக்கப்பட்டது. அந்நியர்களாகப் பதிவு செய்து கொண்டவர்கள் ஆண்டுதோறும் ஒரு கட்டணத்தைச்

செலுத்த வேண்டும் என்றும் அப்படிக் கட்டாதவர்கள் தண்டிக்கப்படுவார்கள் என்றும் இன்னொரு சட்டம் வந்தது.

அகில பர்மா தமிழர் சங்கத்தில் நம்மவர்கள் குடியுரிமை பெறுவதற்கும் அந்நியர்களாகப் பதிவு செய்து கொள்வதற்கும் உதவிகள் செய்து வந்தோம். சங்கத்தில் பல குடியுரிமைப் பிரச்சனைகளை நாங்கள் எதிர் கொண்டோம். உதாரணத் திற்கு ஒரு சம்பவத்தைச் சொல்கிறேன்:

ஒருநாள் காலையில் 100 பேர் இருக்கும், தமிழ் விவசாயி கள், அரை நிர்வாணமாக ரங்கூன் நகரில் வந்து நின்றார்கள். விவசாயிகள் அப்போது அப்படித்தான் இருந்தார்கள். கோவணம் கட்டிக் கொண்டு முழங்கால் அளவு தண்ணீரில் வேலை பார்ப்பார்கள். சட்டை அணிய மாட்டார்கள். சில பேர் அபூர்வமாக தீபாவளி அல்லது பொங்கலுக்குச் சட்டை வாங்குவார்கள். குளிரிலும் மழையிலும் சட்டையில்லாமல் தான் இருப்பார்கள். 'காக்கை கத்தும் எழுந்திருப்பான் உறக்கக் கண்ணோடே, பாக்கைக் கடித்துக் குளிர் பொறுப்பான்' என்று ஒரு கவிஞர் பாடியதைப் போல, ஒரு சிறிய பாக்கையோ புகையிலையையோ வாயில் அடக்கிக்கொண்டு, அதிகாலையில் வயலுக்குக் கிளம்பி விடுவார்கள். மாடு இருந்தால் சரி, இல்லாவிட்டால் இவர்களே ஏர் பிடிப்பார்கள்.

ஏர் இருக்கும் இழுத்துச் செல்ல மாடிருக்காது—ஈரம்
விஞ்சுமுன்னே விதைப்பதற்கு நெல்லிருக்காது— அது
மூன்றிருந்தால் நடுதலுக்கு முதல் இருக்காது.

அவர்களின் பிள்ளைகள் படிக்கப் பள்ளிக்கூடம் கிடையாது. நோய் வந்தால் மருத்துவ வசதிகள் கிடையாது. அடுப்பு மூட்ட பெண்கள் மூன்று கல்லை வைத்துவிட்டு விறகு எரிக்க, சுள்ளி தேடிப் போவார்கள். விளக்கிற்கு எண்ணெய் வாங்கக் கட்டாது. இவர்கள் குடிசை குருவிக் கூடாரம்போல் இருக்கும். பக்கத்தில் அகத்தி மரம் இருக்கும். சேறும் சகதியுமாக இருக்கும். அப்படி உழைத்து, சொந்தப் பிள்ளைபோல் வளர்த்து விளைவித்த நெல்லிற்குத் தரகர்கள் சொல்லுவதுதான் விலை.

இப்படிப்பட்ட விவசாயிகள்தான் சங்கக் கட்டிடத்திற்கு முன்னால் வந்து நின்றார்கள். அவர்கள் அத்தனை பேர் கைகளிலும், இந்த நாட்டை விட்டு ஒரு மாதத்திற்குள் வெளியேற வேண்டும் என்ற நாடு கடத்தும் உத்தரவு (*deportation order*) இருந்தது. முதலாவது அவர்களிடம் தங்களை இந்தியர்கள் என்று சொல்லிக் கொள்வதற்கு இந்தியப் பாஸ்போர்ட்கூட இருக்காது. அவர்கள் தமிழர்கள். ஆனபடி

யால் யாரோ சொன்னதன் பேரில் அகில பர்மா தமிழர் சங்க அலுவலகத்தின் முன்னால் வந்து நின்றார்கள்.

எனக்கும் தகவல் வந்தது. நான் சங்கத்தின் கூட்டுச் செயலாளராக இருந்தேன். எனக்குக் குடிவரவு, குடியுரிமை பற்றிய சட்ட திட்டங்களில் கொஞ்சம் ஈடுபாடு இருந்தது. இதற்கு ஒன்றிரண்டு காரணங்கள். எங்கள் ஊரில் ஊ பாச் சோ என்ற பர்மீயர் ஒருவர் இருந்தார். எங்கள் ஊர் அரிசி ஆலை அதிபரின் மகன். இவர் பி.ஏ.பி.எல். படித்துவிட்டு ஆரம்பத்தில் நான் படித்த பள்ளியில் ஆசிரியராக இருந்தார். அரசியல் சாசனத்தைப் பற்றியெல்லாம் சுவாரசியமாகப் பேசுவார். பிற்பாடு வக்கீலாகி, சிவில் நீதிபதியாகவும் ஆனார். குடியுரிமை வழக்குகள் இவரிடம்தான் வரும். இவர் வீட்டிற்கு நான் அடிக்கடி செல்வேன். குடியுரிமை தொடர்பாகவும் பேசுவோம். சமயங்களில் நான் தர்க்கமும் செய்வேன். அது அவருக்கும் பிடிக்கும். தவிர, அப்போது ஏ.என். சிவராமன் தினமணியில் துணயாசிரியராக இருந்தார். இந்திய அரசியலமைப்புச் சட்டத்தைப் பற்றி தினந்தோறும் எழுதிவந்தார். பெரிய விசயங்களைக்கூட எளிமையாக எழுதிவிடுவார். நான் தொடர்ந்து படித்து வந்தேன். மேலும், பர்மீய அரசாங்க அச்சகம் குடியுரிமைச் சட்டங்களைக் குறித்து வெளியிடும் நூல்களையும் உடனுக்குடன் வாங்கி விடுவேன். விலை சகாயமாக இருக்கும். இவற்றையெல்லாம் படிப்பதால் நண்பர்களிடமும் பெரியவர்களிடமும் குடியுரிமை பற்றி அடிக்கடி பேசுவேன். இதனால், இது சம்பந்தமான வேலைகள் வந்தால் தலைவர், செயலாளர் எல்லோரும் என்னை அழைத்து ஆலோசனை கேட்பார்கள்.

தலைவர் லெட்சுமணன், முன்னாள் தலைவர்கள் ஏகாம்பர அண்ணன் மற்றும் காளிமுத்துப் பிள்ளை, செயலாளர் அண்ணன் ஜெகன்னாதன், இவர்களோடு நானும் உடனடியாகத் தமிழர் சங்க அலுவலகத்திற்கு போனோம். அவர்களைப் பார்க்க மிகவும் பரிதாபமாக இருந்தது. ரங்கூனுக்கு வந்து போகும் செலவிற்குக்கூட அவர்களிடம் பணம் இல்லை. ஒருநாள் குடிவரவு ஆய்வாளர்கள் இவர்கள் வயலில் வேலை செய்துகொண்டிருந்த போது சோதனை செய்து, குடும்பத்திலுள்ள ஆண்கள், பெண்கள் அனைவரையும் கைது செய்து விட்டார்கள். 'இவர்களெல்லாம் அந்நியர்கள், இவர்களிடத்தில் அந்நியர்கள் என்பதற்கான பதிவோ, குடியுரிமையோ எதுவும் கிடையாது' என்று சொல்லி நீதிமன்றத்திற்குக் கொண்டு போய் வழக்குத் தொடர்ந்து விட்டார்கள். நீதிமன்றத்தில் உள்ள குமாஸ்தாக்கள் பர்மீயர்கள்தாம். இவர்கள் மேல் பரிதாபப்பட்டு, ஏதாவது உதவி

செய்யலாம் என்று நினைத்திருக்கிறார்கள். “உங்களால் வக்கீல் வைத்து வழக்கு நடத்த முடியாது. நீதிபதியிடம் ‘நாங்களே குற்றத்திற்கு பொறுப்பானவர்கள்’ என்று சொல்லிவிடுங்கள், நாங்கள் நீதிபதியை 25 ரூபாய் அபராதம் போடச் சொல் கிறோம், நீங்கள் அதைக் கட்டிவிட்டு போய் விடுங்கள்” என்று சொல்லி இருக்கிறார்கள். இவர்கள் பின்னால் என்ன நடக்கும் என்று தெரியாமல் நீதிபதி, ‘நீங்கள் குற்றத்தை ஒப்புக்கொள் கிறீர்களா?’ என்று கேட்டவுடன் ‘ஆமாம்’ என்று சொல்லி இருக்கிறார்கள், நீதிபதி 25 ரூபாயோ, 50 ரூபாயோ அபராதம் விதித்திருக்கிறார். இவர்கள் அந்தப் பணத்தைச் சிரமப்பட்டுக் கட்டிவிட்டு வந்துவிட்டார்கள். இப்போது இவர்கள் அந்நியர் கள் என்பதும், குற்றம் செய்து விட்டார்கள் என்பதும், குற்றவாளிகள் என்பதும் நிரூபணமாகி விட்டதால், குடிவரவுச் சட்டப்படி இந்த நாட்டை விட்டு வெளியேற வேண்டும் என்று அடுத்த நோட்டீஸ் கொடுத்து விட்டார்கள். நோட்டீசில் ஒரு மாதத்திற்குள் பர்மாவை விட்டு வெளியேற வேண்டும் என்று இருக்கிறது. எப்போது இவர்கள் பர்மாவுக்கு வந்தார்கள் என்றே பலருக்குத் தெரியாது. பாட்டனோ முப்பாட்டனோ பர்மாவுக்கு வந்தவர்கள். இவர்கள் இங்கேயே பிறந்து வளர்ந் தவர்கள். இவர்களுக்கு என்ன செய்வது என்று தெரியவில்லை. எங்களிடத்தில் வந்தார்கள்.

எல்லோருக்கும் கண்ணீர் வருகிறது. என்ன செய்வதென்று யோசித்தோம். நான் ஒரு யோசனை சொன்னேன். ‘பர்மீயச் சட்ட நிபுணர் ஒருவர் இருக்கிறார். இந்தத் துறையில் அவருக்கு நிறைய ஈடுபாடு இருக்கிறது. அடிக்கடி பத்திரிகைகளில் ஆசிரியருக்குக் கடிதங்கள் பகுதிக்கு எழுதுகிறார். அவரை அணுகுவோம்’, என்று சொன்னேன். அனைவரும் ஒப்புக் கொண்டார்கள்.

எங்களுக்கு இந்திய வக்கீல்கள் பலரைத் தெரியும். ஆறுமுகம் பிள்ளை என்பவர் கிரிமினல் வழக்குகளில் பிரபலமானவர். பாசு வெங்கட்ராம் இன்னொரு பிரபலமான வக்கீல். ஆனால் குடியுரிமைத் துறையில் அவர்களுக்கு அனுபவம் கிடையாது. *Surma Foocker & Co.* என்று ஒரு வக்கீல் அலுவலகம் இருந்தது, சூர்மா இந்தியர்தான், நான் குறிப்பிட்ட பர்மிய வக்கீல், சூர்மாவுக்கு ஜூனியராக இருந் தார். நான் அவரைத் தொலைபேசியில் தொடர்புகொண்டு பேசினேன். ‘உங்களது கடிதங்களை நான் தொடர்ந்து படித்து வருகிறேன், இந்த நாட்டிற்கு மிகவும் அவசியமான சட்ட திட்டங்களைக் குறித்து எழுதுகிறீர்கள், நாங்கள் உங்களைச் சந்திக்க வேண்டும்’ என்று கூறிவிட்டு சுருக்கமாக விவரம் சொன்னேன். அவர் எல்லாவற்றையும் கேட்டுவிட்டு, ‘சரி

வாருங்கள்' என்றார். அதன் பிறகு அண்ணன் லெட்சுமணன், ஏகாம்பர அண்ணன், அண்ணன் ஜெகன்னாதன் எல்லோரு மாகச் சேர்ந்து, அந்த நோட்டீஸையும் எடுத்துக் கொண்டு அவரது அலுவலகத்திற்குச் சென்றோம். எல்லாவற்றையும் எடுத்துச் சொன்னோம்.

வக்கீல் விவசாயிகள் மீது மிகவும் இரக்கப்பட்டார். இந்த நாட்டைவிட்டு வெளியேற்றும் உத்தரவைத் திரும்பப் பெற வைக்கலாம் என்று நம்பிக்கை தந்தார். அவர் ஓர் ஆலோசனையும் சொன்னார். "இது எல்லாவற்றையும் ஒரே வழக்காக ஆக்கி விடலாம், ஆயிரம் ரூபாய் கட்டணம். அதை நீங்கள் எனது அலுவலகத்தில் கட்டிவிட வேண்டும். அப்போதுதான் நான் வழக்கை எடுத்துக்கொள்ள முடியும். நான் ஒரு சத்யநாமா தயார் செய்து தருகிறேன். அதைத் தனித்தனியாக நீங்கள்தான் டைப் அடித்துக்கொள்ள வேண் டும். நூறு பேருக்கும் தனித்தனியாகத் தயாரிப்பதற்கு எனக்கு நேரமிருக்காது. அதில் ஒவ்வொருவரும் "நாங்கள் பர்மாவில் இன்ன ஊரில் பிறந்தோம், மூன்று தலைமுறையாக இங்கு வசிக்கிறோம், நாங்கள் பர்மாவின் குடிமக்கள், அந்நியர்கள் இல்லை" என்பதைக் குறிப்பிட்டு ஒரு சத்யநாமா – பிழை யில்லாமல் – தயாரித்துத் தர வேண்டும்" என்று சொன்னார். "அதன்பிறகு எல்லோரும் ஒரு நாள் நீதிமன்றத்திற்கு வந்து நீதிபதிக்கு முன்னால் கையெழுத்துப் போட வேண்டும். அதை வைத்து உச்ச நீதிமன்றத்தில் ஒரு எதிர் மனுப் போடு கிறேன். கண்டிப்பாக நியாயமான தீர்ப்பு வரும்" என்று சொன்னார். அவருக்கு இந்த வழக்கில் மிகவும் ஈடுபாடு வந்துவிட்டது. அந்த வக்கீலுக்கு என்னை விடச் சின்ன வயதுதான், சில ஆண்டுகளுக்கு முன்னால் இறந்து போனார். அவர் கொடுத்த கடிதங்கள் எல்லாம் இருக்கின்றன. அவரு டைய சீனியர் வக்கீல் சூர்மா ஓர் இந்திய முஸ்லிம். இவர்கள் எல்லாம் நேர்மையான வழக்குகளுக்குத்தான் வாதாடுவார் கள் என்பதால் அவர்களுக்கு நீதிமன்றத்தில் மதிப்பு இருந்தது.

எல்லா விவசாயிகளுக்கும் சேர்த்து ஆயிரம் ரூபாய்தான் கட்டணம் என்றவுடன் தலைவர் உட்பட எல்லோருக்கும் மிகவும் சந்தோசம். எவ்வளவு செலவு செய்தாலும் சரி, இவர்களைக் காப்பாற்றுவதற்குச் சட்டரீதியான வழிகள் இருப்பதால், அதை எப்படியாவது செய்ய வேண்டும். நிதி இல்லையென்றால் நிதி திரட்டியாவது அவர்களைக் காப்பாற்ற வேண்டும் என்று முடிவு செய்தோம்.

குடிவரவுத்துறை, நீதித்துறையுடன் இருந்தது. நீதித்துறை அமைச்சராக இருந்தவர் லத்தீப் கான் என்ற ஒரு முஸ்லிம்.

அவரை எங்களுக்குத் தெரியும். பர்மா முஸ்லிம் காங்கிரஸ், முஹம்மது நபி பிறந்த நாள் விழா, ஹஜ்ஜிற்கு செல்கிறவர்களுக்கு வேண்டிய உதவிகள் செய்வது, இது மாதிரியான காரியங்களில் அவருடன் எங்களுக்குத் தொடர்பு இருந்தது. அவருக்கும் தெரியப்படுத்தினோம்.

வக்கீல் சொன்னபடி எல்லாவற்றையும் தயாரித்து உச்ச நீதிமன்றத்தில் எதிர் மனு கொடுத்தோம். உச்ச நீதிமன்றத்திற்கு இது மாதிரியான வழக்குகள் அடிக்கடி வரும். ஒருவனைக் கைது செய்து, நீதிமன்றத்தில் நிறுத்தி?, அவனுக்கு பர்மிய மொழி பேசத் தெரியாவிட்டால், அவர்கள் பர்மாவில் பிறந்தவர்கள் இல்லை, இவர்கள் இந்தியாவில் இருந்து கள்ளத்தனமாக வந்தவர்கள் என்று முடிவு செய்து அவனது வழக்கை நிராகரித்து விடுவார்கள். வசதி உள்ளவர்கள் வக்கீல்களை நியமித்து வாதாடுவர்கள். உச்ச நீதிமன்றம் பெரும்பாலும் அதை நிராகரிக்காமல் ஏற்றுக் கொள்ளும்.

"இவர்களைத் திடீரென்று கைது செய்துவிட்டார்கள்; நீதிமன்ற ஊழியர்கள் இவர்களுக்கு உதவி செய்வதாக நினைத்து 25 ரூபாய் அபராதம் செலுத்தச் சொன்னதால், அதற்குப் பிறகு என்ன நடக்கும் என்று தெரியாமல் இவர்களும் அபராதம் கட்டி விட்டார்கள்" என்று அந்த வக்கீல் வாதாடியதும் வழக்கை மறுபரிசீலனைக்கு அனுப்பினார்கள். அதற்குப் பிறகு அகில பர்மா தமிழர் சங்கத்தின் சார்பாக ஒவ்வொருவருக்கும் பர்மியக் குடியுரிமை கேட்டு தனித்தனியாக விண்ணப்பித்தோம். மறுபரிசீலனையில் விரிவாக விசாரணை நடத்தி 100 பேருக்கும் குடியுரிமை வழங்க வேண்டும் என்று தீர்ப்பளித்தார்கள். வழக்கு நடந்துகொண்டிருந்தபோது அரசாங்கத்தில் இருந்து விசாரணைக்குப் போனார்கள், பர்மீயக் கிராமப்புறங்களில் உள்ளவர்கள் ஒத்துழைத்தார்கள். 'நாம்தான் இவனை வருடக் கணக்காகப் பார்க்கிறோமே, இவன் இங்கேதானே இருக்கிறான், இவனை ஏன் இப்படிச் செய்கிறார்கள்' என்று சொல்லி உதவினார்கள். புத்த மதத்தைப் பின்பற்றுபவர்களுக்கு பொதுவாக அனுதாப குணம் அதிகம் இருக்கும். ஆனால் பர்மாவிலும் இலங்கையிலும் அரசியல்வாதிகள் துவேஷத்தை உண்டாக்கித் திசைதிருப்பிவிட்டார்கள்.

கிழக்காசியாவின் பிற நாடுகளிலும் இந்தியர்களுக்குக் குடியுரிமைப் பிரச்சனைகள் இருந்தன. அகில பர்மா தமிழர் சங்கத்தில் வெளிநாட்டில் இருந்து வருபவர்களைப் பேசச் சொல்வோம். பிஜியிலிருந்து ஏ.கே. செட்டியார் வந்தார், இலங்கையிலிருந்து தனிநாயக அடிகள் வந்தார். அவர்கள் எல்லோரும் அந்நியர்களை அங்கங்கே இரண்டாம் பட்சமாகத்

தான் நடத்துகிறார்கள் என்று சொன்னார்கள். மலேசியாவில் தமிழர்களுக்குக் குடியுரிமை வழங்கினாலும், அவர்கள் இரண்டாந்தரக் குடிமக்கள்தான். பூமிப்புத்திரா என்பது அரசுக் கொள்கை. அதன்படி மலாய் மக்களுக்கு ராணுவத்தில் வேலை கொடுப்பார்கள்; தமிழர்களுக்குக் கொடுக்க மாட்டார் கள். மருத்துவம், பொறியியல் போன்ற படிப்புகளில் அவர் களுக்குப் போக மீதம் இருந்தால் மட்டுமே அந்நியர்களுக்குக் கொடுப்பார்கள்.

இதையெல்லாம் பார்த்தபோது, கிழக்காசிய நாடுகளில் உள்ள இந்தியர்களின் நிலை, குறிப்பாகத் தமிழர்களின் நிலை எப்படி இருக்கிறது என்பதை பார்த்து வருவதற்காக, *1960–61* வாக்கில், அப்போது அகில பர்மா தமிழர் சங்கத்தின் செயலாளராக இருந்த முன்னாள் பத்திராதிபர், பத்திரிகை ஆசிரியர் வி.ஹெச்.டேவிட்டை அனுப்பினோம். அவர் மலேசியா, இந்தோனேசியா, தாய்லாந்து, கம்போடியா, பிஜி, ஆஸ்திரேலியா போன்ற நாடுகளுக்கு எல்லாம் சென்று விட்டுக் கடைசியாக பர்மா வந்தார். ஒவ்வொரு இடத்திலும் இருந்து தகவல்கள் சேகரித்து வந்தார். பர்மாவில் உள்ள நிலைமையையும் சேர்த்து நாங்கள் ஒரு மகஜர் தயாரித்தோம். டேவிட், மகஜரைக் கொண்டு போய் நேருஜியிடம் கொடுத் தார். அத்தோடு அவருக்கு ஹிந்து பத்திரிகையின் டெல்லி நிருபரைத் தெரியும். அவரிடமும் இதைக் கொண்டு போய்க் கொடுத்தார். அவர் ஹிந்து பத்திரிகையின் நிருபர் மட்டுமல்ல, நியூயார்க் டைம்ஸ், லண்டன் கிரானிக்கிள் போன்ற அயல் நாட்டு பத்திரிகைகளுக்கும் செய்திகளை அனுப்பக்கூடியவர். அவர் எல்லாப் பத்திரிகைகளுக்கும் கொடுத்து விட்டார். 'அகில பர்மா தமிழர் சங்கத்தின் செயலாளர் வி.ஹெச்.டேவிட் கிழக்காசியா முழுவதும் சுற்றிப் பார்த்துவிட்டு வந்திருக்கிறார். இந்தியர்களுடைய நிலை இன்னின்ன மாதிரியிருக்கிறது' என்று எழுதி மிகவும் பரபரப்பாகி விட்டது. டில்லியில் உள்ள பர்மாத் தூதரகத்திலிருந்து உடனே இதை ரங்கூனுக்கு அனுப்பி விட்டார்கள். எங்களுக்கெல்லாம் இதனால் பிரச்சனை ஏற்பட்டது. சில ஆண்டுகளுக்கு முன்னால் டேவிட் காலமாகி விட்டார். இப்போது இருந்திருந்தால் நூறு வயதுக்கு மேல் இருக்கும், நான் ஹாங்காங் வந்த பிறகும் அடிக்கடி கடிதம் எழுதுவார்.

குடியுரிமைப் பிரச்சனைகளுடன் வேறு பல சட்டங்களும் சேர்ந்து கொண்டன. ஆனால் இவை இந்தியாவிலிருந்துதான் தொடங்கின. முதலில் நமது நாட்டில்தான் *P-Form (Passage Form)* என்பது நடைமுறைக்கு வந்தது. இந்தியர்கள் இந்தியா விலிருந்து வெளிநாட்டிற்குப் போய்வரப் பயணச்சீட்டு

வாங்க வேண்டுமென்றால் ரிசர்வ் வங்கியில் விண்ணப்பித்து, அவர்கள் அனுமதித்தால்தான் வாங்க முடியும். அடுத்தது *D-Form (Departure Form)*. அந்நிய நாட்டவர்கள் அவர்களுடைய குடியுரிமைச் சான்றிதழைக் காட்டி *D-Form* வாங்கினால்தான் நாட்டைவிட்டுச் செல்ல முடியும். அப்புறம் இன்னொரு சட்டம் – இதுவும் இந்தியாவில்தான் முதலில் அமலானது – இந்தியாவில் வசிப்பவர்கள் வெளிநாட்டிற்குப் போய்வர வேண்டுமென்றால் வருமானவரிச் சான்றிதழ் வாங்க வேண்டும்.

இந்தியாவில் ஒரு சட்டம் நடைமுறைக்கு வந்துவிட்டால், அடுத்த 24 மணி நேரத்திற்குள் இலங்கையிலும், பர்மாவிலும் அந்தச் சட்டம் வந்துவிடும். பர்மாவில் சட்டம் வந்துவிட்டால் பாதிப்படைவது நாம்தான். பர்மாவிலிருந்து இந்தியாவிற்குப் புறப்படுவதற்கு முன்னால் முதலில் *P Form*–க்கு விண்ணப்பிக்க வேண்டும். இதை *Exchange Controller* பரிசீலிப்பார். நம்முடைய வருவாய் என்ன என்று பார்ப்பார். 'உன்னுடைய வருவாய்க்கு நீ ரங்கூனிலிருந்து சென்னை வரை விமானத்தில் போக முடியாது', என்று சொல்லி கல்கத்தா வரைதான் விமானத்தில் போக அனுமதிப்பார். அதற்குப் பிறகு குடிவரவு அதிகாரியிடத்தில் *D-Form* வாங்க வேண்டும் . பிறகு வருமானவரிச் சான்றிதழ் வாங்க வேண்டும். ஒவ்வொன்றையும் வாங்கப் போகிற இடத்தில் உடனே வேலை முடியாது. சான்றிதழ் வழங்குகிறவர்களுக்கும் நமக்கும் இடையில் ஒரு இடைத் தரகன் உருவாகி விடுவான். அவன் '50 ரூபாய் கொடு, 100 ரூபாய் கொடு' என்று கேட்பான். இல்லையென்றால் விண்ணபத்தை வாங்கி வைத்துவிட்டு எதுவும் செய்யமாட்டார்கள். இவன் தூரம் தொலைவில் இருந்து வந்திருப்பான். ரங்கூனில் பத்து நாள் தங்க வேண்டுமென்றால் 500 ரூபாய் செலவாகும். ஆகவே, நேரே இடைத்தரகர்களிடம் போய் 50 அல்லது 100 ரூபாய் கொடுத்து விட்டால், அவர்கள் போய் வாங்கி வருவார்கள்.

இந்தியர்கள் பர்மாவின் செல்வத்தை அள்ளிக்கொண்டு செல்கிறார்கள் என்கிற எண்ணம் பர்மியர்களுக்குப் பரவலாக இருந்தது. சுதந்திரத்திற்குப் பின், இதை பர்மீயப் பத்திரிகைகளும் அரசியல்வாதிகளும் தூபம் போட்டு வளர்த்தார்கள். முதலில் பர்மாவிலிருந்து இந்தியா செல்பவர்கள் 1200 ரூபாய் வரை மட்டுமே எடுத்துச் செல்லலாம் என்ற சட்டம் கொண்டு வந்தார்கள். அப்போது பர்மீய ரூபாய்க்கும் இந்திய ரூபாய்க்கும் ஒரே மதிப்பு. பின்னர் தங்களிடம் போதிய அந்நியச் செலவாணி இல்லை என்று காரணம் காட்டி 1200 ரூபாயை

300 ரூபாயாகக் குறைத்துவிட்டார்கள். அந்த 300 ரூபாயும் வருமான வரி கட்டக்கூடிய அளவு வருமானம் உள்ளவர் களுக்கு மட்டும்தான், வருமான வரி கட்டாதவர்களை 100 ரூபாய் மட்டுமே எடுத்துச் செல்ல அனுமதித்தார்கள். இது போன்ற கட்டுப்பாடு பர்மா, இலங்கை ஆகிய நாடுகளில் மட்டுமே இருந்தது; சிங்கப்பூர், மலேசியா, தாய்லாந்து ஆகிய நாடுகளில் வாழ்ந்த இந்தியர்கள் இதுபோன்ற கட்டுப்பாடுகளை எதிர்கொள்ள வேண்டி வரவில்லை.

ஆக, பர்மாவில் நாளுக்கு நாள் நெருக்கடிகள் கூடின. ராணுவ ஆட்சி வந்தபோது நெருக்கடி மேலும் அதிகரித்தது.

13

அரசியலும் ராணுவமும்

போஜோ அவுங்சான் உருவாக்கி, அவரது படுகொலைக்குப் பிறகு, ஊ நு தலைமையேற்று நடத்திய *Anti Fascist Peoples Freedom League (AFPFL)* தனிப் பெரும் கட்சியாக இருந்தது. ஊ நு 1947இல் அமைத்த இடைக்கால அரசாங் கம், 1948இல் பர்மா சுதந்திரம் அடைந்த பிறகும் தொடர்ந்தது. 1951இல் நடந்த முதல் பொதுத் தேர்தல் வரை இந்த இடைக்கால அரசாங்கம் நீடித்தது. ஆனால் அந்தக் காலகட்டத்தில் அரசாங்கம் பெரும் சவால்களைச் சந்திக்க வேண்டியிருந்தது.

சுதந்திரத்திற்கு முன்னதாகவே அவுங்சான் குழுவினரின் பர்மீய தேசிய ராணுவம் கலைக்கப் பட்டது. அதில் இருந்த சிலரால் மட்டுமே பர்மீய ராணுவத்தில் சேர முடிந்தது. மற்றவர்களுக்கு முறையான வேலைவாய்ப்புகளும் வசதிகளும் இல்லை. தவிர, அவர்கள் ராணுவப் பயிற்சி பெற்றிருந்தார்கள். அவர்களெல்லாம் வீட்டில் இருந்து என்ன செய்வார்கள்? அவர்கள், தன்னார்வ மக்கள் அமைப்பு *(People Volunteer Organisation-PVO)* என்ற இயக்கத்தை ஆரம்பித்தார்கள். இதற்கு நாடெங்கிலும் உறுப்பி னர்கள் இருந்தார்கள். ஏற்கனவே பர்மீய தேசிய ராணுவத்தில் இருந்தவர்கள்தான் அதிகமும் இதன் உறுப்பினர்கள். இவர்களுக்குத் தேகப் பயிற்சி, ஆயுதப் பயிற்சி எல்லாம் தரப்பட்டது. கட்டுக்கோப்பான தலைமை இல்லாததால்

*PVO*க்குள்ளேயே பிரச்சனைகள் முளைத்தன. ஆயுதப் பயிற்சி பெற்றவர்களுக்கு அதிகாரம் வேண்டியிருந்தது. இதனால் *PVO*, 'வெள்ளைப் பட்டை' என்றும் 'மஞ்சள் பட்டை' – என்றும் இரண்டாகப் பிரிந்தது. அவரவர்க்கு செல்வாக்கு உள்ள பகுதிகளில் போய் ஆதிக்கம் செலுத்தினார்கள்.

சிறுபான்மையினர் வசித்த பல பகுதிகளில், சோபுவா என்று சொல்வார்கள், நமது நாட்டில் குறுநில மன்னர்கள், ஜமீன்தார்களைப் போன்றவர்கள் இருந்தார்கள். இவர்களை எல்லாம் ஆங்கிலேயர்கள் விட்டு வைத்திருந்தார்கள். இவர்களில் பலர் கேசினோ மாதிரி வைத்திருந்தார்கள். அதுதான் அவர்களுடைய பிழைப்பாக இருந்தது. சேவல் சண்டை, குதிரைப் பந்தயம் என்று நடத்துவார்கள். இந்த ஜமீன்தார்களில் பலர் பர்மா சுதந்திரம் பெறுவதை விரும்பவில்லை.

சுதந்திரம் கிடைக்கிற நாடுகளில் பெரும்பான்மையாக உள்ளவர்கள், 'தாங்கள் நிர்ணயிப்பதும் செய்வதும்தான் சரி' என்றும், 'மற்றவர்கள் தங்களுக்கு கட்டுப்பட்டு இருக்க வேண்டும்' என்றும் நினைக்கிறார்கள். ஒருவேளை பெரும்பான்மையினர் தாராள மனப்பான்மை உள்ளவர்களாக இருந்தால்கூட, சிறுபான்மையினர் இவர்களைக் கண்டு பயப்படுகிறார்கள் அல்லது சந்தேகப்படுகிறார்கள். பர்மாவைப் பொறுத்தமட்டில், பர்மா என்பது ஆங்கிலேயர்கள் கொடுத்த பெயர், அவர்கள் பமா என்று சொல்வார்கள். பமா என்றால் பர்மிய மொழியைப் பேசுபவர்கள். இவர்கள்தான் பெரும்பான்மையாக இருக்கிறார்கள். பர்மிய மொழியைப் பேசாதவர்கள் சிறுபான்மையினராக இருந்தார்கள். அவர்களுக்கு நம்பிக்கை ஏற்படும்படியாக அவர்களிடம் பேச்சுவார்த்தை நடத்தி, அரசியல் சாசனத்தில் அவர்களது பாதுகாப்புக்கான ஷரத்துக்களைச் சேர்த்தார்கள். பர்மாவின் முதல் ஜனாதிபதியாக சிறுபான்மை இனத்தைச் சேர்ந்த ஒரு சோபுவாவைத்தான் நியமித்தார்கள்.

ஆனால் சோபுவாக்களைச் சமாதனப்படுத்தியது போல், கரீன் எனும் சிறுபான்மையினரைச் சமாதானப்படுத்த முடியவில்லை. கரீன்காரர்கள் பெரும்பான்மை பர்மீயரோடு சேர்ந்து வாழ விரும்பவில்லை. தனி நாடு கேட்டார்கள். இவர்கள் தங்கள் பகுதிகளில் இருந்து கொண்டு பர்மீய ராணுவத்தை எதிர்த்தார்கள். காவல் நிலையங்களில் இருந்து ஆயுதங்களையும் அரசாங்கக் கருவூலங்களில் இருந்து பணத்தையும் கொள்ளை அடித்தார்கள். இந்தக் குழப்பம் இன்றைக்கு வரை நீடித்துக் கொண்டுதான் இருக்கிறது.

கரீன்காரர்கள் இப்போதும் பர்மா–தாய்லாந்து எல்லையில் புரட்சி செய்து கொண்டு இருக்கிறார்கள்.

ரங்கூன் நகர் நீங்கலாக, பர்மா முழுதும் கலகக்காரர் களின் ஆதிக்கம் இருந்தது. இது 1951 வரை நீடித்தது. 1951இல் சுதந்திரத்திற்குப் பிறகு முதல் பொதுத்தேர்தல் நடந்தது. அடுத்த தேர்தல் 1956இல் நடந்தது. இரண்டிலும் AFPFL அமோக வெற்றி பெற்றது. என்றாலும், ஆரம்பத்திலிருந்தே கட்சிக்குள் பூசலும் அதிகாரப் போட்டியும் இருந்தன. இது வெளிப் படையாகத் தெரியவும் ஆரம்பித்தது. 1958இல் கட்சி இரண் டாக உடைந்தது. பிரதமர் ஊ நு தனது பிரிவிற்கு Clean AFPFL – தூய்மையான ப ச பா லா – என்றுப் பெயர் இட்டார். மற்றவர்கள் Stable AFPFL – நிரந்தரமான ப ச பா லா – என்று பெயர் வைத்துக் கொண்டார்கள். ஊ நு மஞ்சள் நிறத்தை எடுத்துக் கொண்டார். பிரிந்து போனவர்கள் சிவப்பு நிறத்தை எடுத்துக் கொண்டார்கள். பாராளுமன்றத் தில் நம்பிக்கையில்லாத் தீர்மானம் வந்தது. AFPFL–இன் பெரும்பாலான உறுப்பினர்கள் சிவப்புக் கட்சிக்கு ஆதரவாக–ஊ நுவுக்கு எதிராக–ஓட்டளித்தார்கள். ஆனால் எதிர்க்கட்சி களின் ஆதரவோடு எட்டு வாக்குகள் வித்தியாசத்தில் ஊ நு ஆட்சியைத் தக்கவைத்துக் கொண்டார். ஆனால் அவரால் தொடர்ந்து மூன்று மாதங்களே ஆட்சி செய்ய முடிந்தது. பாராளுமன்றத்திற்குள்ளே மட்டுமில்லை, நாடு முழுவதும் ஆங்கங்கே பிரச்சினைகள் எழுந்தன. கலகக்காரர்களின் ஆதிக்கம் மீண்டும் அதிகரித்தது. ஊ நு, ராணுவத் தளபதியான நே வினை அழைத்து 'கட்சி பிளவு பட்டதால், நிலைமை சரியில்லை. ஆதலால், அரசியல் சாசனத்தின்படி, ஆறு மாத்திற்கு ராணுவ ஆட்சி நடத்தி, அதன் பிறகு தேர்தல் நடத்தி, அதில் வெற்றி பெற்றவர்களுக்கு அதிகாரத்தைக் கொடுத்து விடுங்கள்' என்று சொன்னார்.

அப்படியாக ஆட்சிக்கு வந்த ராணுவம் துரிதமாக பல நடவடிக்கைகள் எடுத்தது. அந்தக் காலகட்டத்தில் ஊரெங்கும் கலகக்காரர்களும் கொள்ளைக்காரர்களும் இருந்ததனால், சூரிய அஸ்தமனத்திற்குப் பிறகு பேருந்து, ரயில், கப்பல் என்று எல்லா வாகனங்களும் நின்றுவிடும். பொழுது விடிந்ததும்தான் போகும். ராணுவ ஆட்சி வந்ததும், 'நாங்கள் பாதுகாப்பளிக்கிறோம்; நீங்கள் போங்கள்' என்று சொன்னார்கள். இரவு நேரங்களில் சிப்பாய்கள் ரோந்து போனார்கள். இதனால் கொள்ளை பெருமளவில் குறைந்து விட்டது. ராணுவ ஆட்சியில் நிர்வாகம் சீரடையத் தொடங் கியது. குறிப்பிட்ட ஆறு மாத காலம் முடியும் தறுவாயில் நே வின், "ஆறு மாதத்தில் எதுவும் செய்ய முடியவில்லை,

மேலும் ஆறு மாதம் நீடித்துக் கொடுத்தால் அந்த வருடத்தின் முடிவில் தேர்தல் நடத்தி விடுகிறேன்” என்று ஊ நுவிடம் கேட்டுக் கொண்டார். ஊ நு பாராளுமன்றத்தைக் கூட்டி, நே வினின் வேண்டுகோளை முன் வைத்தார், சிவப்பு – மஞ்சள் எல்லோரும் ராணுவத்திற்கு ஆதரவாக வாக்களித்தார்கள். இன்னொரு ஆறு மாதம் நீட்டித்து கொடுத்தார்கள். ஒரு வருட ராணுவ ஆட்சிக்குப் பிறகு – 1960இல் – நே வின் சொன்ன படியே தேர்தல் நடத்தினார்.

சிவப்பு – மஞ்சள் கட்சிக்காரர்கள் இருவரும் தீவிரமாகப் பிரச்சாரம் செய்தார்கள். ராணுவத்தின் ஆதரவு சிவப்புக் கட்சிகாரர்களுக்கு இருந்தது. ஆனால் அந்தத் தேர்தலில், மஞ்சள் கட்சி பெரிய வெற்றி பெற்றது. இதற்கு ஒரு காரணம், அவர்கள் புத்த மதத்தை தேசிய மதமாக்குவதாக வாக்குறுதி கொடுத்தார்கள். புத்த மதத்திற்கு எல்லாச் சலுகைகளும் கொடுப்பதாகச் சொன்னார்கள். அதனால், புத்த பிக்குகள் எல்லோரும் தேர்தல் வேலை செய்தார்கள். மாணவர்களுக்கும் தொழிலாளர்களுக்கும் நிறைய வாக்குறுதிகள் கொடுத்தார்கள். அவர்களும் மஞ்சள் கட்சிக்கு வேலை பார்த்தார்கள். தவிர, மஞ்சள் நிறம் புத்த மதத்தையும் தூய்மையையும் குறிக்கும். இதுவும் மஞ்சள் கட்சிக்கு வாய்ப்பாகப் போய்விட்டது. ஜெயிப் பார்கள் என்று எதிர்பார்த்த சிவப்புக் கட்சித் தலைவர்கள் பலரும் தோற்றுப் போய்விட்டார்கள்.

இந்தமுறை ஆட்சிக்கு வந்ததும் ஊ நு ஒரு புதிய பொருளா தாரத் திட்டத்தைக் கொண்டு வந்தார். இது ஏற்றுமதி – இறக்குமதி வர்த்தகத்தில் ஈடுபட்டிருந்த வெளிநாட்டினர்மீது பேரிடியாக இறங்கியது. அந்நியர்கள் யாருக்கும் ஏற்றுமதி – இறக்குமதி வர்த்தகத்திற்கான உரிமம் (*License*) அளிக்கப்பட மாட்டாது என்பதுதான் ஊ நு கொண்டு வந்த சட்டம். அதற்கு முன்பும் இந்தச் சட்டம் இருந்தது. ஆனால் பெயரள விற்குத்தான். ஆளுங்கட்சி, தங்களுக்குத் தேர்தலில் வேலை செய்த கட்சித் தொண்டர்களுக்கும் வேண்டப்பட்டவர்களுக் கும் இந்த உரிமங்களை வழங்கும். இதைப் பெற்ற பர்மீயர் களுக்கு, வர்த்தகத்தில் எந்த ஈடுபாடும் இராது. அவர்களிடம் மூலதனம் இராது. நிர்வாகமும் தெரியாது. ஆதலால் அவர்கள் தங்களுக்குப் பரிசாகக் கிடைத்த உரிமத்தை, வர்த்தகத்தில் முன்னணியில் இருந்த சீனர்களுக்கும் இந்தியர்களுக்கும் விற்று விடுவார்கள். இது எல்லோருக்கும் தெரிந்து, வெளிப்படை யாகவே நடந்தது. தேர்தலில் தங்களுக்கு வேலை செய்தவர் களுக்குக் கைமாறு செய்ய வேண்டும் என்று நினைத்ததால், அரசியல் கட்சிகள் இதைக் கண்டு கொள்ளவில்லை.

ஊ நு வெளிநாட்டு வர்த்தகர்கள் பயனடைவதைத் தடுப்பதற்காக 20 கூட்டமைப்புகளைத் தொடங்கினார். இதில் பர்மீயர்கள் மட்டுமே பங்குதாரர் ஆகலாம். பங்கு ஒன்றின் விலை பத்தாயிரம் ரூபாய். இந்தக் கூட்டமைப்புகள் மட்டுமே ஏற்றுமதி – இறக்குமதியில் ஈடுபடலாம். தனியார் நிறுவனங்கள் இதைச் செய்ய முடியாது. இன்னும் ஒருபடி மேலே போய், இந்தக் கூட்டமைப்புகள் மட்டுமே இறக்குமதி செய்யப்பட்ட பொருள்களை வாங்கிச் சில்லறை வியாபாரம் செய்ய முடியும் என்றும் ஒரு சட்டம் கொண்டு வந்தார் ஊ நு. பெரிய வர்த்தகர்கள் மட்டுமல்ல, சிறிய மூலதனத்தில் தொழில் நடத்தி வந்த அந்நியர்களின் சிறிய வியாபாரங்களும் நொடித்துப் போயின. இந்திய வம்சாவழியினர் தங்கள் வியாபாரங்களைத் தொடர்ந்து நடத்த முடியாமல் சொந்த நாட்டிற்குத் திரும்பும்படியான நிலைமை ஏற்பட்டது. இந்தத் திட்டத்தைப் பல பர்மீயர்களே வரவேற்கவில்லை. உரிமத்தை வாங்கி விலைக்கு விற்பதே அவர்களுக்கு வசதியான ஏற்பாடாக இருந்தது.

இந்த நிலையில் புத்த பிக்குகள் பர்மாவின் தேசீய மதமாக புத்தமதத்தை அறிவிக்கவேண்டும் என்று ஆர்ப்பாட்டம் செய்தனர். இதனால் புத்தமதம் பர்மாவின் தேசீய மதமாக ஆனது. மேலும் சனி – ஞாயிறு விடுமுறை என்று இருந்தது, பூர்வ பக்ஷம் – அமர பக்ஷம் என்று மாற்றப்பட்டது. அதாவது அமாவசை அன்றும், பௌர்ணமி அன்றும் விடுமுறை. பிறகு அமாவாசையிலிருந்து ஏழாம் நாளும், பௌர்ணமியிலிருந்து ஏழாம் நாளும் விடுமுறை என்றானது. இதைத் தவிர ஞாயிறு விடுமுறை. புத்த பிக்குகளைத் திருப்திப்படுத்த இதைப் போன்ற பல உத்தரவுகள் பிறப்பிக்கப்பட்டன.

மாட்டு இறைச்சிக் கடைகள் வைத்திருந்த பலர் சிவப்புக் கட்சிக்கு ஆதரவாக இருந்தனர். இதனால் மாட்டை அறுக்கக் கூடாது என்று ஊ நு பதவிக்கு வந்த உடனே உத்தரவு போட்டார். இதனால் இறைச்சிக் கடைகளில் இருந்தவர்களுக்கு வேலை போனது.

பிறகு, கல்லூரி மாணவர்கள் தங்களுக்குக் கொடுத்த வாக்குறுதிகளை நிறைவேற்றச் சொல்லி ஆர்ப்பாட்டம் செய்தார்கள். நாடாளுமன்ற உறுப்பினர்கள் அவையை விட்டு வெளியே வரமுடியாத அளவிற்கு ஆர்ப்பாட்டம் நடந்தது. ‘ஊ நு வேண்டாத வாக்குறுதிகள் கொடுத்து மக்களை ஏமாற்றுகிறார், ஏடாகூடமான திட்டங்களைச் செயல்படுத்த முனைகிறார்’ என்று ராணுவத்தினரிடம் அதிருப்தி எழுந்தது. ராணுவ ஆட்சி வரப் போகிறது என்று வதந்திகள் உலவின. கடைசியாக வந்தே விட்டது.

1962ஆம் ஆண்டு மார்ச் மாதம் 2ஆம் தேதி அதிகாலையில் ராணுவம் ஆட்சியைக் கைப்பற்றியது. அரசியல் தலைவர்கள் பலரையும் கைது செய்தது. காலையில் வானொலியில் மக்களுக்கு விடுத்த செய்தியில் நே வின் நாட்டின் நன்மைக்காக ராணுவம் இந்தப் பொறுப்பை ஏற்றுக் கொண்டிருப்பதாக அறிவித்தார். அன்று தொடங்கிய ராணுவ ஆட்சி, பர்மாவில் இன்றளவும் தொடர்கிறது.

ராணுவ ஆட்சி வந்ததும் ஜீவாதார உரிமைகள் எல்லாம் போய்விட்டன. முதலில் உச்ச நீதிமன்ற நீதிபதியைக் காவலில் வைத்தார்கள்; உயர்நீதி மன்றங்களை விட்டு வைத்தார்கள். ராணுவ ஆட்சி வந்து ஒரு வாரத்திற்குப் பின் உயர் நீதிமன்றத்தில் ஒரு வழக்கு வந்தது. வாதாட வந்த வக்கீல் நீதிபதியைப் பார்த்து 'இந்த வழக்கை விசாரிக்க உங்களுக்கு அதிகாரம் இல்லை' என்றார். 'ஏன்' என்று கேட்டார் நீதிபதி. 'இப்போது பர்மாவில் அடிப்படை உரிமைகளே இல்லை; அடிப்படை உரிமைகள் இருந்திருந்தால், அரசால் உச்ச நீதிமன்ற நிதிபதியை எப்படிக் காவலில் வைக்க முடியும்?' என்று கேட்டார். நீதிபதி வழக்கை ஒத்திவைத்தார். சில பத்திரிகைகள் அப்போதும் வெளிவந்து கொண்டிருந்தன. அடுத்த நாள் காலையில் 'உயர் நீதிமன்ற நீதிபதியிடம் வக்கீல் சவால்' என்று செய்தி வந்தது. அன்றைய தினமே எல்லா நீதிபதிகளையும் நீக்கினார்கள். 'இந்த நிமிடத்திலிருந்து உங்களை வேலையிலிருந்து நீக்குகிறோம், நாளை முதல் நீதிமன்றத்திற்கு வர வேண்டாம்' என்ற தாக்கீதை எல்லா நீதிபதிகளுக்கும் கொடுத்து விட்டார்கள். ராணுவத் தளபதி நே வின் தனக்கு விருப்பமானவர்களை எல்லாம் நீதிபதியாக்கினார். அன்றிரவு நே வின் வானொலியில் பேசினார். 'தேசத்தின் நலன் கருதி அரசியலமைப்பு வழங்கியிருக்கும் எல்லா அடிப்படை உரிமைகளும் உடனடியாக நிறுத்தி வைக்கப்படுகின்றன' என்று அறிவித்தார். அடிப்படை உரிமைகள்தான் ஒரு ஜனநாயக அமைப்பின் ஆதாரம். இந்தியாவில் 1975இல் நெருக்கடிநிலை பிரகடனப் படுத்தியபோது வானொலியில் வந்த முதல் அறிவிப்பு, ஜனாதிபதி பக்ருதீன் அலி அஹமது அடிப்படை உரிமைகளை நிறுத்தி வைக்கிற சாசனத்தில் நேற்று நள்ளிரவு கையெழுத்திட்டார் என்பதுதான். பர்மாவில் 1962ஆம் ஆண்டு நிறுத்தி வைக்கப்பட்ட அடிப்படை உரிமைகள், மக்களுக்கு இன்று வரை திரும்பக் கிடைக்கவில்லை. மக்கள் ஜீவதார உரிமைகள் இல்லாமல்தான் வாழ்ந்து கொண்டிருக்கிறார்கள். உச்ச நீதிமன்றத்தின் பெயரை *Chief Appellate Court* என்று மாற்றிவிட்டார்கள்.

நே வினுக்கு பாராளுமன்ற ஜனநாயகத்தில் நம்பிக்கை இல்லை. அரசியல் கட்சிகளுக்கும் ஜனநாயகத்திற்கும் ராணுவ ஆட்சியில் இடம் இல்லை. அவர் தனது கொள்கையாக "பர்மீய வழியிலான சோசலிசம்" என்பதை அறிவித்தார்.

1963ஆம் ஆண்டு சிகரெட் தொழிற்சாலைகளை தேசீயமய மாக்கினார்கள். அவை அரசுக்கு முறையாக வரி செலுத்த வில்லை என்று காரணம் சொல்லப்பட்டது. 1964இல் எல்லா வங்கிகளையும் தேசீயமயமாக்கினார்கள். பல இந்திய வங்கி களும், வெளிநாட்டு வங்கிகளும், *Economical Bank, State Commercial Bank* போன்ற பர்மீய வங்கிகளும் நல்ல லாபத்தில் நடந்து வந்தன. சனிக்கிழமை மதியம் வங்கிகளை மூடுகிற நேரத்தில் ராணுவத்தினர் துப்பாக்கிகளுடன் வந்து, கணக்கு வழக்குகளை ஒப்படைக்கச் செய்தார்கள். வங்கி ஊழியர் களுக்கு வழங்கியிருந்த வாகனங்கள், குடியிருப்பு போன்ற வற்றையும் எடுத்துக் கொண்டார்கள். காரிலே வங்கிக்கு வந்த மேலாளர்கள் வீட்டிற்குத் திரும்பிச் செல்ல பேருந்திற் காக வரிசையில் நின்றார்கள். அவர்களில் பலருக்கு எந்தப் பேருந்து தங்கள் வீட்டிற்குப் போகுமென்பது கூடத் தெரியாது. சில பேரிடம் பேருந்துக் கட்டணம் கூட இல்லை. வெளிநாட்டு ஊழியர்கள் தத்தமது நாடுகளுக்குத் திரும்ப வேண்டும் என்று உத்தரவு போட்டார்கள். வங்கிகளை அதிரடியாக தேசீய மயமாக்கியது, பர்மாவில் பலத்த பாதிப்பை ஏற்படுத்தியது. தொழில் செய்யக் கடன் வாங்கியவர்கள் உடனடியாக பணத் தைத் திருப்பிச் செலுத்துமாறு நிர்ப்பந்திக்கப்பட்டார்கள். எல்லா வங்கிகளையும் ஒன்றாகச் சேர்த்து *State Commercial Bank* என்ற ஒரே வங்கியாக்கினார்கள். மூடப்பட்ட வங்கி ஊழியர் களின் வேலை பறி போயிற்று. பல தொழில்கள் முடங்கின.

இதில் வேலை இழந்தவர்களில் பலர் பர்மீயக் குடியுரிமை பெற்றவர்கள்தாம். உதாரணத்திற்கு, எனது தம்பி சாட்டர்ட் வங்கியில் வேலை பார்த்தார். ஊ நுவின் ஆட்சியில் பொறுப் பான வேலைகளில் இருப்பவர்கள் பர்மீயக் குடிமக்கள் ஆக வேண்டும் என்று சட்டம் வந்தபோது, பர்மீயக் குடியுரிமை பெற்றார். இந்த வங்கிகளில் வேலை பார்த்தவர்களில் பலரும் இந்தியர்களே. காரணம் நம்மவர்கள் கடுமையாக உழைப் பார்கள்; குறைந்த ஊதியத்தில் திருப்திப்படுவார்கள். செல வினங்களைச் சுருக்கிக் கொள்வார்கள். சொற்ப சம்பளத்தில் சேமிக்கவும் செய்வார்கள். இப்படிப்பட்ட ஊழியர்கள் அனைவரின் வேலையும் பறி போயிற்று.

எனது தம்பியும் அவரது சகாக்களும் தங்கள் வங்கியின் லண்டனில் உள்ள தலைமை அலுவலகத்திற்குக் கடிதம்

எழுதினார்கள். லண்டன் அலுவலகம், 'நாங்கள் இதில் செய்யக் கூடியது ஒன்றுமில்லை; வேண்டுமானால் நீங்கள் இந்தியா விற்குச் சென்று, வங்கியின் இந்தியக் கிளையில் உங்கள் நிலைமையைச் சொல்லுங்கள்' என்று ஆலோசனை வழங்கியது. எனது தம்பி தனது பர்மீயக் குடியுரிமையை திரும்பக் கொடுத்து விட்டு, இந்தியத் தூதரகத்திலிருந்து சான்றிதழ் வாங்கிக்கொண்டு இந்தியா சென்றார். ஆனால் அங்கே அவருக்கு சுலபத்தில் வேலை கிடைக்கவில்லை. நீண்ட நாள் முயற்சித்த பிறகு வங்கியின் கல்கத்தா கிளையில் அவருக்கு வேலை கிடைத்தது.

வங்கிகளைத் தேசீயமயமாக்கியதைத் தொடர்ந்து, 1964 ஜூன் மாதத்தில் எல்லா வியாபாரங்களையும் தேசீயமயமாக் கினார்கள். வியாபாரிகள் தங்கள் கடைகளையும் கணக்கு களையும் கையிருப்பில் இருந்த பண்டங்களையும் ராணுவத் திடம் ஒப்படைத்துவிட்டு வீட்டிற்குப் போனார்கள். கடை களில் மீதமிருந்த சரக்குகளை ராணுவத்தினர் விற்றார்கள். ஆனால் தேவைக்கேற்ப புதிய சரக்குகளை வாங்கவில்லை. பல கடைகளையும் வியாபார நிறுவனங்களையும் மூடிவிட் டார்கள். இதனால் பொருள்களுக்கு தட்டுப்பாடு ஏற்பட்டது; கள்ளச் சந்தையும் பெருகியது.

இதே மாதிரி பல நூறு மருந்துக் கடைகளை அரசு எடுத்துக்கொண்டு, அரசாங்க மருந்துக் கடைகளை ஏற்படுத்தியது. இவை எண்ணிக்கையில் மிகவும் குறைவு. இந்தக் கடைகளுக்குச் செல்ல மக்கள் வெகுதூரம் பயணம் செய்ய வேண்டி இருந்தது. போக்குவரத்து வசதியும் குறைவாக இருந்தது. தவிர, இந்தக் கடைகளில் உள்ளூரிலேயே ராணுவத்தினரின் ஆதரவோடு தயாரிக்கப்படும் மருந்துகள் மட்டுமே கிடைக்கும்.

வெளிநாட்டு மருந்துகளுக்குத் தட்டுப்பாடு ஏற்பட்டது.

இதே வேளையில் வெளிநாட்டு மருத்துவர்கள் பணி யாற்றக் கூடாது என்று அரசு உத்தரவிட்டது. இந்திய மருத்துவர் களுக்குத் தங்களது மருத்துவமனைகளை மூடுவதற்கு போதிய அவகாசம் இருக்கவில்லை. தாங்கள் பாடுபட்டு உருவாக்கிய மருத்துவமனைகளையும் சாதனங்களையும் கிடைத்த விலைக்குத் தள்ளிவிட்டுச் சொந்த நாட்டுக்குத் திரும்பினார்கள்.

ராணுவ ஆட்சியில் விவசாயம் கடுமையாக பாதிக்கப் பட்டது. 1948இல் சுதந்திரம் வருவதற்கு முன்னரே, 1947இல் ஊ நுவின் இடைக்கால அரசாங்கம் பொறுப்பில் இருந்த போதே, நிலங்களை எல்லாம் தேசீயமயமாக்கி விட்டார்கள். 30–40 ஏக்கர் என்று உச்சவரம்பு வைத்து அதற்கு மேல் உள்ள நிலங்களை அரசாங்கம் எடுத்துக் கொண்டுவிட்டது.

இதில் நாட்டுக்கோட்டைச் செட்டியார்கள் கடுமையாகப் பாதிக்கப்பட்டார்கள். சிலர் நஷ்ட ஈடு கிடைக்கும் என்று காத்திருந்தார்கள். ஒன்றும் கிடைக்கவில்லை.

ஒரு நிலச்சுவான்தாருக்கு 5,000 ஏக்கருக்கு மேல் நிலம் இருந்தது. அவரோட நிலத்தை அவர் நடந்து போய்ப பார்க்க முடியாது. நதியில் படகில் போய்த்தான் பார்க்க முடியும். அவர்தான் களஞ்சியம் மரைக்காயர். இராமநாதபுரம் மாவட்டம் கீழக்கரைக்கு அருகில் உள்ள சித்தார் கோட்டையைச் சேர்ந்தவர். அவர் கொடுத்த யுத்த நிதிகளையும் நன்கொடைகளையும் பார்த்தால் வியப்பாக இருக்கும். அவருக்கு நிறையப் பிள்ளைகள். எல்லோரையும் நன்றாகப் படிக்க வைத்தார். மரைக்காயர் அந்தக் காலத்திலேயே ஹஜ்ஜீக்குப் போனவர். இப்போதெல்லாம் ஹஜ்ஜீக்குப் பிக்னிக் மாதிரி போய்வந்து விடுகிறார்கள். ஜித்தாவில் போய் இறங்கியவுடன் இரண்டு மூன்று மணி நேரத்தில் காரில் மக்காவிற்குப் போய்விடலாம். மக்காவிலிருந்து மதினாவிற்கு இன்னொரு இரண்டு மூன்று மணி நேரக் கார் பயணம். அப்போதெல்லாம் இப்படி இல்லை. கரடு முரடான பாதை, பாலைவனம், ஐயப்ப பக்தர்களைப் போல 'கல்லும் முள்ளும் காலுக்கு மெத்தை' என்று பாடியபடி தான் போயிருப்பார்கள். மரைக்காயர் ஐந்து நேரம் தொழுவார், எளிமையாக உடுத்துவார். நிலங்கள் தேசீயமயமானவுடன் இருக்கிற வீட்டைத் தவிர எல்லாம் போய்விட்டது.

அவரது மகன் சாஹா என்கிற சாஹுல் ஹமீது மதுரை அமெரிக்கன் கல்லூரியில் பட்டம் பெற்றவர். நல்ல படிப்பாளி. கதை, கட்டுரைகள் எல்லாம் சிறப்பாக எழுதுவார். சாஹுல் ஹமீதுடன் நானும் சில நண்பர்களும் சேர்ந்து வயதானவர்களுக்கு இலவச மாலைப் பள்ளிக்கூடம் நடத்தினோம். நிறையப் பேர் படித்தார்கள். சாஹா இப்போதும் பர்மாவில் இருக்கிறார். 90 வயது இருக்கும். நான் பர்மாவிற்குப் போகும்போது சந்திப்பேன். முன்னால் அடிக்கடி கடிதம் எழுதுவார். சமீபத்தில் தொலைபேசியில் பேசிக்கொண்டோம். அவருக்கு இப்போது வயது 93.

தமிழகத்து நிலச்சுவான்தார்கள் நிலங்களை இழந்ததால் அவர்களிடம் வேலை பார்த்த குத்தகை விவசாயிகளும் கூலி விவசாயிகளும் பாதிக்கப்பட்டார்கள். நிரந்தர வேலை கிடைக்காமல் சிரமப்பட்டார்கள். அரசாங்கம் கையகப்படுத்திய நிலங்கள், அரசாங்கத்திற்கு வேண்டப்பட்ட பர்மீயர்களின் கைகளுக்குப் போனது. ஆனால் பர்மீயர்களால் நம்மவர்களைப் போல் திறமையாக விவசாயம் செய்ய முடியவில்லை.

ராணுவ ஆட்சியில் விவசாயம் மேலும் பாதிக்கப்பட்டது. வியாபாரமும் தொழிலும் தேசீயமயமானதால், அரிசியை அரசாங்கத்திடம் தான் கொடுக்கவேண்டும். சம்பான் படகில் அரிசியைக் கொண்டு போவார்கள். அரசாங்கம் கொள்முதல் செய்கிற இடத்தில் நான்கு படகுகளை அணைக்கிற வசதி இருக்கும். பத்துப் படகுகளை இடித்துப் பிடித்து நிறுத்தலாம். ஆனால் அங்கே நூறு படகுகள் வரிசையாக நிற்கும். அப்போது விவசாயிகளுக்கும் அதிகாரிகளுக்கும் இடையில் தரகர்கள் தோன்றி விடுவார்கள். அவர்களை முதலில் கவனித்தால்தான் கொண்டு போன அரிசியை விற்க முடியும் என்ற நிலைமை ஏற்பட்டது. பர்மீயர்களுக்கும் இதே நிலைமைதான். ஆக, விவசாயம் செய்து பிழைக்க முடியாது என்ற நிலை ஏற்பட்டது.

இதற்கு முந்தையச் சட்டங்களையெல்லாம் தூக்கியடிக்கும் படியான சட்டம் 1964ஆம் ஆண்டில் வந்தது. பர்மீய ரூபாய் நோட்டுகள், ஐம்பது ரூபாயும் நூறு ரூபாயும் இனிமேல் செல்லாது என்கிற அறிவிப்புதான் அது. கையில் இருக்கும் பணத்தை நாட்டின் ஒரே வங்கியான *State Commercial Bank*இல் கொடுத்து ரசீது பெற்றுக்கொள்ள வேண்டும். சிலர் அப்போதே சொல்லிவிட்டார்கள் – 'இந்த ரசீதை வைத்துக் கொண்டு ஒன்றும் செய்ய முடியாது'.

என்னுடைய தமையனார் பர்மா ரயில்வேயில் வேலை பார்த்தார். சனிக்கிழமை சம்பளம் வாங்கிக்கொண்டு வந்தார். அடுத்த நாள் வீட்டு வாடகை, மளிகைக் கடை, பால்காரன், காய்கறிக்காரன் எல்லோருக்கும் கணக்கு தீர்க்க வேண்டும். அன்றிரவு பர்மீய நோட்டுகள் ஐம்பது ரூபாயும், நூறு ரூபாயும் செல்லாது என்று அறிவித்தார்கள். இவருக்கு இதயம் நின்று போனமாதிரி ஆகிவிட்டது. திங்கட்கிழமை காலை வங்கிக்குப் போய் வரிசையில் நின்றார், ஒரு மாதம்தான் உழைத்ததற்கு அரசாங்கம் கொடுத்த சம்பளப் பணத்தை அதே அரசாங்கத்தின் வங்கியில் செலுத்துவதற்கு. இவரைப் போல பல பேர் அங்கே நின்றார்கள். கரன்ஸி செல்லாது என்கிற முடிவு பணக்காரர்களை மட்டுமல்ல சாதாரண மாதச் சம்பளக்காரர்களையும் பாதித்தது. சிலபேர் பணத்தை திரும்பிக் கொடுக்கவில்லை. சிலபேர் கொண்டு போய்க் கொடுத்து ரசீது வாங்கினார்கள். அந்தப் பணத்தை எப்படிச் சம்பாதித்தோம் என்று கணக்கும் காட்டினார்கள். ஆனால் இவர்கள் வங்கியில் செலுத்திய பணம் முழுவதுமாகத் திரும்பக் கிடைக்கவில்லை. உதாரணமாக, பத்தாயிரம் ரூபாய் செலுத்தியவர்கள், பல மாதங்கள் நடையாய் நடந்தபிறகு 1700 ரூபாய் திரும்பப் பெற்றார்கள். இந்தச் சட்டங்களால்

இந்தியர்கள் மட்டுமல்ல, பர்மீயர்களும் பாதிக்கப்பட்டார்கள். ஆனால் அரசாங்கமும் பத்திரிகைகளும் அவர்களது துயரங் களுக்கு எல்லாம் காரணம் அந்நியர்களே என்று சொல்லி வந்தது.

ராணுவ ஆட்சி கொண்டுவந்த பொருளாதாரத் திட்டங் கள், வங்கிகளையும் தொழில்களையும் தேசீயமயமாக்கியது, அவர்களது 'பர்மீய வழியிலான சோசலிசம்' எதுவும் பலனளிக்க வில்லை. தங்களது தோல்வியை ஒப்புக்கொண்டு பாதையை மாற்றிக் கொள்ள அவர்கள் தயாராயில்லை. விலைவாசியும் பற்றாக்குறையும் அதிகரித்தது. ஓட்டுக்காக மக்களிடம் செல்ல வேண்டிய அவசியம் ராணுவ ஆட்சியாளர்களுக்கு இல்லை. ஆனால் மக்களின் அதிருப்தி புரட்சியாக மாறாமலிருக்க வேண்டும் என்பதில் கவனமாக இருந்தார்கள். அதற்கு மக்களை மயக்கத்தில் ஆழ்த்த வேண்டும். 'நமது துயரங்களுக்கெல்லாம் காரணம் அந்நியர்களே, ஆகவே அவர்கள் மீது நடவடிக்கை எடுக்கிறோம்' என்று ராணுவம் சொல்லி வந்தது, இந்தியர்கள் மீதான வெறுப்பை வளர்த்தது. பர்மீயர்களின் பொறாமை மிகுந்தது. அது கோபமாக மாறியது.

14

அழுக்காறு வெகுளி

நூறு, நூற்றைம்பது ஆண்டுகளுக்கு முன்னால் பர்மா சுபிட்சமாக இருந்தது. மக்கள்தொகை குறைவாக இருந்தது. அப்போது பர்மா, மலேசியா, தாய்லாந்து, இந்தோனேசியா போன்ற இயற்கை வளமுள்ள கிழக்காசிய நாட்டு மக்களுக்குச் சேமிக்கும் வழக்கமில்லை. நாளையை பற்றிக் கவலையில்லை. இருப்பதைக் கொண்டு வாழ்ந் தார்கள். அப்போது ஆங்கிலேயர்களின் ஆட்சி வந்தது. ரயில் வந்தது. கார்கள் வந்தன. ரயில் தடங்கள் போடவும், ரயில் ஓட்டவும், சாலைகள் போடவும், கார் ஓட்டவும், பழுது பார்க்கவும் ஆட்கள் தேவைப்பட்டார்கள். விவசாயத்தைப் பெருக்கவும், புதிய தொழில்கள் தொடங்கவும், நிர்வாகம் செய்யும் ஆங்கிலேயர்கள் இந்தியர் களைக் கொண்டு போனார்கள். பாரந் தூக்கி களும் கொள்கலன்களும் இல்லாத காலத்தில், மூட்டைமூட்டையாகச் சரக்குகளைக் கப்பலில் ஏற்றி இறக்கியவர்கள் இந்தியர்கள். கரடு முரடு, காடு மேடாக இருந்த பிரதேசத்தைச் சமநிலை யாக்கி, சாலைகளும் ரயில்பாதைகளும் அமைத்த வர்கள் இந்தியர்கள். பர்மாவை ஒரு நெற்களஞ்சிய மாக ஆக்கியவர்கள் இந்தியர்கள். பர்மாவிலிருந்து நெல் ஏராளமாக ஏற்றுமதியானதற்கு இந்தியர் களின் உழைப்புதான் காரணம்.

ஆனால் காலம் செல்லச் செல்ல, உள்நாட்டு அரசியல்வாதிகளும் பத்திரிகைகளும் பர்மீயர்

களை இந்தியர்களுக்கு எதிராகத் தூண்டிவிட்டார்கள். இந்தியர்கள் தமது நாட்டுச் செல்வங்களைக் கொள்ளையடித்துக் கொண்டு போவதாக பர்மீயர்களும் நினைத்தார்கள். நாம் வெளிநாட்டிலிருந்து வந்தோம். உண்மைதான். ஆனால், அந்த நாட்டைப் பாடுபட்டு கட்டி எழுப்பினோம். நாம் போகவில்லையென்றால்கூட, இவர்கள் மத்தியகிழக்கு நாடுகளைப் போல, அந்நியர்களை வேலைக்கு அமர்த்தி இருக்கவேண்டும். நூற்றுக்கு பத்துப் பேர் வேண்டுமானால் அவர்கள் நினைக்கிற மாதிரி இருந்திருக்கலாம். ஆனால் 90 சதவீதத்தினர் இந்த நாட்டை உழைத்து உருவாக்கியவர்கள். இரண்டு, மூன்று தலைமுறைகளாக 'இதுதான் நம் நாடு; நமது மண்' என்று நம்பி இருந்துவிட்டவர்கள். சொந்த உழைப்பில் முன்னேறிய இவர்களைப் பார்த்து பர்மீயர்கள் பொறாமைப்பட ஆரம்பித்தனர்.

இந்தியர்களுக்கெதிரான முதல் கலகம் 1930இல் வந்தது. கப்பலில் பாரந்தூக்கிப் பிழைத்து வந்த ஆந்திரக் கூலித் தொழிலாளிகளுக்கு எதிராக ஆர்ப்பாட்டம் செய்தார்கள். 1938 முதல் 1940 வரை, இங்கிலாந்து ஆட்சியின்கீழ், 'கலூன்' ஊ சோ என்பவன் பிரதம மந்திரியாக இருந்தான். அவன், இந்தியர்களுக்கு எதிரான துவேஷத்தை அதிகமாகத் தூண்டி விட்டான். 1941இல் ஜப்பானியர்கள் குண்டு வீச்சிற்குப் பின் கால்நடையாக இந்தியாவிற்குப் போனவர்கள் பலர். 1942இல் ஜப்பானியர்களின் ஆட்சி அமைக்கப்படுவதற்கு முன்னால், சொத்துக்களை இழந்து, வீடு வாசலை இழந்து, அகதிகளாக அலைந்தவர்கள் பலர். 1948இல் பர்மா சுதந்திரம் பெற்றதிலிருந்தே இந்தியர்களுக்குக் குடியுரிமைச் சிக்கல்கள் அதிகரித்தன. சட்டங்கள் இந்தியர்களுக்கு எதிராக அமைந்தன. ஊருக்கு, வீட்டுக்குப் பணம் அனுப்ப முடியவில்லை; போய்வர முடியவில்லை. 1962இல் வந்த ராணுவ ஆட்சி அனைத்தையும் தேசியமயமாக்கியது. 1948இலேயே நிலங்களை தேசியமயமாக்கல் ஆரம்பித்துவிட்டது. 1964இல் கரன்ஸி செல்லாமல் போனது. தொழில் இழந்து, கைப்பொருள் இழந்து இந்தியர்கள் வீடு திரும்பினர்.

இந்தியர்கள் மீது பர்மீயர்களுக்கு இவ்வளவு வெறுப்பு எப்படி வந்தது? இந்தியர்கள் எல்லாத் துறைகளிலும் முன்னணியில் இருந்தார்கள். அது பர்மீயர்களின் பொறாமையை வளர்த்தது. சில உதாரணங்கள் சொல்கிறேன்.

சூரத்தீ பஜார்

ரங்கூனில் பெரிய சில்லறை விற்பனைக் கடைகளைக் கொண்டது சூரத்தீ பாரா பஜார். சூரத்காரர்களின்

பன்னிரண்டு பஜார்கள். இதன் உரிமையாளர்கள் சூரத்தி லிருந்து வந்த முஸ்லிம்கள். இந்தக் காலத்து சூப்பர் மார்க்கெட் மாதிரி பர்மாவில் பன்னிரெண்டு இடங்களில் இருந்தன. ரங்கூனில் மட்டும் ஆறு இடங்களில் இருந்தன. மத்திய ரங்கூனில் நான்கு – A, B, C, D என்று. ஒவ்வொரு பஜாரும் ஒவ்வொரு வீதியில் இருக்கும். கிழக்கு ரங்கூனில் போகலே என்ற இடத்தில் போகலே பஜார், வடக்கு ரங்கூனில் காண்டோகலே பஜார், மாந்தலேயில் ஒன்று, மோல்மேனில் ஒன்று. எல்லாமாகச் சேர்ந்து பன்னிரண்டு பஜார்கள். ஒரு பஜாரில் ஆயிரக் கணக்கான கடைகள் இருக்கும். நல்ல வாடகை வரும். ஒவ்வொரு பஜாரும் நான்கு மாடிக் கட்டிடத்தில் இருந்தன. பர்மா முழுதும் இவ்வளவு பெரிய பஜார்கள் வேறு இல்லை. ஒரு மாடி முழுதும் தென் இந்தியர்களுடைய கடைகள் இருக்கும். சங்கு மார்க், முட்டை மார்க், சக்கரம் மார்க்– இப்படிக் கைலிகள் கிடைக்கும். பனாராஸ் புடவைகள், காஞ்சிபுரம் புடவைகள் கொட்டிக் கிடக்கும். தரைத் தளம் முழுதும் இறைச்சி, காய்கறிக் கடைகள் இருக்கும். நல்ல கொழுந்து வெற்றிலை இருக்கும்.

அங்கு விற்கப்படும் பல பொருள்களையும் சூரத்திகளே பர்மாவில் தயாரித்தார்கள். ரப்பர் ஷூக்கள் முதன்முதலாக சூரத்தி பஜாரில்தான் வந்தன. தரமான பொருள்களாக இருக்கும். பெண்கள் அங்கேதான் சோப் வாங்க வேண்டு மென்பார்கள், அப்போதுதான் நன்றாக அழுக்குப் போகு மென்பார்கள். இந்த சோப்பின் தயாரிப்பாளர்கள் இ.ஸி. மதா கம்பெனியினர். இவர்கள் குடைத் தயாரிப்பிலும் வல்லவர்கள். மான் மார்க் குடைகள் அவர்களுடையதுதான். செட்டியார்கள் உள்ளதிலேயே நல்ல குடை வாங்குவார்கள். ஒரு குடை நாலரை ரூபாய். நாங்கள் மூன்று ரூபாய்க் குடை வாங்குவோம். மூன்று நான்கு வருடங்களுக்கு வரும்.

இந்தக் கடைகளும் பொருள்களின் தரமும் அவற்றின் வியாபாரமும், 'எங்களைப் பார்த்துப் பொறாமைப்படுங்கள், பொறாமைப்படுங்கள்' என்று இந்தியர்கள் பர்மீயர்களிடம் சொல்வதைப் போலத்தான் இருந்தன.

ஜப்பானியர்கள் குண்டு வீசியபோது, ரங்கூனில் சூரத்தி பஜாரில் இருந்த பல கடைகள் சிதிலமாகிப் போய்விட்டன. அப்போது பல சூரத்திகள் கிழக்கு வங்காளத்திற்கும் குஜராத்திற்கும் போய்விட்டார்கள். உள்ளூர் பர்மீயர்கள் அந்தக் கடைகளை ஆக்கிரமித்துக்கொண்டு, தங்கள் வியாபாரத்தைத் தொடங்கினார்கள். ஆங்கிலேயர் திரும்ப பர்மாவை மீட்ட போது, சூரத்திகள் திரும்ப வந்தார்கள். தங்கள் கடைகளைத்

திருப்பித் தரவேண்டுமென்று கேட்டார்கள். கடைகளை ஆக்கிரமித்த பர்மீயர்கள், கிதிறிதிலி கட்சியில் சேர்ந்து கொண்டு, இதை அரசியல் பிரச்சனையாக்கி விட்டார்கள். சூரத்திகள் வழக்குப் போட்டார்கள். நீதிமன்றத் தீர்ப்பு அவர்களுக்கு சாதகமாக இல்லை. உச்ச நீதிமன்றத்தில் மேல் முறையீட்டிற்குப் போனார்கள். அங்கே வழக்கு சூரத்தி களுக்குச் சாதகமாகப் போய்க் கொண்டிருந்தபோது, தொழில் கள், வியாபாரங்கள் எல்லாம் தேசீயமயமாகி விட்டன. இவர்களுக்கு நஷ்டஈடு கூடக் கிடைக்கவில்லை. இவர்களில் பலர் கிழக்கு வங்காளத்திற்கும் பாகிஸ்தானுக்கும் போனார் கள். கிழக்கு வங்காளத்திற்குப் போனவர்கள் சணல் உற்பத்தி யில் ஈடுபட்டுச் சிறந்து விளங்கினார்கள். ஆனால் அங்கே யுள்ள அரசியல் காரணங்களால் நீடித்து நிற்க முடியவில்லை. பாகிஸ்தானுக்குப் போன பலர் அங்கே முதல்தரமான தொழிலதிபர் ஆனார்கள்.

வழக்கறிஞர்கள்

பர்மாவில் முதல்தரமான வக்கீல்கள் பலரும் இந்தியர் களாகவே இருந்தார்கள். பிற்பாடுதான் பர்மீயர்களிலும் நல்ல வக்கீல்கள் வரத் தொடங்கினார்கள். ஒருமுறை பிரதமர் ஊ நுவிற்கு ஒரு சட்டப் பிரச்சனை வந்தது. அவர் தனியார் வக்கீல் ஒருவரை ஏற்பாடு செய்துகொள்ள வேண்டியிருந்தது. அப்போது அவர் தேர்ந்தெடுத்தது, பாசு வெங்கட்ராம் என்கிற இந்திய வழக்கறிஞரை. அந்தக் காலத்திலேயே ஒவ்வொரு ஆலோசனைக்கும் ஆயிரம் ரூபாய் கட்டணம் வாங்கிய வக்கீல் அவர். பாசு வெங்கட்ராமை அவரது அலுவலகத்தில் சந்தித்து, வழக்கு விவரங்களைத் தெரிவித்தார் ஊ நு. தனது அலுவலகத்திற்குத் திரும்பிய ஊ நு வழக்கறிஞரிடம் மீண்டும் ஏதோ தகவல் சொல்ல விரும்பினார். தனது உதவியாளரிடம் வழக்கறிஞரைத் தொலைபேசியில் தொடர்புகொள்ளச் சொன்னார். அப்போதுதான் ஊ நுவிற்குத் தெரிய வந்தது, வக்கீல் தனது அலுவலகத்தில் தொலைபேசியே வைத்துக் கொள்ளவில்லை என்று. தொலைபேசி இருந்தால் தொந்தரவு; கட்சிக்காரர்கள் அடிக்கடி அழைத்துப் பேசுவார்கள் என்று தொலைபேசியே வைத்துக் கொள்ளவில்லை. வேண்டுமென் றால் அலுவலகத்திற்கு வந்து பேசிக் கொள்ளட்டும் என்று சொல்லி விடுவாராம் வெங்கட்ராம். இரண்டுமுறை ஊ நுவே போய் வெங்கட்ராமைச் சந்தித்தார். அவருக்குச் சரிப்பட்டு வரவில்லை. தொலைபேசி நிறுவனத்தை அழைத்து வக்கீல் அலுவலகத்திற்கு உடனடியாகத் தொலைபேசித் தொடர்பு கொடுக்கச் சொல்லிவிட்டார்.

மருத்துவர்கள்

இந்திய டாக்டர்கள் பர்மாவில் சிறப்பாகத் தொழில் செய்து வந்தார்கள். பொது மருத்துவமனையோ தனியார் மருத்துவமனையோ எங்கே போனாலும் நம்மவர்களின் பெயர்களாய்த்தான் இருக்கும். டாக்டர் நம்பி *FRCS*, டாக்டர் சௌத்ரி *MRCP*, டாக்டர். கணேசன் *DA* என்று பெயர்ப் பலகைகள் இருக்கும்.

டாக்டர் கணேசனை எனக்கு நன்றாகத் தெரியும். என்னைவிட இளையவர். அவரது தகப்பனார் இராமனாதபுரம் மாவட்டம் திருப்பத்தூருக்குப் பக்கத்தில் உள்ள கிராமம் ஒன்றிலிருந்து பர்மாவிற்கு 'கொண்டு – விற்க' வந்தவர். கணேசன் ரங்கூனில் படித்து முடிந்ததும், அரசாங்க உதவித் தொகையில் *Doctor of Anaesthesia* படிக்க லண்டனுக்கு போனார். இவரைப் போலவே பர்மாவிலிருந்து படிக்கப் போன வங்காளப் பெண் டாக்டர் ஒருவரைக் காதலித்து, ரங்கூன் திரும்பியதும் அவரையே மணந்து கொண்டார். இரண்டு பேரும் திறமையான டாக்டர்கள். நல்ல மனிதர்கள். டாக்டரின் மைத்துனர் செஷன்ஸ் கோர்ட்டில் நீதிபதியாக இருந்தார். நான் பர்மாவிலிருந்து வரும்வரை அங்கேதான் இருந்தார்கள்.

ராஜன் என்று ஒரு தமிழ் டாக்டர் பிரபலமாக இருந்தார். ஒரு நாளைக்கு நூறு பேரையாவது பார்ப்பார். மிகுந்த இரக்க சிந்தை உள்ளவர். தன்மையாகப் பேசுவார். ஊசி போட்டு, மருந்து மாத்திரை கொடுப்பதற்கு அதிகபட்சம் ஐந்து ரூபாய் வாங்குவார். கண்டிப்பாகக் கேட்க மாட்டார். அப்போது சுதந்திர இந்தியாவின் சென்னை மாகாணத்தில், ஓ.பி. ராமசாமி ரெட்டியார் அமைச்சரவையில் டாக்டர். ராஜன் என்பவர் சுகாதார அமைச்சராக இருந்தார். அவர் காலமான போது, 'டாக்டர். ராஜன் மரணம்' என்று பத்திரிகைகளில் செய்தி வந்தது. நூற்றுக்கணக்கான மக்கள் இவர் வீட்டின்முன் கூடி விட்டார்கள். 'இறந்தது இவர் இல்லை' என்று சொன்னாலும் விடவில்லை, 'டாக்டரைப் பார்த்துவிட்டுத்தான் போவோம்' என்று சொல்லி அவர் வீட்டின் முன்னால் உட்கார்ந்து விட்டார்கள். இப்படித் தொடர்ந்து மூன்று நான்கு நாட்களுக்கு பக்கத்து கிராமங் களில் இருந்தெல்லாம் 'டாக்டரைப் பார்க்க' மக்கள் வந்து கொண்டிருந்தார்கள். டாக்டர்களுடனான உறவு அப்படி இருந்தது. எங்கள் டாக்டர் ராஜன் 1965இல் பர்மாவிலிருந்து வெளியேறி, 1967இல் அமெரிக்காவில் குடிபுகுந்தார். சில ஆண்டுகளுக்கு முன் காலமாகி விட்டார்.

சுப்ரமணிய ஐயர் என்று இன்னொரு பிரபலமான டாக்டர் இருந்தார். உள்ளே போனவுடன் ஐந்து ரூபாய் பீஸ் கொடுத்துவிட வேண்டும். நாம் ஒன்றும் பேச முடியாது. 'நீ டாக்டரா? நான் டாக்டரா?' என்று கேட்பார். நோயை இன்னதென்று கண்டுபிடித்து விடுவார். மருந்து எழுதிக் கொடுப்பார். 'இங்க வேணும்னாலும் வாங்கிக்கோ, எங்க வேணும்னாலும் வாங்கிக்கோ' என்பார். ஒரு கோர்ஸ் சாப்பிட்டால் நோய் பறந்து போகும். ஒரு நாளைக்குக் குறைந்தது நூறு பேர்களைப் பார்ப்பார். ஐந்நூறு ரூபாய் என்பது பெரிய வருமானம்.

என். சுப்பிரமணிய பிள்ளை என்று ஒரு டாக்டர் இருந்தார். என்.எஸ். பிள்ளை என்று சொல்வார்கள். அரசாங்க மருத்துவர். இவர் *cleft lip* எனப்படும் குறைபாட்டுடன், அதாவது இயற்கையிலேயே பிளவுபட்ட உதடுகளுடன் பிறக்கும் குழந்தைகளை அறுவை சிகிச்சை மூலம் குணப் படுத்துவார். *Smile Pinky* என்கிற டாக்குமெண்டரி படத்திற்கு 2009ஆம் ஆண்டு ஆஸ்கார் விருது வழங்கினார்கள். பிங்கி என்கிற ஐந்து வயது ஏழைச் சிறுமிக்கு காசியில் உள்ள ஒரு தொண்டு நிறுவனத்தின் முயற்சியால் அவளது பிளவு பட்ட உதடுகளுக்கு அறுவை சிகிச்சை செய்யப்பட்டு அந்தக் குழந்தையின் உதடுகள் பெருமளவில் சரியாகி விடுவதை இந்தப் படத்தில் நெகிழ்ச்சியோடு எடுத்திருக்கிறார்கள் என்று தொலைக் காட்சியில் காட்டினார்கள். இப்போது இந்தச் சிகிச்சை பிரபலமாகி விட்டது. ஆனால் 1933–34ஆம் ஆண்டுகளிலேயே இதைச் சர்வ சாதாரணமாகச் செய்தவர் என்.எஸ். பிள்ளை. தன்னிடத்தில் வருகிற நோயாளி களுக்கு மட்டும் என்றல்ல, இந்தக் குறைபாடு உள்ள குழந்தைகளைத் தேடிக் கண்டுபிடித்து, அவர்களை ரங்கூனிற்கு கூட்டிக் கொண்டு வந்து, அரசு மருத்துவமனையில் சேர்த்து, இந்த அறுவை சிகிச்சையைச் செய்து அனுப்புவார். இதெல் லாம் குணப்படுத்த முடியாத நோய், நம் தலைவிதி என்று நினைத்து குக்கிராமங்களில் இருக்கும் ஏழை எளியவர்களின் குழந்தைகளைக் கூட்டிக் கொண்டு வந்து குணப்படுத்தி அனுப்பி வைப்பார். தொழிலை ஒரு யாகம் போலக் கருதியவர் என்.எஸ். பிள்ளை.

டாக்டர் வாசுதேவன் என்பவர் அறுவை சிகிச்சையில் சிறந்து விளங்கினார். இவருடைய சீனியர் டாக்டரின் பெயர் சீப்போ – ஆங்கிலத்தில் *Kyi Po* என்று எழுதுவார்கள், சீப்போ என்று உச்சரிக்க வேண்டும். இவர் வாசுதேவனின் திறமையை உணர்ந்துகொண்டு ஊக்குவித்தார். இவரது முயற்சியில், மருத்துவமனை நிர்வாகம் வாசுதேவனை *FRCS*

படிக்க லண்டனுக்கு அனுப்பி வைத்தது. இப்போதெல்லாம் மருத்துவத்துறை மேற்படிப்பிற்கு அமெரிக்கா போகிறார்கள். அப்போது இங்கிலாந்திற்குப் போவார்கள். மருந்துத் துறைக்கு *Member of Royal College of Physician (MRCP)*, அறுவை சிகிச்சைக்கு *Fellow of Royal College of Surgery(FRCS)*, மயக்க மருந்து சிகிச்சைக்கு *Doctor of Anaesthesia (DA)* – இப்படி படிக்கப் போவார்கள். வாசுதேவன் இரண்டு வருடப் படிப்பை ஒரு வருடத்துக்குள் படித்து முடித்துவிட்டார். லண்டனில் இவருக்குச் சிறப்பு விருது கொடுத்து அனுப்பி வைத்தார்கள். இவர் ரங்கூன் திரும்பிய சில வாரங்களில் ஓர் ஈரல் மாற்று அறுவைச் சிகிச்சை செய்தார். உலகத்திலேயே அப்போது, அது இரண்டாவது அறுவைச் சிகிச்சை. முதலாவது, ஜப்பானில் நடந்திருந்தது. இவர் அதைவிடக் குறைந்த நேரத்தில் சிறப்பாகச் செய்து முடித்துவிட்டார். அந்தக் காலத்தில் அறுவை சிகிச்சையே அபூர்வமாகத்தான் நடக்கும். குடல் பிதுக்கம்(ஹிரண்யா என்று சொல்வார்கள்),விதை வாய்வு (ஹைட்ரோசில் என்று சொல்வார்கள்) போன்றவற்றுக்குத்தான் அறுவைச்சிகிச்சை செய்வார்கள். பிரசவத்திற்கு அறுவைச் சிகிச்சை செய்வதெல்லாம் மிகவும் குறைவு. இப்படியான காலத்தில்தான் வாசுதேவன் உறுப்பு மாற்று அறுவைச் சிகிச்சை செய்துவிட்டார். இவருடைய சீனியர் டாக்டர் சீப்போவிற்கு மிகவும் பெருமையாக இருந்தது. வெளிநாட்டு மருத்துவப் பத்திரிகைகளில் எல்லாம் பாராட்டிக் கட்டுரை எழுதினார்கள்.

ரங்கூன் தமிழ் பத்திரிகைகள் இதைப் பெரிய செய்தியாக வெளியிட்டன. டாக்டரின் படம், நோயாளியின் படம், ஈரலின் படம் எல்லாம் வரிசையாகப் போட்டார்கள். ஒரு நாள் இரண்டு நாளோடு விடமாட்டார்கள். பின்விளைவுகளை யோசிக்காமல் தொடர்ந்து ஒரு வாரத்திற்கு எழுதிக் கொண்டிருந்தார்கள்.

கால் பந்து விளையாட்டு பற்றி எழுதும்போதுகூட, ‘நன்றாக ஆடினார்கள்’ என்று, ஒரு நாள் இரண்டு நாள் எழுதுவதோடு நிறுத்த மாட்டார்கள். விளையாட்டு வீரர்களின் படம், பயிற்சியாளரின் படம், குடும்பத்தவர்களின் படம், இவர்கள் எல்லாருடைய பேட்டி என்று தினசரி எழுதிக் கொண்டே இருப்பார்கள். இதே மாதிரி வாசுதேவனைப் பற்றியும் எழுதினார்கள். கூட வேலை பார்த்த பர்மீய டாக்டர்களுக்கு இது பிடிக்கவில்லை. ஏற்கனவே அவர்களுக்கு வாசுதேவன் மீது பொறாமை. பின்பு வாசுதேவனை ரங்கூனிலிருந்து மாந்தலேவுக்கு மாற்றி விட்டார்கள். மாந்தலே பர்மாவின் இரண்டாவது தலைநகரம் என்று சொல்லலாம். இங்கே நிறைய புத்த கோயில்கள் உள்ளன. 2007இல் ராணுவ

ஆட்சிக்கு எதிராகக் கிளர்ச்சி நடந்தபோது, ரங்கூனிலும் மாந்தலேயிலும் உள்ள புத்த பிக்குகள்தான் முன்னால் இருந்தார்கள்.

மாந்தலேயில் உள்ளவர்கள் வாசுதேவனைப் பற்றி பத்திரிகைகள் வாயிலாக அறிந்திருந்தார்கள். அங்கே உள்ள புத்த பிக்குகள் எல்லாம் இவரிடம் சிகிச்சைக்கு வந்தார்கள். சின்ன நகச்சுத்தியாக இருந்தாலும் வாசுதேவன்தான் பார்க்க வேண்டும் என்று சொல்ல ஆரம்பித்தார்கள். புத்த பிக்குகளுக்குச் சமூகத்தில் மரியாதையும் செல்வாக்கும் அதிகம். அவர்கள் வீதிகளில் நடந்து வரும்போதே மக்கள் காலில் விழுந்து கும்பிடுவார்கள். டாக்டர் வாசுதேவனின் மனைவி 'கரீன்' எனும் சிறுபான்மை இனத்தைச் சேர்ந்தவர், கிறிஸ்துவர். வாசுதேவனுக்கும் பர்மீயப் பழக்க வழக்கங்கள் தெரியும். அவர் பிக்குகளுக்குத் தகுந்த மரியாதை செலுத்தி மருத்துவம் பார்த்தார்.

டாக்டர் கெட்டிக்காரர், தன்மையானவர், எல்லோருக்கும் பிடித்துப் போய்விட்டது. டாக்டருடைய செல்வாக்கு ரங்கூனிலிருந்ததைவிட அதிகமாகிவிட்டது. இதனால் அவரை மாந்தலேயிலிருந்து 100 கி.மீ தூரத்தில் உள்ள மெக்டிலா என்ற நகரத்திற்கு மாற்றினார்கள். அப்போது 'டாக்டரை மாற்றாதே' என்று கோஷமிட்டபடி புத்த பிக்குகளும் நகரத்தின் பிரமுகர்களும் ஊர்வலம் போனார்கள். இதில் இந்தியர்களுக்கு எந்தப் பங்கும் இல்லை. அதற்குப் பிறகு அரசாங்கம் இவரது மாற்றல் உத்தரவை ரத்து செய்தது.

இந்தியர்களை வெறுக்கும் பர்மீயர்கள் அவர்களுக்குள் பேசிக்கொள்ளும்போது, இந்தியர்களைக் 'கல்லா' என்று குறிப்பிடுவார்கள். கல்லா என்ற சொல்லுக்கு இரண்டு பொருள் உண்டு: ஒன்று கருப்பு, மற்றது நீந்தி வந்தவர்கள் – கள்ளத்தனமாக ஆற்றின் வழியே நீந்தி பர்மாவிற்கு வந்தவர்கள். ஒரு 'கல்லா' இப்படிப் பேரும் புகழும் பெறுவதை அவர்களால் சகித்துக்கொள்ள முடியவில்லை. இதற்காக, ரங்கூன் தலைமை அலுவலகத்தில் ஒரு காரியம் செய்தார்கள். வாசுதேவனுக்குப் பதவி உயர்வு கொடுத்து, மீண்டும் ரங்கூனுக்கு மாற்றுவது என்று முடிவு செய்தார்கள். புதிய பதவி, அலுவலகத்தில் உட்கார்ந்து மேற்பார்க்கிற நிர்வாகப் பதவி. நோயாளிகளைப் பார்க்க முடியாது. மருத்துவம் செய்ய முடியாது.

உத்தரவு கையில் கிடைப்பதற்கு முன்பே வாசுதேவனுக்கு விவரம் தெரிந்துவிட்டது. அவர் மாந்தலேயிலிருந்து நேராக

ரங்கூன் வந்தார். அன்று சனிக்கிழமை. பர்மா ஏர்வேஸ் அலுவலகம் போயிருந்தேன். இவர் அங்கே நின்று கொண்டிருந்தார். 'என்ன டாக்டர்?' என்று விசாரித்தேன். அவர், 'நான் அவசரமாக சென்னை போக வேண்டும்' என்றார். நான், 'இன்று சனிக்கிழமை ஒரு மணிக்குக் கவுண்ட்டரை மூடிவிடுவார்கள். டிக்கெட் இருக்கிறதோ இல்லையோ' என்றேன். அதற்கு அவர், 'டிக்கெட் இருக்கிறது. விசாரித்துவிட்டேன். ஆனால் *P-Form* கேட்கிறார்கள்' என்றார். அவர் பர்மீயக் குடியுரிமை உள்ளவர். பர்மீயப் பாஸ்போர்ட்தான் வைத்திருந்தார். அதனால் *D-Form* தேவையில்லை. ஆனால் பர்மீயக் குடியுரிமை உள்ளவர்களானாலும் அந்நியர்களானாலும், யாரும் பர்மாவிலிருந்து வெளியே போக வேண்டுமானால் *P-Form* வாங்க வேண்டும்.

நான் ஒரு ஆலோசனை சொன்னேன்: டாக்டர் *Exchange Controller* – இடம் போங்கள். என் தாயாருக்குச் சுகமில்லை. 'நான் உடனே போக வேண்டும். பர்மீய விமானத்தில்தான் போகிறேன். வேறு பணமாற்று எதுவும் வேண்டாம்' என்று சொல்லுங்கள். பணமாற்று கேட்டால் சந்தேகம் வரும், தாமதம் ஏற்படும். வேறு யாரிடமும் போகாதீர்கள். உங்களுக்கு 'மாட்டேன்' என்று சொல்ல மாட்டார்கள்" என்றேன். இவர் அதேமாதிரி போனார். *P-Form* கிடைத்தது. டிக்கெட் வாங்கிக் கொண்டு பறந்துவிட்டார்.

அடுத்தநாள் அகில பர்மா தமிழர் சங்க அலுவலகத்தில் அண்ணன் லட்சுமணன், ஏகாம்பர அண்ணன் போன்றவர்கள், 'என்ன டாக்டர் வாசுதேவன் சென்னைக்குப் போய் விட்டாராமே' என்று என்னிடம் விசாரித்தார்கள். டாக்டர் ராஜன்தான் விவரமறிந்து சொன்னார்: 'நம்ம வாசுதேவனை வேலை மாற்றி விட்டார்கள். எப்படிப்பட்ட வேலைக்குத் தெரியுமா? கத்தியைத் தொடுவதற்கு அவசியமில்லாத, ஸ்டெத்தெஸ்கோப்பைத் தூக்குவதற்குத் தேவையில்லாத வேலை. வாசுதேவனால் அந்த மாதிரி வேலையில் ஒருநாளாவது இருக்க முடியுமா? அதுதான் சத்தங்காட்டாமல் சென்னைக்குப் போய்விட்டார்'.

டாக்டர் ராஜனின் மனைவியும் வாசுதேவனின் மனைவியைப் போல் கரீன் இனத்தைச் சேர்ந்தவர். மனைவிமார் இருவரும் சிநேகம். டாக்டர்மாரும் சிநேகம். அதனால் ராஜனுக்கு விவரம் தெரிந்திருந்தது. அப்போது கையை வீசிக் கொண்டு பர்மாவை விட்டுப்போன டாக்டர் வாசுதேவன் பிறகு திரும்பவேயில்லை. சில ஆண்டுகளுக்கு முன் காலமானார் என்று கேள்விப்பட்டேன்.

வீடுகள்

இந்தியர்களில் நல்ல நிலைமையில் இருந்தவர்கள் சிலர் கண்ணைப் பறிக்கிற மாதிரி அழகான வீடுகளைக் கட்டினார்கள். இதற்குக் காரணம் பர்மாவையே தங்கள் நாடாக, நிரந்தரக் குடியிருப்பாக அவர்கள் நினைத்ததுதான். இது மாதிரி வீடுகளும் பர்மீயர்களின் பொறாமையை வளர்த்தது.

இவர்களில் ஒருவர் வேலு உடையார். கோவண்டான் என்கிற கிராமத்தில் இருந்தார். நூறு ஏக்கர் நிலத்தில் விவசாயம் செய்தார். பெரும்பான்மையான நிலம் அவருடையதாக இருக்காது. செட்டியார்களுக்குச் சொந்தமானதாக இருக்கும். குத்தகைக்கு எடுத்து விவசாயம் செய்தார். 40–50 உழவு மாடுகள் வைத்து இருந்தார். அதை மேய்ப்பதற்கு ஊரில் இருந்து ஆட்களைக் கூட்டிக் கொண்டு வந்தார். இவருக்கு ராமையா, வீரையா என்று இரண்டு பிள்ளைகள் இருந்தனர். இவர்களுக்குப் பாடம் சொல்லிக் கொடுக்க ஒரு ஆசிரியரையும் கூட்டிக் கொண்டு வந்து, அவருக்கு ஒரு வருடம் முழுதும் உணவு, உடை, தங்க இடம் கொடுத்து, வருடக் கடைசியில் சம்பளப் பணம் கொடுத்து அனுப்புவார்.

இந்த வேலு உடையார் வீடு கட்டுவதற்கு ஆசாரி, கொத்தனாரையெல்லாம் இந்தியாவிலிருந்து கூட்டிக்கொண்டு வந்தார். இவரைப் போலவே விவசாயம் செய்தவர்களில் முத்தையாத் தேவர், சண்முக சேர்வை போன்றவர்களும் நல்ல நிலையில் இருந்தார்கள். இவர்களது வீடுகளைப் பற்றியும் பிரமிப்பாகப் பேசுவார்கள். இவற்றையெல்லாம் மிஞ்சியது இராமனாதன் வீடு என்பார்கள், இராமனாதன் தாழ்த்தப்பட்ட சமூகத்தைச் சேர்ந்தவர். மேஸ்திரியாக இருந்தார். கூலி வேலைகளுக்குத் தொழிலாளிகளை ஏற்பாடு செய்து கொடுப்பார். சிவப்பாக, உயரமாக, பார்க்க அழகாக இருப்பார். இவரது மகன் என்னுடன்தான் படித்தான். இந்திய வம்சாவழியினரை எதிர்க்கும் பிரச்சனைகள் அதிகமானபோது, இவர்கள் எல்லாம் தாங்கள் பார்த்துப்பார்த்துக் கட்டிய வீட்டையும் சகலத்தையும் விட்டுவிட்டு அகதிகளாகி இந்தியாவிற்குப் போனார்கள்.

விளம்பரம்

அந்தக் காலத்தில் பால் பண்ணைகள் கிடையாது. பால் வியாபாரம் செய்தவர்கள் வட இந்தியர்கள். ரொம்பச் சிக்கனமாக இருப்பார்கள்.

உடம்பில் சட்டை போட மாட்டார்கள். ஒவ்வொருவரும் 10, 20 எருமை மாடுகள் வைத்திருப்பார்கள். மாடுகளோடு

மாடாக உழைப்பார்கள். அவர்களைக் கொசு கடிக்காது அல்லது கடித்தாலும் இவர்களுக்கு ஒன்றும் வராது. ரங்கூனிலும் சுற்று வட்டாரத்திலும் யார் சாப்பாட்டுக் கடை ஆரம்பித்தாலும் பணம் கொடுத்து உதவுவார்கள். பால் அவர்களிடம்தான் வாங்க வேண்டும். அப்படிப் பணம் சேர்ப்பார்கள். வெளியே காட்டிக்கொள்ள மாட்டார்கள். ஆனால் தமிழர்கள் அப்படியில்லை.

நம்மவர்களில் பலர் சாதாரண வேலைகளில்தான் இருந்தார்கள். கடுமையாக உழைத்தார்கள். சேமித்தார்கள். சேமித்த பணத்தில் நகை நட்டுகள் வாங்கினார்கள். நமது பெண்கள் கழுத்து நிறையச் சங்கிலிகளும் கைநிறையக் காப்புகளும் அணிந்து கொண்டார்கள். தங்கள் செழிப்பை பர்மீயர்கள் பார்த்து பொறாமைப்படும்படி விளம்பரப்படுத்தினார்கள்.

ஆக, பர்மீயர்கள் பொறாமைப்படும்படியாக இந்தியர்களின் நிலை இருந்தது. அரசாங்கமும், பத்திரிகைகளும் இந்தியர்கள் மீதான பொறாமையை எண்ணெய் ஊற்றி வளர்த்தன. பொறாமை வெறுப்பாக மாறியது.

15

வெளியேற்றம்

ராணுவ ஆட்சி, தேசியமயம், கரன்ஸி செல்லாமல் போனது என்று இந்தியர்களுக்குத் துன்பங்கள் அடுத்தடுத்து வந்தன. பர்மீயர்களின் பொறாமையும் எதிர்ப்புணர்ச்சியும் அவமதிப்பும் இவற்றோடு சேர்ந்து கொண்டன. இதனால் இந்தியர்களில் பலர் பர்மாவிலிருந்து வெளியேற நேர்ந்தது.

முதலில் போனவர்கள் யார்? யாரெல்லாம் பர்மாவில் பெரும் தொழில் செய்ய வேண்டும் என்று நினைத்து இந்தியக் குடியுரிமையை விட்டு விட்டு பர்மீயக் குடியுரிமை வாங்கி வைத்திருந் தார்களோ, அவர்கள்தான் முதலில் போனார்கள். எல்லாவற்றையும் தேசீயமயமாக்கிய பிறகு தொழில்கள் முடங்கிவிட்டன. சின்னச்சின்ன வியாபாரம் செய்தவர்களுக்கும் நிறைய இடைஞ் சல்கள் இருந்ததால், அவர்களும் போனார்கள். சிலர் எல்லாப் படிவங்களையும் சான்றிதழ்களை யும் முறைப்படி வாங்கி விமானத்திலோ கப்பலிலோ போனார்கள். அதெல்லாம் வாங்க முடியாதவர்கள் ரகசியமாக எல்லையைக் கடந்து போனார்கள்.

இந்தப் படிவங்களை வாங்குவது சுலபமாக இல்லை. பர்மாவின் வடக்குப் பகுதியிலிருந்து வந்து மாதக்கணக்காக ரங்கூனில் சிலர் காத்துக் கிடந்த துயரக் கதையை இங்கே சொல்லலாம் என்று நினைக்கிறேன்.

ரங்கூனுக்கு வடக்கே மிச்சினாவிலிருந்து தெற்கே விக்டோரியா பாயிண்ட் வரையிலான பகுதிகளில் பரவலாக இந்தியர்களும், நேபாளிகளும் வசித்தார்கள். வடபகுதிகளில் இந்தியர்களும் நேபாளியர்களும் மாடுகள் வளர்த்துப் பால் வியாபாரம் செய்து பிழைத்து வந்தார்கள். சாப்பாட்டுக் கடைகள் இல்லை என்றானவுடன் அவர்களுடைய வருமானம் அடைபட்டுவிட்டது. மேலும், இந்தியர்களும் நேபாளிகளும் தனியார் நிறுவனங்களில் பாதுகாப்புப் பணிகளில் இருந்தார் கள். இவர்களுக்கெல்லாம் வேலை போய்விட்டது. அதே சமயம், வருமானம் உள்ளவர்கள், இல்லாதவர்கள் என அடையாளம் கண்டு, அவர்களைக் குறி வைத்து அவர்களுடைய வருமானத்தை சீர்குலைக்கும் வகையிலான நடவடிக்கைகளி லும் சில பர்மீயர்கள் ஈடுபட்டார்கள். இதனால் பர்மாவின் வடக்கே இருந்தவர்களுக்குத் தொழில் மற்றும் வேலை வாய்ப்புகள் இல்லாமலாகி, வருமானமும் இல்லாத நிலை ஏற்பட்டு, நாடு திரும்ப வேண்டியதாகிவிட்டது. அவர்கள் ரங்கூன் வந்தார்கள்.

இந்தியாவிற்குச் செல்ல வேண்டுமென்றால், ரங்கூன் வந்துதான் கப்பல் அல்லது விமானம் மூலமாகச் செல்ல வேண்டும். பர்மாவைவிட்டுப் போவதற்கு முன்னர் *P-Form*, *D-Form*, வருமான வரிச் சான்றிதழ் போன்றவற்றை வாங்க வேண்டும். பணமாற்றுக் கட்டுப்பாடு, வருமான வரி, குடியுரிமை போன்ற துறைகளுக்கான அலுவலகங்களும் ரிசர்வ் வங்கியும் ரங்கூனில்தான் இருந்தன. ரங்கூன் வந்து விட்டால் இரண்டு மூன்று நாட்களில் எல்லாவற்றையும் வாங்கி விடலாம். உடனே இந்தியா சென்று விடலாம் என்று நினைத்து இந்திய வம்சாவழியினர் நிறையப் பேர் ரங்கூன் வந்துவிட்டார்கள். ஆனால் ரங்கூனில் நிலைமை தலைகீழாக இருந்தது. அவர்களது விண்ணப்பங்களை வாங்கி வைத்துக் கொண்டு ரிசர்வ் வங்கி திரும்பக் கொடுப்பதே இல்லை. நாள் கணக்கில், மாதக் கணக்கில் காலம் கடத்திக் கொண்டிருந்தார்கள். விண்ணப்பித்தவர்கள் தினந்தோறும் அங்கே செல்வார்கள். ஆனாலும் வங்கி அலுவலர்கள் எந்தவிதமான பதிலும் சொல்ல மாட்டார்கள். ஆரம்பத்தில் ஒரு நூறு பேர் வந்தார்கள். ஒரு வாரத்தில் 300, 400 பேர் சேர்ந்து விட்டார்கள். ரங்கூனிலே அவர்களுக்குத் தங்க இடமில்லை; சரியான உணவு இல்லை; கையில் போதுமான காசில்லை. தங்களின் சொந்த இருப்பிடத்திற்குத் திரும்பிப் போகவும் முடியாத நிலை. ரங்கூனில் இருந்த சமூக சேவை அமைப்புகளும் சங்கங்களும்தான் தங்களால் இயன்ற அளவு உதவிகள் செய்தன.

இந்த நேரத்தில், “புதிய படிவம் கொடுப்போம், அதை வாங்கி விண்ணப்பிக்க வேண்டும், ஆகையால் குதிரைப்பந்தய மைதானத்திற்கு வாருங்கள்” என்று அழைப்பார்கள். அங்கே இந்த மக்கள் இரவோடு இரவாகச் சென்று காத்திருப்பார்கள். மறுநாள் காலையில் யாரோ ஒருவர் வருவார். “நாளைக்கு வாருங்கள்” என்று சொல்லிவிட்டுப் போய்விடுவார். இப்படி யாக இந்த மக்கள் இழுபட்டார்கள். அன்றாடம் சாப்பாட் டிற்கே வழியில்லாத நிலையாகி விட்டது.

நாங்களும் தினமும் அங்கே என்ன நடக்கிறது என்பதைப் பார்க்கச் செல்வோம். எங்களுக்கும் வேலை இல்லை, தொழிலும் சரிவர இல்லை. அந்த நேரத்தில் வங்காளத்தை சார்ந்த ஒருவர் எனக்கு நண்பரானார். தொழிற்சாலை ஒன்று வைத்திருந்தார். அவர் தினந்தோறும் இந்த மக்களைப் பார்ப்பதற்காக என்னை அழைப்பார். ஒவ்வொரு முறையும் ஏதேனும் அரிசி, பருப்பு என்று எடுத்துச் சென்று அவர்களுக்குக் கொடுப்போம். சில சமயங்களில் டீ, காபி, பலகாரம் கொண்டு போய்க் கொடுப்போம்.

அப்போது இந்தியத் தூதரகத்தில் கான் சால்ஸ் என்பவர் முதற்செயலாளராக இருந்தார். எனக்கு நல்ல நண்பரும் கூட. அப்போது என்ன காரணத்தினாலேயோ இந்திய அரசங்கம் ஒரு தூதுவரை நியமிக்கவில்லை. கான் சால்ஸ்தான் *Charge d'Affairs (acting high commissioner)* – ஆக இருந்தார். ஜோஷி என்பவரும் முதற்செயலாளராக இருந்தார். இவர்களும் இந்த மக்கள் படும் கஷ்டங்களை பார்த்து மிகவும் வருத்தப்படு வார்கள். என்றாலும், இவர்களாலும் அரசாங்கத்தை மீறி எதும் செய்யமுடியாத நிலை. நாடு களுக்கிடையே உள்ள ராஜீய உறவுகள் பாதிக்கப்பட்டு விடும் என்கிற அச்சம் இருந்தது.

அன்று சனிக்கிழமை. சனிக்கிழமை தோறும் கல்கத்தா விலிருந்து அந்தமானுக்கு ஒரு விமானம் சென்றுவரும். வழியில் அது ரங்கூனில் இறங்கி எண்ணையோ தண்ணீரோ எடுத்துக் கொண்டு செல்லும். ஒரு மணி நேரம் வரை ரங்கூனில் நிற்கும். அந்த விமானத்தில் அன்று இந்திய நாடாளுமன்ற உறுப்பினர்கள் வந்தார்கள். காங்கிரஸ், கம்யூனிஸ்ட் மற்றும் பிற கட்சிகளைச் சார்ந்தவர்கள் மொத்தம் பத்துப் பேர் வந்தார்கள். அது 28 பேர் ஏறக்கூடிய டாக்கோட்டா விமானம். தூதுவருக்கு இவர்களைப் பார்க்க அனுமதி உண்டு . என்ன காரணத்தினோலோ அன்று விமானத்தில் பழுது ஏற்பட்டு விட்டது. இரண்டு மணி நேரம் தாமதமாகும் என்று தரைப் பொறியாளர் சொல்லிவிட்டார். கான் சால்ஸ் விமான

நிலையத்திலுள்ள குடிவரவு – சுங்கத்துறை அதிகாரிகளிடம் போய், "நான் ரங்கூனில் உள்ள இந்தியத் தூதர். இவர்களெல்லாம் எங்கள் நாட்டின் நாடாளுமன்ற உறுப்பினர்கள். விமானம் பழுதாகி விட்டது. சரி செய்ய இரண்டு மூன்று மணி நேரம் ஆகும். நீங்கள் அனுமதித்தால் இவர்களை நகரத்திற்கு அழைத்துச் சென்று, திரும்பக் கொண்டு வந்து விடுகிறேன்", என்று சொல்லி, அவர்களது அனுமதியையும் பெற்று, அவர்களை நேராக இந்த மக்கள் காத்துக் கிடக்கும் குதிரைப்பந்தய மைதானத்துக்கு அழைத்துக்கொண்டு வந்துவிட்டார்.

நாடாளுமன்ற உறுப்பினர்களுக்கு ஒன்றும் விளங்கவில்லை. "இது என்ன?" என்று கேட்டுக் கொண்டு முதலில் ஒரு நாடாளுமன்ற உறுப்பினர் வந்தார். அதிர்ஷ்டவசமாக நான் அங்கே இருந்தேன். நான் சொன்னேன்:

"இவர்கள் இந்தியர்கள். நமது இந்தியர்களின் நிலையைப் பாருங்கள். இங்கே இந்தியர்கள் எப்படி நடத்தப்படுகிறார்கள் என்பதைப் பாருங்கள்".

அவர்களுக்குப் புரியவில்லை. "அவர்கள் எதற்காக இப்படிக் காத்திருக்கிறார்கள்?" என்று கேட்டார்கள்.

"ஒரு விண்ணப்பப் படிவத்தை வாங்குவதற்காக. இன்று மட்டுமல்ல, இவர்கள் தினந்தோறும் இங்கு வருவார்கள். கடும் வெயிலில் காத்திருப்பார்கள். மாலை நேரம் யாரேனும் ஒரு குடிவரவு அதிகாரி வருவார். 'படிவம் நாளை தரப்படும்' என்று சொல்லிவிட்டுப் போய்விடுவார். இது வாரக்கணக்காக தொடர்ந்து கொண்டிருக்கிறது."

"என்ன விண்ணப்பப் படிவம்? எதற்காக?"

"இந்த நாட்டை விட்டு வெளியேறுவதற்காக. இங்கே வாழ முடியவில்லை, சொந்த நாட்டிற்குச் செல்வதற்காக இவர்கள் ரங்கூன் வந்திருக்கிறார்கள். அதற்கு அரசாங்கத்தின் அனுமதி வேண்டும். *Exchange Controller* பயணச்சீட்டு வாங்குவதற்கு அனுமதிக்க வேண்டும், குடிவரவுத்துறை நாட்டை விட்டு வெளியேறுவதற்கு அனுமதிக்க வேண்டும். வருமான வரித்துறை இவர்கள் செலுத்த வேண்டிய வரி பாக்கி இல்லை என்று சான்றளிக்க வேண்டும். இதற்கான சட்டங்களை சமீபத்தில் மாற்றி விட்டார்கள். அதற்கான புதிய படிவங்களைப் பெறுவதற்குத்தான் இவர்கள் காத்திருக்கிறார்கள். இவர்கள் பல பகுதிகளிலிருந்து வந்தவர்கள். இங்கே வசிப்பதற்கு இவர்களுக்கு இடம் இல்லை. உணவு வாங்கக் காசில்லை" என்று சொன்னேன்.

இந்திய நாடாளுமன்ற உறுப்பினர்கள் இங்கே வருவார்கள் என்று பத்திரிகையாளர்களுக்குத் தெரியாது. தெரிந்திருந்தால் 'ரசிக ரஞ்சனி' போன்ற பத்திரிக்கைகளின் நிருபர்கள் வந்திருப்பார்கள். அந்த நேரத்தில் 'தொண்டன்' பத்திரிகை செய்தியாளர் இப்ராஹிம் அங்கே வந்துவிட்டார். இதற்கிடையில் அங்கே இருந்தவர்களும் சத்தம் கேட்டுக் கூடிவிட்டார்கள். நாடாளுமன்ற உறுப்பினர்கள் என்று தெரிந்ததும் எல்லோரும் தாங்கள் படும்பாட்டைச் சொன்னார்கள். நாடாளுமன்ற உறுப்பினர்களும் எல்லாவற்றையும் விவரமாகக் கேட்டுக்கொண்டார்கள். ஒரு கம்யூனிஸ்ட் கட்சி உறுப்பினர் – ஆறு அடி ஆறு அங்குலம் இருந்தார் – அங்கேயே உணர்ச்சி வசப்பட்டார்.

கான் சால்ஸ் பிறகு ஜப்பானில் தூதுவராக இருந்தார். நான் ஹாங்காங் வந்த பிறகு, தொழில் நிமித்தம் ஜப்பான் போக வேண்டியிருந்தது. நான் அவரைப் போய்ச் சந்தித்தேன். அவர் என்னிடத்தில் ஏகாம்பரம், லட்சுமணன், ஜெகன்னாதன் என்று ஒவ்வொரு பெயராகச் சொல்லி அவர்களைப் பற்றி விசாரித்தார்.

பின்னர் நாடாளுமன்ற உறுப்பினர்கள் இங்கிருந்து அந்தமான் சென்று, அங்கிருந்து கல்கத்தா சென்றார்கள். கல்கத்தா சென்று இறங்கியவுடன், விமான நிலையத்திலேயே பத்திரிகையாளர்களிடம் கொட்டி விட்டார்கள் 'பர்மாவில் இந்தியர்கள் மிருகங்களைவிடக் கேவலமாக நடத்தப்படுகிறார்கள், இது இந்தியாவிற்கே வெட்கக்கேடான விசயம்' என்று பேட்டி கொடுத்து விட்டார்கள். கல்கத்தாவிலிருந்து வரும் இந்துஸ்தான் டைம்ஸ், அமிர்தபஸார் பத்திரிகா, ஸ்டேட்ஸ்மன் போன்ற எல்லா பத்திரிகைகளிலும் முதல் பக்கத்தில் செய்தி வந்துவிட்டது. உடனே இந்திய அரசாங்கம் அப்போதைய வெளிநாட்டு அமைச்சராக இருந்த சுவரண்சிங்கை பர்மாவிற்கு அனுப்பி வைக்கப்போவதாக அறிவித்தது.

அப்போது கிருஷ்ணாராவ் என்கிற பெயரில் எனக்கு இரண்டு நண்பர்கள் இருந்தார்கள். ஒருவர் தூதரகத்தில் வேலை பார்த்தார். இன்னொருவர் சொந்தத் தொழில் செய்து கொண்டிருந்தார். வேறு வேலைகள் இல்லாததால் இவர்களை நான் அடிக்கடி சந்திப்பதுண்டு. அவர்கள், 'ஆகா சுவரண்சிங் வருகிறார். அவர் வந்ததும் அதைச் செய்வார், இதைச் செய்வார்' என்று நம்பிக்கை தெரிவித்தார்கள்.

நான் சொன்னேன்: 'சுவரண்சிங் வருவார், வந்து பார்ப்பார், இந்தியாவிற்குப் போய், 'பர்மீய அரசு பாரபட்சம் காட்டவில்லை' என்று சொல்வார். அது சரிதான். அவர்

தேசியமயக் கொள்கையினால் இந்தியர்கள் பாதிக்கப்பட்டிருக் கிறார்களா என்று பார்ப்பதற்காக வருவதாக இந்திய அரசாங் கத்தின் அறிக்கை கூறுகிறது. பர்மீய அரசாங்கம் இந்தியர் களின் உடமைகளை மட்டும் தேசீயமயமாக்கவில்லை. பர்மீயர்களின் சொத்துக்களும் தொழில்களும், வியாபார நிறுவனங்களும்கூட தேசீயமயமாக்கப் பட்டிருக்கின்றன. ஆகவே 'பாரபட்சம் இல்லை' என்று சொன்னால், தேசிய மயமாக்கலைப் பொறுத்தவரை அது சரிதான். இப்போது இந்திய – பர்மீய ராஜீய உறவு சுமுகமாயில்லை. இந்தச் சந்தர்ப்பத்தில், அதை மேலும் கெடுத்துக்கொள்ள மாட்டார் கள். எல்லாரையும் சமாதானப்படுத்துவதற்காக ஓர் அறிக்கை விடுவார்', என்று சொன்னேன்.

கிருஷ்ணாராவ்கள் என்னோடு உடன்படவில்லை. "இவ்வளவு நடந்திருக்கிறது. இந்திய அரசாங்கம் கண்டிப்பாக ஏதாவது செய்யும்" என்றார்கள். 'சரி, பார்க்கலாம்' என்றுக் காத்திருந்தோம். ஒரு வாரம் கழித்து சுவரண்சிங் வந்தார். எல்லாரும் சென்றுச் சந்தித்தார்கள். அவர் கேபினட் அந்தஸ் துள்ள அமைச்சர். ராஜ தந்திரமாகத்தான் எல்லாவற்றையும் அணுகுவார். எல்லாவற்றையும் விசாரித்தார். கல்கத்தாவுக்குத் திரும்பிச் சென்றவுடனே, பத்திரிகைகளை அழைத்து பேட்டி கொடுத்தார்: "இந்தியர்கள் மீது எந்தவிதமான பாரபட்சமும் காட்டப்படவில்லை. பர்மீயர்களும் கூடதேசியமயமாக்குதலி னால் பாதிக்கப்பட்டிருக்கிறார்கள்" என்று சொல்லி விட்டார். பர்மீய இந்தியர்கள் கொட்டி தீர்த்துவிட்டார்கள்.

அதன் பிறகு நேருஜி இருந்தபோதே, கட்டாரி என்ப வரைத் தூதராக அனுப்பினார்கள். அவர் கடற்படையில் இருந்தவர். அவர் ரங்கூன் வந்ததும் இந்திய வம்சாவழியினர் அனைவருக்கும் ஒரு வழி அவசரச் சான்றிதழ் கொடுத்து இந்தியாவிற்குப் போக ஏற்பாடு செய்தார். இவர்களில் பலர் இந்தியர் என்பதற்கோ, அந்நியர் என்பதற்கோ எந்த ஆவண மும் இல்லாதவர்கள். பர்மீய அரசாங்கம் சொன்ன படிவங் களையெல்லாம் இவர்களால் ஒரு காலத்திலும் வாங்கியிருக்க முடியாது. இந்தியத் தூதரகம் அவசரச் சான்றிதழ் கொடுத்த தால்தான் இவர்களால் நாடு திரும்ப முடிந்தது.

கரன்ஸி செல்லாது என்ற அறிவிப்பு வந்தபோது, நேருஜி நோய் வாய்ப்பட்டு இருந்தார். என்றாலும் நிலைமை மேலும் மோசமானபோது, இந்தியர்களைத் திரும்ப அழைத்துக் கொள்ள அரசாங்கக் கப்பலை அனுப்பச் சொன்னார். முஹம்மதி, முஸாஃபிரி, சவுதி போன்ற பம்பாயிலிருந்து ஜித்தாவிற்கு ஹஜ் பயணத்திற்குச் செல்லும் கப்பல்களை

ரங்கூனுக்கு அனுப்பினார்கள். நம்மவர்கள் இதைத் 'தர்மக் கப்பல்' என்று சொல்வார்கள். பர்மாவைவிட்டு வெளியேறுவதில் உள்ள சிரமங்கள் குறைந்ததும், பல இந்தியர்கள் சொந்த நாட்டிற்கு அகதிகளாகத் திரும்பினார்கள்.

இதுவும் சில பர்மீயர்களுக்குப் பொறுக்கவில்லை. இந்தியர்கள் பர்மாவிலிருந்து தங்க நகைகளை அள்ளிச் செல்வதாக பத்திரிகைகளில் எழுதினார்கள். இதற்குப் பிறகு சுங்கத்துறை அதிகாரிகள் இலவசக் கப்பலில் செல்லும் பயணிகளைக் கடுமையாகச் சோதனை செய்தார்கள். கையில் கழுத்தில் இருந்த நகைகளைப் பறித்துக் கொண்டார்கள். பெண்களின் கழுத்தில் இருந்த தாலியைக் கூடப் பறித்துக் கொண்டார்கள்.

தாலியை மட்டும் விட்டுவிடுமாறு அந்தப் பெண்கள் எல்லாம் கதறினார்கள். அது ஒரு துயரக் காட்சி. கல்லும் கரைந்துவிடும். ஆனால் பர்மீய அதிகாரிகள் கரையவில்லை. ஏழை அழுத கண்ணீர் கூரிய வாளை ஒக்கும் என்று சொல்வார்கள். அந்தக் கண்ணீர், அந்த பெண்களின் சாபம், அந்த நாட்டைவிட்டு இன்னும் அகலவில்லை, அதனால்தான் அந்த நாடு இன்னும் முன்னேறவில்லை என்று எனக்குத் தோன்றும்.

இப்படிப் போகிறவர்களுக்கான சட்டரீதியான உதவிகளை அகில பர்மா தமிழர் சங்கத்திலிருந்து செய்து கொடுத்தோம். இந்திய அரசின் இலவசக் கப்பல்கள் இரண்டு வருடங்களுக்கு பர்மீய இந்தியப் பயணிகளை ஏற்றிச் சென்றன. பிறகு, போதுமான பயணிகள் இல்லாததால், ஒவ்வொரு கப்பலாக நிறுத்திக் கொள்ளப்பட்டது.

இங்கிருந்து போனவர்கள் இந்தியாவில் இறங்கியதும் அரசாங்கப் பணம் கொஞ்சம் கொடுக்கப்பட்டு, அகதி முகாம்களில் தங்க வைக்கப்பட்டனர். அரசாங்கம் கொடுக்கிற பணம் அவர்களுக்கு ஒழுங்காகப் போய்ச் சேரவில்லை; இடையில் உள்ளவர்கள் தட்டிப் பறித்துக் கொள்கிறார்கள் என்கிற மாதிரியான செய்திகள் வந்து எங்களை வேதனைப் படுத்தின. 'இந்தியாவில் உள்ளவர்கள் நம்மை மரியாதையாக நடத்துவதில்லை; அகதிகள் என்று ஏளனம் செய்கிறார்கள்' என்று இந்தியாவிற்குப் போனவர்கள் சொன்னார்கள். இதனால் இந்தியாவிற்கு திரும்ப உத்தேசித்திருந்த பலர் தங்கி விட்டார்கள். இந்தியாவிற்கு அகதிகளாக வந்தவர்களில் பலர் மிகவும் சிரமப்பட்டார்கள். என்றாலும், இவர்களுக்கு அடுத்த சந்ததியினரில் பலர், இப்போது நல்ல நிலையில் இருக்கிறார்கள்.

இந்தியர்கள் பர்மாவிலிருந்து பல கட்டங்களில் படிப்படியாக வெளியேறினார்கள். இதற்கு நானும் விதிவிலக்கல்ல. 1963இல் நான் நடத்திக் கொண்டிருந்த டிராவல் ஏஜென்ஸியை ராணுவம் தடை செய்துவிட்டது. பலரைப் போல எனக்கும் வேலை – தொழில் ஒன்றுமில்லாமல் போய்விட்டது. அதற்குப் பிறகும் சுமார் மூன்றாண்டுகள் பர்மாவில் இருந்தேன். நண்பர்களோடு சேர்ந்து பர்மாவிலிருந்து இந்தியா திரும்புகிறவர்களுக்கு உதவி செய்துகொண்டிருந்தேன். எனது பிள்ளைகளின் எதிர்காலத்தை எண்ணி, அவர்களுக்கு நல்ல கல்வியும் சூழ்நிலையும் உண்டாகட்டும் என்று கருதி, பர்மாவை விட்டு வெளியேறுவது என்று முடிவு செய்தேன். சரி, எங்கே போவது?

முன்பே சொன்னதுபோல், இந்தியாவிற்குப் புலம் பெயர்ந்த தமிழர்கள் பலர் பர்மீய அகதிகள் மரியாதையோடு நடத்தப்படவில்லை என்று சொல்லிக் கொண்டிருந்தார்கள். வேறு நாடுகளுக்குப் போய்த் தொழில் செய்யலாம் என்றால், பர்மாவிலிருந்து 'முதல்' கொண்டு போக முடியாது. அப்போது எனது உறவினர் டாக்டர் ஹுசைன் அலி பர்மாவிலிருந்து புலம் பெயர்ந்து ஹாங்காங்கில் இருந்தார். அவர், 'நீ இந்தியாவிற்குப் போக வேண்டாம். இங்கே வா, நல்ல முறையில் தொழில் செய்தால் பிழைத்துக் கொள்ளலாம்', என்று ஹாங்காங்கிற்கு வரச்சொல்லி ஊக்கப்படுத்தினார். 'சரி, ஹாங்காங்கிற்குப் போகலாம்' என்று முடிவு எடுத்தேன். முதலில் நான் மட்டும் வந்து, வாய்ப்பு, வசதிகளைப் பார்த்து, வீடு வாசல் பிடித்து, பிற்பாடு குடும்பத்தை அழைத்துக் கொள்ளலாம் என்று முடிவு செய்தோம்.

என்னைத் தெரிந்த அத்தனை பேரிடத்திலும் பயணம் சொல்லிவிட்டு வந்தேன். அப்போது எல்லோரும் அப்படிப் பயணம் சொல்ல மாட்டார்கள். முதல் நாள் ரங்கூனிலே இருப்பார்கள். அடுத்த நாள் பார்த்தால், 'கணேசனா? போய் விட்டாரே' என்பார்கள். காரணம், யாரும் சந்தோஷமாக வெளியேறவில்லை. எதிர்காலம் எப்படியிருக்கும் என்ற பயம் எல்லோருக்கும் இருந்தது. நண்பர்களிடமும் தெரிந்தவர்களிடமும் விடைபெறுவது மிகுந்த பிரயாசை தருவது. தவிர, 'போகிறேன்' என்று சொன்னால், ஆளுக்கொரு யோசனை சொல்வார்கள்; குழப்பம் அதிகமாகும். அதனால் பலரும் யாருக்கும் சொல்லாமலேயே கிளம்பிப் போனார்கள். நான் ஒவ்வொருவருடைய வீடாகத் தேடிப் போய் பயணம் சொல்லிக் கொண்டேன். அப்போது வில்லித் தேவர் என்பவர் சொன்னார், 'தம்பி, நீ மட்டும்தான் பயணம் சொல்லிக் கொண்டு போகிறாய், என்னால் பயனடைந்த பல பேர்,

பெரிய கும்பிடு போட்டுக் கொண்டிருந்தவன் எல்லாம் சொல்லாமல் கொள்ளாமல் போய் விட்டான்' என்று வருத்தப்பட்டார்.

1966 செப்டம்பர் மாதம் *29*ஆம் தேதி பர்மாவில் இருந்து விமானம் ஏறினேன். என்னை அறிந்தவர்கள் அத்தனை பேரும் வருத்தப்பட்டார்கள். விமான நிலையத்தில் விமானப் பணியாளர்கள், சுங்க அதிகாரிகள், என்னை அறிந்த பர்மீயர் கள், நம்மவர்கள், எல்லோருக்கும் மிகுந்த சங்கடம். பலர் கண்ணீர் விட்டார்கள். சிலர் கதறி அழுதார்கள். நான், என்னு டைய துயரத்தை முடிந்தவரை கட்டுப்படுத்திக்கொண்டேன்.

நான் பிறந்து, வளர்ந்து, படித்து, ஆடிப் பாடி, மண முடித்து, தொழில் செய்து, பிள்ளைகளைப் பெற்று வளர்த்த பர்மாவில் இருந்து வெளியேறினேன்.

16

பின் கதை

ஹாங்காங்

நான் ஹாங்காங்கிற்கு 43 ஆண்டுகளுக்கு முன்னால் வந்தேன். கையில் மிகக்குறைவான முதல்தான் இருந்தது. பர்மாவிலிருந்து பொருள் கொண்டு வர முடியாது. டாக்டர் ஹுஸைன் அலிதான் என்னை இங்கே வரச்சொல்லி ஊக்கப் படுத்தியவர். அவரும் அவர் துணைவியார் டாக்டர் மும்தாஜ் அலியும் உடன்பிறப்பைப் போல் என்னை ஏற்று அவர்கள் வீட்டிலேயே தங்கச் செய்தார்கள். பர்மாவில் இருந்து ஹாங்காங் வந்திருந்த எஹ்யா ஹாஜியாரும் பர்மாவில் எல்லாவற்றையும் இழந்துவிட்டு வந்தவர். அவரும் ஊக்கமூட்டி வழிகாட்டினார். கீழக்கரை, காயல் பட்டினம், திருக்களாச்சேரி போன்ற ஊர்களி லிருந்து வந்தவர்கள் இங்கே இருந்தார்கள். எல் லோரும் என்னிடம் மிகுந்த நட்பு பாராட்டி னார்கள்.

நண்பர்களின் உதவியோடு மாணிக்க வியா பாரம் செய்தேன். வாசனைப் பொருட்கள் தயாரிப்பிற்கு வேண்டிய பொருட்களை வாங்கி விற்க ஆரம்பித்தேன். ஹாங்காங்கில் நிதிக் கட்டுப்பாடுகள் குறைவு. சீனாவிலிருந்து பொருட் கள் வருவதற்கும் போவதற்கும் ஹாங்காங் ஒரு மையமாக இருந்தது. இந்தச் சந்தையின் தன்மை களைப் புரிந்துகொண்டு, தொழில் செய்தேன். பிள்ளைகளின் படிப்புச் செலவு, வீட்டு வாடகை,

பயணச் செலவு எல்லாம் அதிகமாகத்தான் இருந்தது. என்றாலும், தொழில் கைகொடுத்தது. குறையொன்றுமில்லை. கடந்த சில ஆண்டுகளாக, உடல்நிலை கருதி, வியாபாரத்தை ஒடுக்கி விட்டேன்.

ஹாங்காங்கில் இந்தியர்கள் நல்ல நிலையில் இருந்து வந்திருக்கிறார்கள். H.N. மோடி, பார்ஸி சமூகத்தவர். ஹாங்காங் பல்கலைக்கழகத்தை நிறுவியவர்களுள் ஒருவர். ரட்டன்ஜி மருத்துவமனையை நிறுவிய துன் ரட்டன்ஜியும், *Star Ferry*–ஐத் துவங்கிய தோராப்ஜி நோராஜியும்கூட பார்ஸி இனத்தவர்கள்தான். ஹாங்காங் தீவையும் கவ்லூன் தீபகற்பத்தையும் இணைக்கும் *Star Ferry*, நூறாண்டுகளுக்கு முன் துவங்கப்பட்டது. போரா சமூகத்தவர்களும் ஹாங்காங்கில் முன்னணியில் இருந்தார்கள். இந்தியா–பாகிஸ்தான் பிரிவினைக்குப் பிறகு, சிந்தி சமூகத்தினர் உலகத்தின் பல பகுதிகளுக்குப் புலம் பெயர்ந்தார்கள். ஹாங்காங்கில் கணிசமானோர் வாழ்கிறார்கள். நல்ல நிலைமையில் இருக்கிறார்கள்.

நான் வந்தபோது, ஹாங்காங்கில் 50/60 தமிழர்கள்தான் இருந்திருப்பார்கள். இப்போது துபாயில் பெரிய தொழிலதிபராக இருக்கும் பி.எஸ். அப்துர் ரஹ்மான் அப்போது ஹாங்காங்கில் இருந்தார். அவருக்கு நல்ல செல்வாக்கு இருந்தது. அவரது முயற்சியில் தொடங்கப்பட்டதுதான் தமிழ்ப் பண்பாட்டுக் கழகம். தமிழ்த் திரைப்படங்களைப் பார்ப்பதற்கு திரையரங்குகளை வாடகைக்கு அமர்த்தவும், அரசாங்க அனுமதி பெறவும் ஒரு சங்கம் இருந்தால் வசதியாக இருக்குமென்று கருதித்தான் கழகம் தொடங்கப்பட்டது. கழகத்தின் முதல் நிகழ்ச்சி 1967இல் அறிஞர் அண்ணாவிற்கு அளிக்கப்பட்ட வரவேற்பாகும். தொடர்ந்து நாவலர் நெடுஞ்செழியன், மதியழகன், முரசொலி மாறன், எம்.ஜி.ஆர்., நீதிபதி மு.மு. இஸ்மாயில், குன்றக்குடி அடிகளார் என்று பலர் வந்தார்கள். தமிழ் பண்பாட்டுக்கழகம் தொடங்கப்பட்ட நாளிலிருந்து இன்று வரை, என்னால் இயன்றளவிற்கு அதன் நடவடிக்கைகளில் ஈடுபட்டு வருகிறேன். இப்போது இரண்டாயிரத்திற்கும் மேற்பட்ட தமிழர்கள் ஹாங்காங்கில் வசிப்பதாகத் தெரிகிறது.

அப்போது ஹாங்காங்கில் ஐந்து பள்ளிவாசல்கள் இருந்தன. இப்போது அதிகமாக இருக்கின்றன. இந்தப் பள்ளிவாசல்களையும் முஸ்லிம்களின் அடக்கஸ்தலங்களையும் நிர்வகிப்பதற்காகவும் *Incorporated Trustees of Islamic Fund of Hong Kong* என்கிற அமைப்பை அரசாங்கம் ஏற்படுத்தியது. இதில் சீன முஸ்லிம்கள், பாகிஸ்தானி முஸ்லிம்கள், போரா முஸ்லிம்கள் என்று பலரும் அங்கம் வகித்தார்கள். இந்திய

முஸ்லிம் பிரதிநிதிகள் இதில் பங்கெடுப்பதற்காக இந்திய முஸ்லிம் கழகம் ஆரம்பிக்கப்பட்டது. இதற்கு முயற்சி எடுத்ததும் பி.எஸ்.அப்துர் ரஹ்மான் அவர்கள்தான். இந்திய முஸ்லிம் கழகத்தை நிறுவியவர்களுள் நானும் ஒருவன். இரண்டு முறை அதன் தலைவராக இருந்து பணியாற்றும் பேரினையும் பெற்றேன்.

இப்போது கவ்லூன் பகுதியில் நடுநாயகமாக இருக்கிற பள்ளிவாசல் இந்திய ராணுவத்தினரின் வழிபாட்டிற்காக ஆங்கிலேய அரசால் வழங்கப்பட்டது. 1976இல் சுரங்க ரயில் பாதை கட்டப்பட்டபோது பழைய கட்டிடம் பாதிப்புக்குள் ளானது. புதிதாகக் கட்ட அனுமதி கோரியபோது, வேறு இடம் தருகிறோம் என்று சொன்னார்கள். மிகுந்த சிரமப் பட்டு இந்த இடத்தை தக்கவைத்துக் கொண்டோம். நகரின் முக்கியமான இடமாக இருப்பதால் சிறப்பாகக் கட்ட வேண்டு மென்றுத் திட்டமிட்டோம். இந்தக் குழுவிற்குத் தலைவராக இருந்தவர் பொறியாளர் ரஹ்மானி. இப்போது அமெரிக்கா வில் இருக்கிறார். இதில் செயலாளராக இருந்து பணியாற்றுகிற வாய்ப்பு எனக்குக் கிடைத்தது. மிகுந்த பொருட்செலவில் இந்தப் பள்ளிவாசல் கட்டப்பட்டிருக்கிறது. மத்திய கிழக்கு நாடுகளிலிருந்து பெரும் நிதி திரட்டிக் கொடுத்தது பி.எஸ். அப்துர் ரஹ்மான் அவர்கள். பள்ளி கட்ட அரசாங்க அனுமதி தாமதமாகியது. அப்போது அனுமதி கிடைக்க உதவியவர்கள் பி.எஸ்.அப்துர் ரஹ்மானும், சின்னத் தம்பி அப்துல் காதர் அவர்களும் ஆவர். இப்போது இந்தப் பள்ளிவாசலில், 3000க்கும் மேற்பட்டவர்கள் தொழுவதற்கு வருகிறார்கள். இந்தப் பள்ளியைப் பற்றி நிறையச் சொல்வதற்கு இருக்கிறது. வாய்ப்புக் கிடைத்தால் பின்னர் விரிவாக எழுதுவேன்.

ஹாங்காங்கில் மத சுதந்திரம் பூரணமாக இருக்கிறது. அரசு எல்லா மதத்தினருக்கும் வழிபாட்டுத் தலங்களுக்கான இடத்தை வழங்கியிருக்கிறது. நம்மவர்களிடையே மத நல்லிணக்கம் போற்றக்கூடிய விதத்தில் இருக்கிறது. பரஸ்பர மரியாதையும் கண்ணியமும் இருக்கிறது.

ஆங்கிலேயர்களிடமிருந்து ஹாங்காங் 1997இல் சீனர்களி டம் வந்தது. அப்போது ஹாங்காங்கில் வாழ்ந்த சீனர்களே, ஹாங்காங்கின் பொருளாதார சுதந்திரம், கருத்துச் சுதந்திரம் போன்றவை பாதிக்கப்படுமோ என்று அஞ்சினார்கள். அப்படி ஒன்றும் ஆகவில்லை. சீனாவின் தலைமையின் கீழ் *One Country Two Systems* என்கிற முறையில் சுயேச்சையான நிர்வாகப் பகுதியாக ஹாங்காங் இயங்கி வருகிறது.

ஹாங்காங்கின் அரசியல், பொருளாதாரம், இந்தியர்களின் – குறிப்பாக, தமிழர்களின் – வாழ்க்கை, இவற்றைப் பற்றியெல்லாம் சொல்வதற்கு நிறைய இருக்கிறது. அப்படிச் சொன்னால் அது இன்னொரு நூலாக விரிந்து விடும். ஆண்டவன் அருள் இருந்தால், அதையும் எழுதலாம்.

பர்மா

நான் பர்மாவிலிருந்து வெளியேறி 43 ஆண்டுகள் ஆகிவிட்டன. ஆனால் பர்மாவை ஒருபோதும் மறக்கவில்லை. எப்படி மறக்க முடியும்? பர்மீய நாட்டு நடப்புகளைக் கவலையோடு கவனித்து வருகிறேன். இயற்கை வளமிக்க இந்த நாடு இப்படிச் சீர்கெட்டுப் போயிருப்பது எத்தனை பெரிய துருதிருஷ்டம்? கருத்துச் சுதந்திரம், நீதிச் சுதந்திரம், ஜனநாயகம் எதுவுமில்லாமல் போய்விட்டது.

உலகத்திலே எங்காவது ஒன்பது ரூபாய் நோட்டு அச்சடித்ததாகக் கேள்விப்பட்டிருக்கிறீர்களா? பர்மாவில் நடந்தது. ஜெனரல் நேவினுக்கு 9ஆம் எண் ராசியானது என்று யாரோ ஒரு ஜோஸ்யக்காரன் சொன்னானாம். 1987இல், புழக்கத்தில் உள்ள பல கரன்ஸி நோட்டுகளைச் செல்லாது என்று அறிவித்து விட்டு, 9 ரூபாய், 45 ரூபாய், 90 ரூபாய் நோட்டுகளை வெளியிட்டது ராணுவ ஆட்சி. ஒரு பக்கம், மக்களின் சேமிப்பு திடீரென்று ஒரே நாளில் காணாமல் போனது; மறு பக்கம், 9 ரூபாய் நோட்டு என்கிற பைத்தியக்காரத்தனம்.

ஆட்சிக்கு எதிராக மக்கள் அவ்வப்போது குரல் கொடுப்பதும் அது அடக்கப்படுவதும் நடந்து வருகிறது. 1988இல் இந்த எதிர்ப்பு பெரிய அளவில் இருந்தது. அப்போது பொது மக்கள்–குறிப்பாக மாணவர்கள்–திரண்டு நாடெங்கும் போராட்டம் நடத்தினார்கள். ஆனால் ராணுவமும் போலீசும் போராட்டத்தை நசுக்கி விட்டன. ஆயிரக்கணக்கானவர்கள் கொல்லப்பட்டார்கள்.

1988இல், காலஞ்சென்ற போஜா அவுங் சானின் மகள் அவுங் சான் சூஜி, சுகமில்லாத தன் தாயாரைப் பார்ப்பதற்காக, வெளிநாட்டிலிருந்து பர்மாவிற்கு வந்தார். நாட்டில் மாறுதல் வேண்டும் என்று குரல் எழுப்பினார். மாணவர்களும் படித்தவர்களும் திரண்டெழுந்து போரடினர். அவுங் சான் சூஜி *National League of Democracy* என்ற அமைப்பையும் நிறுவினார். அரசாங்கம் இவரைச் சிறையிலிட்டது. 1990–இல் ராணுவ ஆட்சி தேர்தல் நடத்தியது. சிறையிலிருந்த போதும் அவுங் சான் சூஜி தேர்தலில் வெற்றி பெற்றார்.

ஆனால் ராணுவம், ஆட்சியை கைமாற்றிக் கொடுக்க மறுத்து விட்டது.

2008இல் நர்கீஸ் எனப் பெயரிடப்பட்ட சூறாவளி, ஐராவதி நதியின் டெல்டா பகுதி முழுவதையும் நாசமாக்கியது, மக்கள் கடுமையாகப் பாதிக்கப்பட்டார்கள். ஆயினும், அரசு அந்நிய உதவிகளை ஏற்க மறுத்துவிட்டது. பர்மாவை ராணுவ ஆட்சி முற்றிலுமாகத் தனிமைப்படுத்திவிட்டது. 2010இல் தேர்தல் நடத்தப் போவதாக ராணுவ ஆட்சி அறிவித்திருக்கிறது. ஆனால் இதில் அவுங் சான் சூஜி போட்டியிட முடியாது.

இப்போதும் பர்மாவில் இலட்சக்கணக்கான இந்திய வம்சாவழியினர் வசித்து வருகிறார்கள். எனது நண்பர்கள், உறவினர்கள், அவர்களின் பிள்ளைகள் அங்கு இருக்கிறார்கள். எனது பல பர்மீய நண்பர்கள், அவர்களது பிள்ளைகள் பர்மாவில் வாழ்ந்து வருகிறார்கள்.

பர்மா, இயற்கை வளம் கொட்டிக் கிடக்கும் நாடு. புன்னகை பூத்த பூமியாக அது விளங்கியது. அந்த நாடும் அதன் மக்களும் சுபிட்சமும் நன்மையும் பெற வேண்டும். ஆண்டவன் அதற்கு அருள் புரிய வேண்டும்.

17

எழுத்து

தமிழில் நிறையப் படிக்கவேண்டும், எழுத வேண்டும் என்று எப்போதும் நான் விரும்பியிருக்கிறேன். கதை, வரலாறு, ஆராய்ச்சி என்று வாசகர்களுக்குப் பயனுள்ள தகவல்களை எழுதவேண்டும் என்று பல ஆண்டுகளாக ஆசைப்பட்டிருக்கிறேன். ஆனால் சாத்தியப்படவில்லை. ஏனென்றால் எழுதுவது எளிதல்ல. அதற்குப் பல குணங்கள் தேவை.

எழுதுகிறவர்களுக்கு பொறுப்புணர்ச்சியும் சமூக அக்கறையும் இருக்க வேண்டும். பல ஆண்டுகளுக்கு முன்னால் கவிஞர் வைரமுத்து எழுதினார்:

உங்கள் மேடை! உங்கள் நாக்கு!
எது வேண்டுமானாலும் பேசுங்கள்
உங்கள் பேனா, உங்கள் அச்சகம்!
எது வேண்டுமானாலும் எழுதுங்கள்
ஆனால்
நாளை காலத்தின் விமர்சனம்
உங்கள் பிணங்களைக் கூடத் தோண்டி
எடுத்து வந்து தூக்கில் போடும்.

எதையாவது எழுதிப் போட்டுவிட்டுப் போய் விட முடியாது. சமூகத்திற்குப் பதில் சொல்ல வேண்டும். இல்லையென்றால் சமூகம் உங்களை விடாது. அந்த அச்சத்தோடு எழுத வேண்டும். இதனால்தான் வள்ளுவர் சொன்னார்:

சொல்லுதல் யார்க்கும் எளிது – அரியவாம்
சொல்லிய வண்ணம் செயல்

மேலும், தமிழ் எப்படி மாறிக்கொண்டு வருகிறது என்பதும் எழுதுகிறவனுக்குத் தெரிந்திருக்க வேண்டும். ஓர் உதாரணத்தைப் பார்க்கலாம்.

1915ஆம் ஆண்டு முனுசாமி முதலியாரால் ஆனந்தபோதினி என்ற சஞ்சிகை ஆரம்பிக்கப்பட்டது. அதில் ஒரு குறிப்பு:

"கலியுகாதி வருடம் 5017, இராக்ஷஸ வருடம் ஆடி மாதம் 2, இங்கிலீஷ் 1915ஆம் ஆண்டு, ஜுலை 16, வெள்ளிக் கிழமை, கிருஷ்ண பக்ஷம் சதுர்த்தி திதி மக நக்ஷத்திரத்தில் செந்தமிழ் நாட்டில் சிறப்புற்று விளங்கும் இந்த மாத சஞ்சிகையானது சென்னையைச் சார்ந்த வியாஸர்பாடியில் உள்ள சாது நிலயத்தில் எழுந்தருளியிருந்த ஸ்ரீலஸ்ரீ கரயாத்திர சிவப்பிரகாச சுவாமிகளின் திருக்கருணையால் சூட்டப் பெற்ற ஆனந்த போதினி என்னும் அழகிய பேருடன் தமிழ் மக்களின் மனதில் ஆனந்தம் பொங்கி எழ உதயம் செய்தது."

இந்த சஞ்சிகையைப் பின்னர் ஆரணி குப்புசாமி முதலியார் ஆசிரியராக இருந்து நடத்தினார். பாலைகளில் காடுகளில் பனிபடர்ந்த நாடுகளில் சோலைகளில் தீவுகளில் தீஞ்சொல் நாட்டிய தமிழ் அன்று அப்படி இருந்தது. இன்று வெளிவரும் சஞ்சிகைகளில் 2009 மார்ச் 12, திங்கட்கிழமை என்று மட்டும்தான் குறிப்பிடுகிறார்கள்.

எழுதுகிறவன் இப்படியான மாற்றங்களைத் தெரிந்து கொண்டிருக்க வேண்டும். இதையெல்லாம் விட முக்கியமானது எழுதுகிற ஆற்றல். எழுதுவது ஒரு கலை. என்னைப் போன்றவர்களுக்குச் சிரமமானது.

பள்ளி நாட்களிலேயே பல கதைகளைப் படிக்கிற வாய்ப்பு கிடைத்ததால், நானும் எழுதிப் பார்க்கலாம் என்று எனக்குத் தோன்றியது. சவுட்டானை மையமாக வைத்து ஒன்றிரண்டு கதைகள் எழுதினேன். சவுட்டானின் போஸ்ட் மாஸ்டர் சூரிய நாராயணனும் தபால்காரர் சுப்பையாவும் நான் எழுதி, வேறு யாருக்கும் காட்டாத, கதையின் பாத்திரங்கள். கதை எழுதியதும், அடுத்த வாரம் கல்கியையோ காண்டேகரையோ படித்ததும், 'நாமெல்லாம் ஏன் எழுதுகிறோம்?' என்று தோன்றிவிடும். அதனால், எழுதுவது நமக்குச் சரிப்படாது என்று விட்டுவிட்டேன்.

ரங்கூனில் இருந்தபோது, தொண்டன் பத்திரிகைக்கு விஷயதானம் செய்து வந்தேன். உலக அரசியல் குறித்த செய்திகளைத் தமிழில் எழுதுவேன். பர்மாத் தமிழர்களைப் பாதிக்கிற உள்ளூர் செய்திகளையும் அவ்வப்போது எழுதிவந்தேன்.

நான் ஹாங்காங் வந்த பிறகு, சீனர்களின் துளையீட்டு மருத்துவத்தைப் (*acupuncture*) பற்றித் தெரிந்துகொள்கிற வாய்ப்புக் கிடைத்தது. அதைப்பற்றி நியூஸ்வீக்கில் அட்டைப்படக் கட்டுரை யொன்று வெளியிட்டார்கள். அப்போது, கோவில்களில் அலகு குத்திக்கொண்டு – காவடி எடுப்பதை இது மாதிரி ஒரு சிகிச்சை முறையாக வளர்த்திருக்கலாம் என்று எனக்குத் தோன்றியது. இதைப் பற்றி ஒரு கட்டுரை எழுதி சிங்கப்பூர் தமிழ் முரசுவிற்கு அனுப்பினேன். என்னுடைய படம், முகவரி எல்லாம் போட்டு, ஒரு முழு பக்கத்திற்கு அதைப் பிரசுரித் தார்கள். தமிழ் முரசு ஆசிரியர் கோ. சாரங்கபாணி எனக்குத் தனியே பாராட்டுக் கடிதம் வேறு எழுதி அனுப்பினார். இலங்கையிலிருந்து வெளியாகும் வீரகேசரிக்கும் கட்டுரைகள் அனுப்பினேன். அதன் ஆசிரியர் ஆர். கிருஷ்ணமூர்த்தி என்னைத் தொடர்ந்து எழுதச் சொல்லிக் கடிதம் எழுதினார். அந்தக் கட்டுரைகள் எதுவும் இப்போது கைவசம் இல்லை. என்றாலும் நான் அதிகம் எழுதவில்லை. ஆனால், படிப்பதை மட்டும் நிறுத்தவில்லை.

ஆர். கிருஷ்ணமூர்த்தி எனது அனுபவங்களையும் கருத்து களையும் நான் புத்தகமாக எழுத வேண்டும் என்றும் சொல்லி யிருக்கிறார். அவரைப் போலவே 'ராணி' பத்திரிகையின் முன்னாள் ஆசிரியர் அ.மா. சாமி, இலங்கை எழுத்தாளர் மானா மக்கீன் போன்றவர்களும், என்னுடைய அனுபவங் களை நான் புத்தகமாக எழுதவேண்டும் என்று சொன்னார் கள். என்னுடைய கருத்துகளைக் கேட்க விருப்பமுள்ளவர் களிடம் பேசுவேன். அதைக் கேட்டவர்கள் – என் மீதுள்ள பரிவின் காரணமாக இருக்க வேண்டும் – என்னை எழுதச் சொல்லி ஊக்குவித்தார்கள். மஹாமஹோபாத்யாய டாக்டர் உ.வே.சாமிநாதையரின் 'என் சரித்திரம்' படித்திருக்கிறேன். அய்யரைப் போன்றவர்களின் சரித்திரம்தான் எழுதப்பட வேண்டும். அதுதான் சமூகத்திற்குப் பயன்படும், நாமெல்லாம் அந்த முயற்சியில் ஈடுபடக் கூடாது என்று நினைத்து, அந்த எண்ணத்தைக் கைவிட்டு விட்டேன்.

ஆனால், பேசுவதில் எனக்கு விருப்பம் அதிகம். அதனால், வாய்ப்பு கிடைக்கிற போதெல்லாம் எனது அனுபவங்களைப் பற்றிப் பேசிவந்திருக்கிறேன். இதைக் கேட்ட தம்பி மு. இராமனாதன், என்னிடத்தில் ஏதோ விஷயம் இருக்கிறது என்று நினைத்து விட்டார்!

'நீங்கள் எழுத வேண்டாம். உங்கள் அனுபவங்களைச் சொல்லுங்கள், நான் பதிவு செய்து கொள்கிறேன். பிறகு நண்பர்களின் உதவியோடு அவற்றை எழுதி நூலாக்கி

விடலாம்' என்று சொன்னார். அவரது உற்சாகமும் விடா முயற்சியும்தான் இந்த நூல் வருவதற்குக் காரணம்.

என்னுடைய சொந்த வாழ்க்கையைக் குறைத்துக் கொண்டு, பர்மாவைப் பற்றியும் இந்தியாவைப் பற்றியும் மக்களுக்குப் பயன்படும் அரசியல் சமூகக் கருத்துகளையும் சொல்ல வேண்டும் என்று நினைத்தேன். இவற்றைக் கோர்வை யாகச் சொல்வதற்கு முயற்சி செய்தேன். ஆனால், முன் பின்னாகத்தான் சொன்னேன். பலமுறை சொன்னதையே திரும்பவும் சொன்னேன். முக்கியமானவற்றையும் சொன்னேன். முக்கியமல்லாதவற்றையும் சொன்னேன். ஆனால் யார் மனமும் புண்படக்கூடாது என்று நானே தணிக்கை செய்து கொண்டு பேசினேன்.

இந்நூல் அவசரமாக நிறைவெய்துகிறது. அதற்கும் நானே காரணம். என் செயல்பாடுகள் தேய்ந்து வருகின்றன. 85 வயதில் இருக்கக்கூடிய ஆரோக்கியம், வலிமை, ஆற்றல் களுக்குக் குறைவின்றி இருக்கிறேன். அதற்காக இறைவனுக்கும் என்னைச் சுற்றியுள்ள என் நலன் நாடும் அனைவருக்கும் நன்றி செலுத்துகிறேன்.

நான் சொன்னதையெல்லாம் கேட்டு, எழுதி, ஒழுங்கு படுத்தி நூல் வடிவில் கொண்டு வந்திருக்கிறார் தம்பி மு. இராமனாதன். நண்பர்கள் அனைவரும் எந்தப் பயனையும் பாராமல் எழுதி உதவி செய்திருக்கிறார்கள்.

> பயன் தூக்கார் செய்த உதவி நயன் தூக்கின்
> நன்மை கடலின் பெரிது

இந்த நூல் வெளிவர உதவி புரிந்த அனைவருக்கும் நான் நன்றிக்கடன் பட்டிருக்கிறேன். அவர்கள் அனைவருக் கும் இதயபூர்வமாக நன்றி செலுத்துகிறேன்.

இவற்றை ஒரு சேரப் படிக்கிறபோது இன்னும் சொல் வதற்கு நிறைய இருப்பது தெரிகிறது. இந்த நூல் பயனுள்ளது என்று வாசகர்கள் கருதினால், தொடர்ந்து எழுதலாம். அதற்கு ஆண்டவன் அருள் புரிவான்.

பின்னிணைப்பு:

படங்கள்

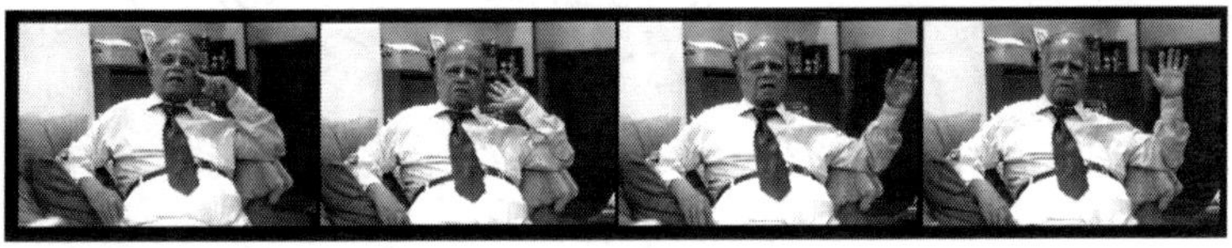

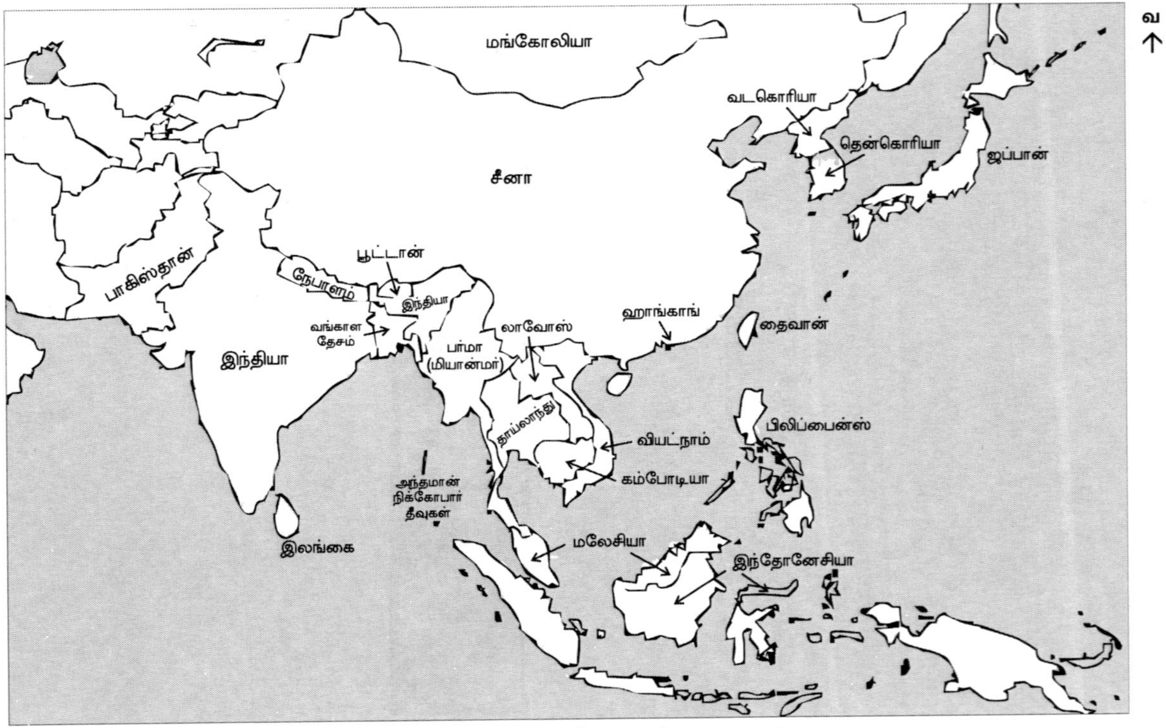

தெற்காசிய மற்றும் கிழக்காசிய நாடுகள்

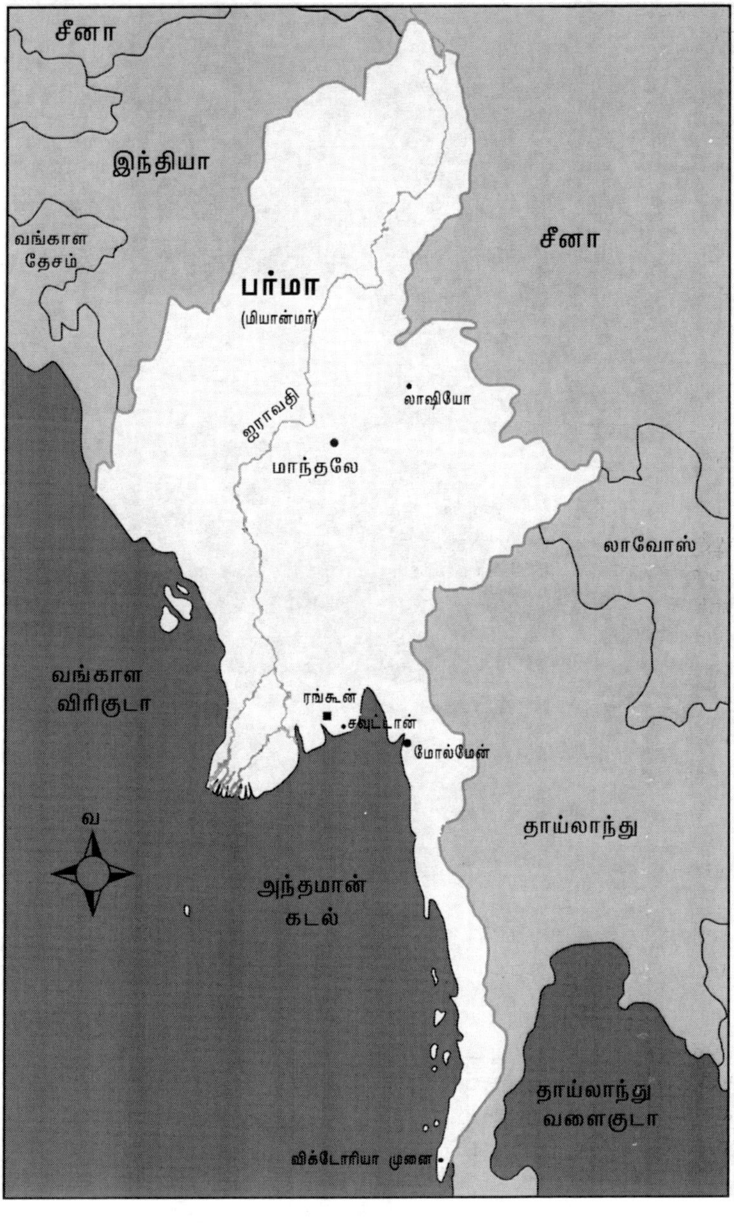
சீனா
இந்தியா
வங்காள
தேசம்
சீனா
பர்மா
(மியான்மர்)
லாஷியோ
ஐராவதி
மாந்தலே
லாவோஸ்
வங்காள
விரிகுடா
ரங்கூன்
சவுட்டான்
மோல்மேன்
வ
தாய்லாந்து
அந்தமான்
கடல்
தாய்லாந்து
வளைகுடா
விக்டோரியா முனை

பர்மா

முப்பது தோழர்களில் சிலர், பர்மீய சுதந்திர சேனை அமைக்கப்பட்ட பிறகு, புத்த பிக்குவின் பெயர் யு நாகாய், பர்மீய உடையில் இருப்பவர் போஜோ மேகயோ, அவரது வலதுபுறம் போஜோ அவுங்சான், இடது புறம் நேவின் (1942).

(நன்றி: Burma and General Ne Win, Asia Publishing House)

தந்தையார் ச. நெ. செல்வக்கனி ராவுத்தர்

தாயார்
முஹம்மது பாத்திமா

சிறிய தாயார்
ஹலிமா

செ. முஹம்மது யூனூஸ், மனைவி பாத்திமுத்து ஜொஹரா, மகன் நாஸீர், மகள்கள் ஸபியா மற்றும் கரிமா (1966).

முஹம்மது யூனூஸ்
(1960)

முஹம்மது யூனூஸ்
(2008)

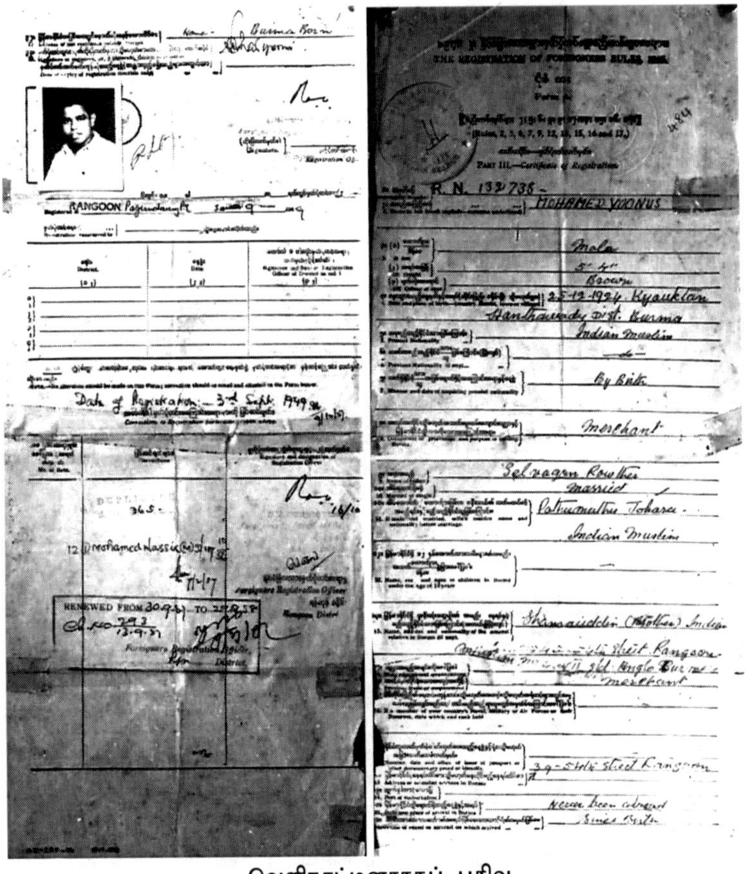

Burma Born

RANGOON

Date of Registration 3rd Sept 1949

365

12 Mohamed Nassir

RENEWED FROM 30-9-51 TO 29-9-53

Foreigners Registration Office

District

THE REGISTRATION OF FOREIGNERS RULES

(Rules 2, 3, 6, 7, 9, 12, 13, 15, 16 and 17.)

PART III.—Certificate of Registration

R. N. 132736

MOHAMED YOONUS

Male

5' 4"

Brown

25-12-1924 Kyauktan Hanthawady Dist. Burma

Indian Muslim

By Birth

Merchant

Selvagan Rowther

Married

Pathumuthu Toharu

Indian Muslim

Shamsuddin (Brother) Indian

39-5th Street Rangoon

Never been abroad since birth

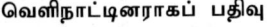

வெளிநாட்டினராகப் பதிவு

அயல்நாட்டு அமைச்சரின் செயலாளர் ஊப்பே அவுங் அவர்கள் சந்நியாச உபவாசம் செய்தபோது (1960)

இலங்கை இஸ்லாமிய இலக்கிய விழாவிற்குப் போனபோது பர்மீயத் தூதராக இருந்த ஊப்பே அவுங் தம்பதியருடன் (1980)

ரங்கூன் நகராட்சி செயற்குழு(1952). நிற்பவர்கள் வரிசையில் இடமிருந்து இரண்டாவதாக செ. முஹம்மது யூனூஸ்.

Traval Agents Guild Skal Club-இன் அங்கத்தினர்கள் (1961)

பர்மாவிலிருந்து செ.முஹம்மது யூனூஸ் வெளியேறப் போவதறிந்து முன்னாள் நீதித்துறை அமைச்சர், ஊக்கின் மௌங்லா (இது பர்மியப் பெயர், இயற்பெயர் - லத்தீப் கான்) அளித்த பிரிவுபசார விருந்தில். *நிற்பது:* நண்பர் முனியாண்டி, தம்பி அப்துர் ரஹீம், இரண்டு நண்பர்கள், ஹஜ் கமிட்டி செயலாளர் E. காக்கா, தமையனார் ஷம்ஸுதீன். *அமர்ந்திருப்பது:* நேஷனல் அப்துல் கரீம், ஊக்கின் மௌங்லா, செ.முஹம்மது யூனூஸ் (செப்டம்பர் 1966)

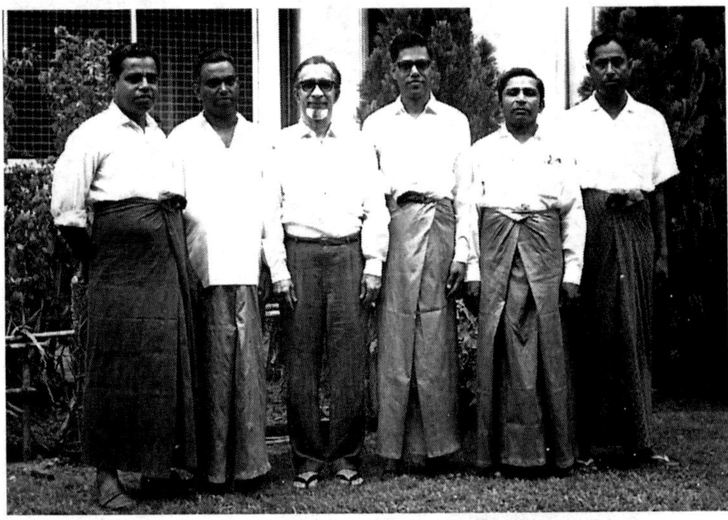

நிற்பது: செ.முஹம்மது யூனூஸ், நண்பர் முனியாண்டி, ஊக்கின் மௌங்லா, தம்பி அப்துர் ரஹீம், நேஷனல் அப்துல் கரீம், தமையனார் ஷம்ஸுதீன் (செப்டம்பர் 1966)

அகில பர்மா தமிழர் சங்கத் தலைவராக இருந்த நண்பர் லட்சுமணன் குடும்பத்தினர் (ரங்கூன், 1962).

பர்மாவின் பிரபல டாக்டர். ராஜன்.

அகில பர்மா தமிழர் சங்கக் கூட்டம் (ரங்கூன், 1969). இடமிருந்து வலம்: MKM இப்ராகிம், 'தொண்டன்' ஆசிரியர்; ஆறுமுகம் பிள்ளை, பிரபல வழக்கறிஞர்; ராமச்சந்திரன், நாகலிங்கத் தேவரின் மகன்; செ. முஹம்மது யூனூஸ்; சுப்பிரமணியம், திராவிடர் கழகத் தலைவர்; NL இராமநாதன், சங்கச் செயலாளர்

தமிழ் முரசு

TAMIL MURASU

(THE LEADING TAMIL DAILY IN SINGAPORE AND MALAYSIA)

139-141 LAVENDER STREET ✲ SINGAPORE-12

Kuala Lumpur Office:
3, JALAN 201
PETALING JAYA
(SELANGOR)
Phone: 561747

✲

581 PYCROFTS ROAD
TRIPLICANE
MADRAS-5
Phone: 86129

Grams MURASOLI
Cable MURASOLI
Phone 20249 & 29506
P. O. Box 621

12.10.72

[illegible]

தமிழ் முரசு ஆசிரியர் கடிதம்

EXPRESS NEWSPAPERS (CEYLON) LIMITED.

வீரகேசரி

THE PREMIER TAMIL DAILY IN CEYLON

(formerly THE VIRAKESARI LIMITED)

වීරකේසරි

185, GRANDPASS ROAD, COLOMBO 14. CEYLON

PHONE 20881 (4 LINES) P.O.BOX 160, TELEGRAMS 'VIRAKESARI'

16th October, 1972.

Mr. S. Mohamed Yoonus,
A-5, 14th Floor, Chungking Mansion,
P.C. Box 5352,
Kowloon,
HONGKONG.

Dear Mr. Yoonus,

It was a pleasant surprise to receive your letter of the 20th September, 1972 with the enclosures, which was lying on my table awaiting my arrival. I had been out of the Island and returned only on the 2nd of October.

The article was very interesting and it found its way into our Sunday publication dated 15th October, 1972. We are forwarding under seperate cover a copy of same for your reference. We welcome more articles of similar interesting nature for our daily or weekly publications.

We would like to honour you by a token payment for same, but due to the strict and stringent exchange control measures we are unable to get an official permit to remit money for such purposes.

We trust this will find you in the best of health.

With kind regards,

Yours sincerely,

R. KRISHNAMOORTHI

RK/MCD

வீரகேசரி ஆசிரியர் கடிதம்

நீதியரசர் மு.மு.இஸ்மாயில் (இடமிருந்து இரண்டாவது) ஜப்பானில் நடந்த எக்ஸ்போ-70க்கு வந்தபோது எடுத்த படம்.

மற்றவர்கள் எம்.கே.எம். அப்துல் காதர், ஹெச்.எம். புஹாரி ஹாஜியார் (ஹாங்காங் தமிழ் பண்பாட்டுக் கழகத்தின் முதல் தலைவர்), செ. முஹம்மது யூனூஸ். (ஹாங்காங், 1970)

இரண்டு வாலிபர்கள் (ஹாங்காங், 1980)

ஹாங்காங்கில் நடைபெற்ற ஒரு நிகழ்ச்சியில் செ. முஹம்மது யூனூஸ் பேசுகிறார். அமர்ந்திருப்பவர்கள்: (இடமிருந்து) ஹாங்காங்கின் பிரபல தொழிலதிபர் ஹரிலீலா, தொழிலதிபர் பி.எஸ். அப்துல் ரஹ்மான், அப்போதைய ஹாங்காங் கவர்னர் டென்னிஸ் ராபர்ட் (1983)

மனைவி பாத்திமுத்து ஜொஹராவுடன் (ஹாங்காங், 1990)

ஏலப்பையா புத்தர் கோயில்